மறியா தாமுவுக்கு எழுதிய கடிதம்

மறியா தாமுவுக்கு எழுதிய கடிதம்

சுந்தர ராமசாமி (1931-2005)

தமிழின் முன்னோடி எழுத்தாளர்களில் ஒருவரான சுந்தர ராமசாமி நாகர்கோவிலில் பிறந்தார். பள்ளியில் மலையாளமும் ஆங்கிலமும் சமஸ்கிருதமும் கற்றார். 1951இல் 'தோட்டியின் மக'னைத் தமிழில் மொழிபெயர்த்ததே முதல் இலக்கியப் பணி. 1951இல் புதுமைப்பித்தன் நினைவு மலரை வெளியிட்டார். இவரது முதல் கதையான 'முதலும் முடிவும்' அதில் இடம் பெற்றது. மூன்று நாவல்களும் பல கட்டுரைகளும் சுமார் 75 சிறுகதைகளும், பசுவய்யா என்ற பெயரில் கவிதைகளும் எழுதினார். 1988இல் 'காலச்சுவடு' இதழை நிறுவினார்.

சுந்தர ராமசாமிக்கு டொரொன்டோ (கனடா) பல்கலைக்கழகம் வாழ்நாள் இலக்கியச் சாதனைக்கான 'இயல்' விருதை (2001) வழங்கியது.

வாழ்நாள் இலக்கியப் பணிக்காகக் 'கதா சூடாமணி' விருதையும் (2003) பெற்றார்.

சுந்தர ராமசாமி 14.10.2005 அன்று அமெரிக்காவில் காலமானார்.

மனைவி : கமலா. குழந்தைகள் : தைலா, கண்ணன், தங்கு.
(மூத்த மகள் சௌந்தரா 1996இல் காலமானார்.)

சுந்தர ராமசாமியின் பிற நூல்கள்

சிறுகதைகள்

சுந்தர ராமசாமி சிறுகதைகள் (2006) ((முழுத் தொகுப்பு)
அக்கரைச் சீமையில் (2007) ((முதல் சிறுகதை வரிசை)
அழைப்பு (2003), பிரசாதம் (2007), பள்ளியில் ஒரு நாய்க்குட்டி (2008)
பல்லக்குத்தூக்கிகள் (2010), பள்ளம் (2012)

நாவல்கள்

ஒரு புளியமரத்தின் கதை (1966)
ஜே.ஜே: சில குறிப்புகள் (1981)
குழந்தைகள் பெண்கள் ஆண்கள் (1998)

குறுநாவல்கள்

திரைகள் ஆயிரம் (2008)

கவிதை

நடுநிசி நாய்கள் (2008)
சுந்தர ராமசாமி கவிதையை ((முழுத்தொகுப்பு) (2005)

விமர்சனம்/கட்டுரைகள்

அந்தரத்தில் பறக்கும் கொடி (2014) (தமிழ் கிளாசிக்)
ந. பிச்சமூர்த்தியின் கலை: மரபும் மனிதநேயமும் (1991)
இவை என் உரைகள் (2003)
வானகமே இளவெயிலே மரச்செறிவே (2004)
மனக்குகை ஓவியங்கள் (2011) (கட்டுரைகள் உரைக விவாதங்கள்)
வாழ்க சந்தேகங்கள் (2004) (கேள்வி – பதில்)
புதுமைப்பித்தன் கதைகள்: சு.ரா குறிப்பேடு (2005)
வாழும் கணங்கள்(2005) (படைப்புகளின் தொகுப்பு)
புதுமைப்பித்தன்: மரபை மீறும் ஆவேசம் (2006)
ஒரு கலை நோக்கு: ஆளுமைகள் தோழமைகள் (2019)

நேர்காணல்கள்

சுந்தர ராமசாம நேர்காணல்கள் (2011)

பிற நூல்கள்

மூன்று நாடகங்கள் (2006)
தமிழகத்தில் கல்வி (2000) (வசந்தி தேவியுடன் உரையாடல்)
இதம் தந்த வரிகள் (2002) (கு. அழகிரிசாமி – சுந்தர ராமசாமி கடிதங்கள்)
ஒரு தடா கைதிக்கு எழுதிய கடிதங்கள் (2006)

நினைவுக் குறிப்புகள்

ஜீவா (2003), கிருஷ்ணன் நம்பி (2003), க.நா.சு. (2003),
சி.சு. செல்லப்பா (2003), பிரமிள் (2005), ஜி. நாகராஜன் (2006),
தி. ஜானகிராமன் (2007), கு. அழகிரிசாமி (2011), தொ.மு.சி. ரகுநாதன் (2014),
ந. பிச்சமூர்த்தி (2016), நா. பார்த்தசாரதி (2016). கவிமணி (2019) மௌனி
வெ. சாமிநா சர்மா என்.எஸ். கிருஷ்ணன் (2019)

மொழிபெயர்ப்புகள்

செம்மீன் (1962) (தகழி சிவசங்கரப்பிள்ளையின் சாகித்திய
அகாதெமி பரிசுபெற்ற மலையாள நாவல்)
தோட்டியின் மகன் (2000) (தகழி சிவசங்கரப்பிள்ளை)
தொலைவிலிருக்கும் கவிதைகள் (2004)

சுந்தர ராமசாமி

மறியா தாமுவுக்கு எழுதிய கடிதம்

காலச்சுவடு பதிப்பகம்

● அன்பார்ந்த வாசகருக்கு,

வணக்கம்.

காலச்சுவடு நூலை வாங்கியமைக்கு நன்றி.

நூலின் உள்ளடக்கம், உருவாக்கம், அட்டைப்படம் இன்ன பிற அம்சங்கள் பற்றிய உங்கள் கருத்துகளையும் ஆலோசனைகளையும் காலச்சுவடு வரவேற்கிறது. தகவல், எழுத்து, வாக்கியப் பிழைகள் தென்பட்டால் கட்டாயம் தெரிவித்து உதவுங்கள். நூல் தயாரிப்பில் கடும் குறைபாடு இருப்பின் மாற்றுப் பிரதி உங்களுக்குக் கிடைக்கக் காலச்சுவடு ஏற்பாடு செய்யும்.

மின்னஞ்சல்: *publisher@kalachuvadu.com*

காலச்சுவடு நாகர்கோவில் தலைமையகத்துக்கும் கடிதம் அனுப்பலாம்.

தங்கள்
எஸ்.ஆர். சுந்தரம் (கண்ணன்)
பதிப்பாளர் — நிர்வாக இயக்குநர்

மறியா தாமுவுக்கு எழுதிய கடிதம் • ஆசிரியர்: சுந்தர ராமசாமி •

© கமலா ராமசாமி

 • முதல் பதிப்பு: டிசம்பர் 2004, ஆறாம் பதிப்பு: ஜூலை 2023 • வெளியீடு: காலச்சுவடு பப்ளிகேஷன்ஸ் (பி) லிட்., 669 கே. பி. சாலை, நாகர்கோவில் 629001

maRiyaa taamuvukku ezutiya katitam • Sundara Ramaswamy • © Kamala Ramaswamy • Language: Tamil • First Edition: December 2004, Sixth Edition: July 2023 • Size: Demy 1 x 8 • Paper: 18.6 kg maplitho • Pages: 176

Published by Kalachuvadu Publications Pvt. Ltd., 669, K.P. Road, Nagercoil 629001, India • Phone: 91-4652-278525 • e-mail: publications @kalachuvadu.com • Cover Painting by Modigliani, Kitaj • Printed at Adyar Students xerox Pvt. Ltd., No. 275 Habibullah Road, Triplicane high Road, Opp Triplicane Post Office, Triplicane, Chennai 600005

ISBN: 978-81-89359-04-1

07/2023/S.No. 198, kcp 4467, 18.6 (6) 1k

ராமநாதனுக்கும்
சங்கீதாவுக்கும்

பிரசுர விபரம்

மயில் - ஆனந்த விகடன் பவழவிழா மலர் நவம்பர் 2002

தனுவும் நிஷாவும் - காலம் 9 மார்ச் 2004

நண்பர் ஜி. எம். - காலச்சுவடு மே 2004

ஒரு ஸ்டோரியின் கதை - காலச்சுவடு ஆகஸ்டு 2004

கதவுகளும் ஜன்னல்களும் - புதியபார்வை நவம்பர் 2004

பொருளடக்கம்

மயில்	15
பையை வைத்துவிட்டுப் போன மாமி	23
தனுவும் நிஷாவும்	31
களிப்பு	41
நண்பர் ஜி. எம்.	52
ஒரு ஸ்டோரியின் கதை	62
கூடி வந்த கணங்கள்	72
கதவுகளும் ஜன்னல்களும்	79
மறியா தாமுவுக்கு எழுதிய கடிதம்	91
அந்த ஐந்து நிமிடங்கள்	152
ஈசல்கள்	160
கிட்னி	166

ஆரோக்கியம் எழுதிய கதைகள்

'மரியா தாமுவுக்கு எழுதிய கடிதம்' எனும் தலைப்புக் கொண்ட இத்தொகுப்பில் நான் 2003, 04 ஆகிய வருடங்களில் எழுதிய பன்னிரண்டு கதைகளைச் சேர்த்திருக்கிறேன். என் 'காகங்கள்' தொகுப்பு வெளிவந்தபின் எழுதியவை இவை.

கடந்த பத்து மாதங்களாக நான் அனுபவித்துவரும் ஆரோக்கியத்தை என் வாழ்நாளில் இதற்குமுன் எப்போதும் அனுபவித்திருப்பதாக நினைவில்லை. இப்படியா இருக்கும் ஆரோக்கியம்! எவ்வளவு சந்தோஷத்தைத் தருகிறது அது! இந்த வருடம் நான் சுறுசுறுப்பாக இருந்ததற்கு இதுதான் முக்கியக் காரணம்.

இக்கதைகளில் பெரும்பான்மையானவற்றை கலிஃபோர்னியாவில் என் மகள் தைலா வீட்டில் வைத்து எழுதினேன். நான் இருந்த இடத்திற்கு அரை மணிநேரத் தொலைவில் இருந்தார் நண்பர் கோகுலக் கண்ணன். அவரிடமிருந்து நான் தொடர்ந்து பெற்ற மென்மையான ஊக்கம் நான் பணியாற்றுவதற்கு முக்கியத் தூண்டுகோலாக இருந்தது. இக்கதைகள் அனைத்தையும் எழுதிய நேரத்திலேயே படித்து, இதமான, நுட்பமான, உண்மையை விட்டுக்

கொடுக்காத தன் அபிப்பிராயங்களை அவர் என்னுடன் பகிர்ந்து கொண்டார்.

இவற்றை நான் கணினியில் எழுதிவந்தபோது அச்சுப் பிரதியில் திருத்தங்கள் போடவும் அவற்றை அமுல்படுத்தியபின் ஒப்பிட்டுப் பார்க்கவும் எனக்கு உதவியவள் என் மனைவி கமலா.

நான் இக்கதைகளை எழுதிய மாதங்களில் எங்கள் வீட்டில் அதிகமும் இலக்கியம் சார்ந்த பேச்சே அடிபட்டுக்கொண்டிருந்தது. என் மகள் தைலா சிறுகதைகள் எழுத வேண்டும் என்ற முனைப்பில் பல்கலைக்கழகப் படைப்புக்கலைப் பாடங்களைக் கற்றுக் கொண்டிருந்தாள். பொதுவாக இலக்கியத்தைப் பற்றியும் என் கதைகளைப் பற்றியும் தைலா எழுதிக்கொண்டிருந்த ஆங்கிலக் கதைகள் பற்றியும் நாங்கள் பேசிக்கொண்டிருந்தோம். இந்தப் பேச்சில் இவை பற்றிய கோகுலின் அபிப்பிராயங்களும் விடாமல் அடிபட்டுக்கொண்டிருந்தன. அவர் எங்களுடன் இல்லாமலேயே எங்களுடன் இருந்து கொண்டிருந்தது எங்கள் மூவருக்குமே பிடித்திருந்தது. இந்தப் பேச்சுச் சூழலும் என்னை வெகுவாக ஊக்குவித்திருக்க வேண்டும் என்று நினைக்கிறேன்.

‘மறியா தாமுவுக்கு எழுதிய கடிதம்’ கதையில் வரும் மறியா மெச்சிகோவைச் சேர்ந்த பெண். அவர்கள் மறியா என்ற பெயரை வல்லின றகரத்திற்கான அழுத்தம் தந்தே உச்சரிக்கிறார்கள். முதலில் எனக்கு இது அந்நியமாக இருந்தது. எதற்கு இவ்வளவு அழுத்தம் என்றுகூட நினைத்திருக்கிறேன். அந்தப் பெண்களின் கடின உழைப்பைப் பற்றித் தெரிந்துகொண்டபோது எல்லா மெச்சிக்கப் பெண்களுக்கும் சேர்த்து நாம் அளிக்கும் பாராட்டுதான் இந்த அழுத்தம் எனத் தோன்றி விட்டது.

கதைகளை நான் எழுதிய கால வரிசையில் தந்திருக்கிறேன். இவற்றில் ஐந்து கதைகள் இதழ்களில் வெளிவந்தவை. ஏழு கதைகள் இதில் நேராகச் சேர்க்கப்படுபவை. பிரசுர விவரத்தைத் தனியாகத் தந்திருக்கிறேன்.

இதழாசிரியர்கள் என் கதைகளைச் சிறிதும் ‘எடிட்’ செய்யாமல் வெளியிட்டார்கள். எவ்வளவு சந்தோஷப்பட வேண்டிய விஷயம் இது! ‘ஆனந்த விகடன் பவழ விழா மல’ரில் வெளிவந்தபோது என் கதையின் ‘மயில்’ என்ற தலைப்பு ‘கோலம்மையும் கோயில் பிராகாரமும்’ என்று மாறியிருந்தது. நான் புகார்செய்து ‘ஆனந்த விகடன்’ ஆசிரியருக்கு எழுதினேன். அவர் வருத்தம் தெரிவித்து எனக்கு எழுதினார். இப்படியல்லவா இருக்கவேண்டும் ஆசிரியருக்கும் எழுத்தாளர்களுக்குமான உறவு! விசேஷ சிரமமில்லாமல் கோலம்மையைப் பழையபடி மயிலாக்கிக்கொண்டேன்.

இக்கதைகளைப் படித்துப் பார்த்து தன் யோசனைகளைத் தெரிவித்தவர் என் நண்பர் அரவிந்தன். ஒழுங்குபடுத்த உதவியவர் நண்பர் எம். எஸ்.

இத்தொகுப்பின் உருவாக்கத்தில் பங்குபெற்றவர்கள் நாகம், விஜயகுமார், கனிதா ஆகியோர்.

இவர்கள் எல்லோரும் செய்த உதவிகள் என்றும் நினைத்துப் பார்க்கத்தக்கவை.

நாகர்கோவில்	சுந்தர ராமசாமி
25.12.2004

மயில்

என்னுடைய இருபதாவது வயதில் பார்த்த சம்பவம். என் கண் முன்னால் நடந்தது. இப்போது ஐம்பது வருடங்கள் ஆகிவிட்டன. இதற்குள் மறந்து போய்விட்டிருக்க வேண்டும். ஆனால் வெட்டுக் காயத்தின் தடம் போல் மனதிலேயே இருக்கிறது. இவ்வாறு கூறுவதை ஒரு கதை உத்தி என்று வாசகர்கள் எடுத்துக்கொண்டு, இதைப் பாராட்டினால், எனக்கு அது தோல்விதான். மாறாக, கதையாக இது தோல்வி என்றாலும், சம்பவம் பச்சை ரத்தத்தின் வாடை யுடன் இருக்கிறது என்று அவர்கள் சொன்னால் அதுதான் எனக்கு வெற்றி.

நான் சிறு வயதில் நீண்ட காலம் நோய்வாய்ப்பட்டிருந் தது என் வாசகர்களுக்குத் தெரியும். பல தடவை சொல்லி யிருக்கிறேன். அப்போது ஒடுக்கப்பட்டவனாகவும், ஏக்கத் தில் கன்னம் ஒட்டிப் போனவனாகவும் இருந்தேன். பாதி என்னுடைய கற்பனையாகவும் இருக்கலாம். துக்கத்தைக் கூடுதலாக கற்பனை செய்து கொண்டு, பரிதாபப்பட்டுக் கொள்வதிலும் உள்ளூர ஒரு சந்தோஷம் இருக்கத்தான் செய்கிறது.

அந்தக் காலத்தில்தான் அந்த சம்பவம் நடந்தது. சுசீந்திரம் கோவிலுக்குள்ளே வைத்து. சம்பவம் நடந்த இடத்திற்குப் பக்கத்தில்தான் தாணுமாலய சுவாமியின் கர்ப்பக் கிருகம். அந்தக் குழந்தையின் வீறிடல் தாணுமாலை யனுக்குக் கேட்கவில்லையென்றால், செவிட்டுத் தெய்வம்

என்று பெண்கள் அவனை அன்று வயிறெரிந்து திட்டியதில் தவறில்லை. அன்று அந்தப் பெண் கதறி அழுதபோது, சுய உணர்வு இல்லாமல் வைத்தியரின் வீட்டைப் பார்த்து நான் ஓடத் தொடங்கிவிட்டேன். நான் எவ்வளவு பெரிய கோழை என்பது உங்களுக்குத் தெரியாது. வெளியே காட்டிக்கொள்வது இல்லை. கோழைகளுக்கு எந்த நெருக்கடியிலும் தங்கள் விஷயம்தான் முக்கியம் என்று தோன்றிவிடுகிறது. அது கோழைத்தனத்தின் குணம். அவர்களைச் சொல்லிக் குற்றமில்லை.

சுசீந்திரத்தில் அப்போது ஒரு பிரபல வைத்தியர் இருந்தார். அவரது குடும்பத்தினர் இப்போதும் அங்கு இருப்பதால், குடும்பப் பெயரைச் சொல்ல வேண்டாம் என்று நினைக்கிறேன். நாக்கில் புரண்டு பழகிவிட்ட பெயர் என்பதால் மாற்றிச் சொல்லவும் மனம் வரவில்லை. அங்கு அடிக்கடி மருந்து வாங்கப் போவேன். மூத்த வைத்தியர் வெளித்திண்ணையிலோ, மருந்து அலமாரிகள் இருக்கும் முன் அறைகளிலோ இல்லை. அவரை அவ்வளவு சுலபத்தில் பார்த்துவிட முடியாது. நாலுகட்டின் வெளிச்சத்தில், சாய்வு நாற்காலியில் சாய்ந்தபடி, வைத்திய சாஸ்திர ஆராய்ச்சியில் மூழ்கி இருப்பார். அவரைப் பார்க்க முடிவதில்லையே என்று குறைப்பட்டுக் கொள்ளும் நோயாளிகளிடம், அவர் ஒரு மணி நேரம் சாய்வு நாற்காலியில் இருந்தால், கூடுதலாக ஒரு உயிர் பிழைக்கும் என்பார்கள் குட்டி வைத்தியர்கள். அது உண்மையாகவே இருக்கலாம். வைத்திய சாஸ்திரத்தைப் பற்றி எனக்கு என்ன தெரியும்? ஆனால் என் கண் முன் ஒன்று நடந்தது. அன்று அந்தக் குழந்தையை முகம் முழுக்க ரத்தத்துடன், நாடி நுனியில் ரத்தம் சொட்டத் தூக்கிக் கொண்டு வந்தபோது, குழந்தையை இங்கிலீஷ் டாக்டரிடம் எடுத்துக் கொண்டு ஓட வேண்டும் என்று பெரிய வைத்தியர் சொன்னது எனக்கு அதிர்ச்சியாகத்தான் இருந்தது. அப்படி என்றால் ஏன் அவரை தன்வந்தரியின் மறுபிறப்பு என்று சொல்ல வேண்டும்?

2

நான் படுத்த படுக்கையாக மூன்று வருடங்கள் கிடந்த பின், என் பதினெட்டாவது வயதில், பெரிய வைத்தியர், மிகுந்த கருணையுடன் எங்கள் வீட்டிற்கு வந்து, என் நாடி பிடித்துப் பார்த்துவிட்டு மருந்துக் குறிப்பெழுதித் தந்தார். அன்றிலிருந்து, இரண்டு வருடங்கள் அதே மருந்துதான். படுக்கையில் கிடந்தவன் வெளியே நடமாடத் தொடங்கி இருந்தேன். சிறு நொண்டல் மட்டும் பாக்கி இருந்தது. யாராவது கேட்டால் முள் குத்திவிட்டது என்று சொல்வேன். குட்டி வைத்தியர்கள், பெரிய வைத்தியர் எழுதிய மருந்துக் குறிப்பை மாற்றாமல் அப்படியே வைத்துக்கொண்டிருந்தார்கள். மருந்துச் சீட்டில் வியர்வை பட்டு, மை படர்ந்த எழுத்துக்கள் ஆறுகால் பூச்சிகள் போலவும், வானத்தில் பளிச்சிடும் குட்டி நட்சத்திரங்கள் போலவும் தெரிந்தன. காகிதத்தை, தூசி படிந்திருந்த எண்ணெய்க் கறைகள் புராதனமாக்கிவிட்டிருந்தன. ஒரு நகல்

எடுத்து வைத்துக்கொள்வது பாவ காரியம் போல் குட்டி வைத்தியர்களுக்குத் தோன்றும் போலிருக்கிறது.

அன்று மருந்துப் புட்டியையும், பொடிகளின் பொட்டலங்களையும் குட்டி வைத்தியர் செய்தித் தாளில் சுருட்டித் தந்ததும், வழக்கம்போல், திரும்ப அவரிடமே அதைத் தந்து, கொஞ்சம் வெளியே போய்விட்டு வருகிறேன் என்று சொல்லிவிட்டு வந்தேன். சுசீந்திரம் போய் விட்டு மருந்தை மட்டும் வாங்கிக்கொண்டு இயந்திரம் போல் வீடு திரும்பிவிட்டேன் என்றால் மனது ரொம்பவும் சங்கடப்படும். நம் இஷ்டத்திற்கு இனிப்புத் தருவதுபோல் ஒன்றும் செய்யவில்லையே என்று வருத்தமாக இருக்கும்.

அம்மாவுக்குத் தெரியாமல் நிறைவேற்றிக்கொள்ள ஆசைப்படும் எத்தனையோ விஷமங்களை மனம் சதா கனவு கண்டிருந்த காலம். ஆசைகள் முன்னுக்கு நின்று, மோசமான பலாபலன்களைப் பற்றிய யோசனைகளைத் தலைகாட்ட விடாமல் நுனியிலேயே கிள்ளி எறிந்துவிடும். விதவிதமான ஆசைகளை எந்த ஆபத்தும் இல்லாமல், அம்பலப்படாமல், வெகு அழகாக, என் கனவுகளும் நிறைவேற்றித் தந்துகொண்டிருந்தன. இதை நம்பி மனமும் அநேக அந்தரங்க ஆசைகளை, பட்டு நூலில் பின்னிப் போட்ட வண்ணம் இருக்கும். தெய்வம் மனம் வைத்தால் என்னதான் நடக்காது? நமது நடமாட்டம் நாம் ஆசைப்படும் பெண்களுக்கு மட்டும் தெரியும்படிகூட தெய்வத்தால் ஆக்கிவிட முடியுமே. தெருவில் நடமாடும்போது யார் மேலும் உரசாமல் பார்த்துக்கொள்ள வேண்டும். அதுகூடப் பெரிது இல்லை. தனக்குத் தானே பேசிக்கொள்ளாமல் இருக்க வேண்டும். அதுதான் கஷ்டம்.! தாணுமாலயன்: தாணு, மால், அயன். ஒவ்வொருவருக்கும் கொள்ளை ஆசை அவர்கள் தேவியர்களிடம். வயதான பின்பும், ஆசை பொங்கத்தானே அவர்களைப் பார்க்கிறார்கள். பேசுகிறார்கள். காட்டுகிறானே சினிமாவில் வெட்டவெளிச்சமாக. அவர்களுக்கே அப்படியென்றால் மனித ஜென்மங்களுக்கு எப்படி இருக்கும்?

அன்று தோழர் சந்திரனைத் தேடிக்கொண்டு போனேன். அவனிடம் விலகலும் நெருக்கமும் கொண்ட உறவு. நாலைந்து வருடங்களாகப் பழகியும், ஆளைப் பிடி கிடைத்த நிம்மதி ஏற்படவே இல்லை. ஆனால் அவனைப் பார்க்க வேண்டும் என்று தோன்றும். காரணம், சிறு வயதிலேயே சந்திரன் ஆங்கிலத்தில் கில்லாடி ஆகிவிட்டிருந்தது தான். திமிர் பிடித்த அந்த மொழியை எப்படி வசப்படுத்தினான் என்பது கற்பனை செய்து பார்க்க முடியாத ஆச்சரியமாகத்தான் இருந்தது. அந்தக் காலத்திலேயே நான் அவனிடம் ஆங்கிலம் கற்றிருக்கலாம். நாலு புத்தகங்கள் படிக்க முடிந்திருக்கும். அவன் எனக்கு ஆங்கிலம் தெரியும் என்று நினைத்துக்கொண்டிருந்தது, தெரியாது என்று அவனிடம் சொல்லப் பெரிய தடையாகப் போய் விட்டது.

சந்திரனுடைய ஆங்கிலக் கியாதியை வைத்துத்தான், சுசீந்திரத்தில் எல்லா ஆண்களையும் தலை கிறுங்க அடித்துக்கொண்டிருந்த அந்தப் பெண்ணின் குழந்தைக்கு வீட்டுப் பாடம் எடுக்கிறேன் என்ற போர்வையில், ஆண் வாடை இல்லாத அவளுடைய வீட்டிற் குள் அவனால் நுழைய முடிந்தது. அப்போது எங்களுக்கு நடு நெஞ்சில் தீ போல் மூண்ட பொறாமையை, ஐம்பது வருடங்களுக்குப் பின், இப்போது நினைத்துப் பார்க்கிற போதும் நியாயம் என்றுதான் தோன்றுகிறது. இப்படி ஒரு பெண் இருந்தால், தீ மூளத்தான் மூளும். அவளுக்கும் சந்திரனுக்குமான தொடர்பு முறிய வேண்டும் என்று நண்பர்கள் எல்லோருக்குமே ரகசிய ஆசை அரித்துக்கொண் டிருந்தது. உறவு முறிவது மட்டுமல்ல, அவமானமும் அடைவான் சந்திரன் என்று நண்பர்கள் அடிக்கடி சொல்வார்கள். அப்படி நடக்குமா என்ற சந்தேகம் இருந்தாலும், நடக்க வேண்டும் என்ற ஆசை எங்களுக்கு அடித்துக்கொண்டிருந்தது.

அன்றும் சந்திரன், வழக்கம் போல் தூங்கி விழித்த முகத்துடன், கரகரப்பான தொண்டையில் பேசினான். இலேசான காய்ச்சல் இருக்கிறது என்றான். கைகளை மார்புக்குக் குறுக்காகக் கொண்டு போய், தோள்களை விரல்களுக்கு வெளியே சதை பிதுங்கும்படி பிடித்துக்கொண்டிருந்தான். எங்கள் ஆசைகளில் முக்குளி இடுவதற்கு முன், அதற்குச் சம்பந்தம் இல்லாமல், எப்போதும் முன்னுரையாகக் கொஞ்சம் பேச வேண்டியிருந்தது. நான் அன்று ஆர்வத்தை அடக்கிக் கொள்ள முடியாமல், பொருத்தமான சந்தர்ப்பம் கூடி வருவதற்கு முன்பே கேட்டேன்: எப்படிப் போய்க்கொண்டிருக்கிறது? நெருக்கம் தானா? தாணு சிரத்தையுடன் படிக்கிறானா?

சந்திரனுக்குச் சிரிப்பு வந்தது. சந்திரன் மிகப் புராதனமான ஒரு கல்லூரியில் அப்போது ட்யூட்டராகச் சேர்ந்திருந்தான். ஆங்கிலம் எம்.ஏ.யில் மாகாணத்திலேயே இரண்டாவதாக வந்தவன். ஒரு குழந்தைக்கு எபிசிடி சொல்லிக்கொடுக்கப் போய்க்கொண்டிருக்கிறான். பேச்சை, கோலம்மையைப் பார்க்க நகர்த்துவது எப்படி என்று எனக்குத் தெரியவில்லை. எல்லாம் நெருக்கமாகப் போய்க்கொண்டிருக் கிறதா என்று மீண்டும் கேட்டேன். அவன், தாணுவின் முகத்தைச் சகித்துக்கொள்வதுதான் ரொம்பக் கஷ்டம் என்றான். இப்போதும் இரத்தக் கசிவின் பளபளப்பு உலரவில்லை. கடைசி வரையிலும் உலராதோ என்னவோ. குழந்தைக்குத் தன் பார்வையைப் பறி கொடுத்த பிரக்ஞையே இல்லை. சதா தெருவில் கண்தலை தெரியாமல் விளையாடிக்கொண்டிருக்கும். கத்துக் கத்தென்று கத்தும். தெருப் பிள்ளைகள் ஒற்றைக் கண்ணன் என்று கூப்பிடுவதுகூட அவனுக்கு சகஜமாகிவிட்டிருக்கிறது. அவன் அம்மாவுக்குத்தான் அது காதில் விழும்போது, மேகத்தின் ஓட்டம் புல் தரையில் நகர்த்தும் நிழல் முகத்தில் படரும். இப்படி சந்திரன் சொல்லிக்கொண்டே போனான்.

கோலம்மைக்கும் அவனுக்குமான உறவு தடத்தில் வந்துவிட்டதா என்று கேட்க என் மனம் துடித்தது. என்ன சொற்களில் கேட்டால்,

எனக்கு இங்கிதம் குலைந்துவிட்ட உறுத்தல் அவன் மனதில் ஏற்படா மல் இருக்கும்? என் மனதின் துடிப்பு தனக்குத் தெரிந்துவிட்டது போல் சந்திரன் சொன்னான்: வழிக்கு வருவது கஷ்டம்தான். நாம் நடக்கும்போது, தேய் பிறையும் நம் முன்னால் போய் விடு வதைப் போல், நகர்ந்துகொண்டே இருக்கிறாள். (ஆங்கிலத்தில் என்ன துல்லியமாகச் சொன்னான்!) அவளுக்கும், ஆசை பொங்கி வழிந்துகொண்டுதான் இருக்கிறது. அதில் சந்தேகமே இல்லை. குழந்தைக்கு இப்படியானது என் துரதிருஷ்டம். நான் கொஞ்சம் முன்னாலேயே நெருங்கி இருக்க வேண்டும் என்றான்.

எனக்குப் புரியவில்லை. அதற்கும் இதற்கும் என்ன சம்பந்தம் என்று கேட்டேன். சொல்லத் தெரியவில்லை. சம்பந்தம் இருக்கிறது. அதுதான் இவளைத் தடுக்கிறது. அவளைப் பார்த்துக்கொண்டு இருக்கிறேனே, அதே என் பாக்கியம்தான். சிரிக்கும்போது பல் வரிசையும், உதடுகளின் நெளிவும் எங்கேயோ தூக்கிக்கொண்டு போய்விடுகிறது. உடல் அசைவுகள் வழியாகவும், மன அசைவுகள் வழியாகவும் தன்னை வெளிப்படுத்திக்கொள்ளும் தோரணைகளில் தான் என்ன சமத்காரம்! இப்படி சந்திரன் வியந்துகொண்டே போனான். முன்பெல்லாம் அவளைப் பார்க்கக் கோவிலுக்குத் தவறாமல் போவேன். ஊரில் புசுபுசுவென்று பேச்சு வரவே ஒதுங்கிக்கொண்டேன் என்று முடித்தான் அவன்.

3

என் பங்குக்குரிய பெருமையை நான் பெறுவதே இல்லை. சந்திரன் உட்பட, ஊரில் ஒருவருக்குக்கூட அன்று நடந்த சம்பவத்திற்கு நான் தான் ஒரே சாட்சி என்பது தெரியவில்லை. எனக்குரிய மரியாதையைக் கேட்டுக் கேட்டு வாங்குவது எனக்கு அலுத்துப்போய்விட்டது.

அன்றும் வழக்கம்போல் கோயில் பிரகாரத்தில் சுற்றிக்கொண்டே இருந்தேன். ஒரு சுற்றை முடிப்பதற்கு முன், மின்னல்போல் அவள் மறைந்துவிடக் கூடாதே என்று மனம் பதைபதைத்துக்கொண்டிருந்தது. ஒவ்வொரு சுற்று முடிந்ததும் முகப்பிற்கு வந்து எட்டிப் பார்த்தேன். ஒரே இடத்தில் நின்றுகொண்டிருந்தால், சில சந்தேகப் பார்வைகள் முளைத்துவிடும். பழைய அனுபவங்களில் இருந்து எனக்கு இது தெரிந்திருந்தது. தர்மம்குலைந்துவிடக் கூடாது என்பதில்தான் சிலருக்கு என்ன கவலை! என்ன பொறுப்பு!

சந்திரன் சொல்லியிருந்தது ஒவ்வொன்றும் மனதில் பதிந்திருந்தது. அவளைப் பார்த்தது இல்லை என்றாலும், பார்த்திருப்பது போல்தான் உணர்ந்தேன். கோலம்மையை அடையாளம் கண்டுகொள்வதில் எந்தப் பிரச்னையும் இருக்கமுடியாது. அவளைப் பார்த்த மாத்திரத்தில் என் மனம் சொல்லிவிடும். மனிதனைக் கிறுங்க அடிக்கும் அழகுகள் சல்லிசாகத் தெருவிலா இறைந்து கிடக்கின்றன. மாநிறம்தான். சற்றுக் குள்ளம் என்றுகூடச் சொல்லிவிடலாம். கண்கள் கத்தரிப் பூ

போல இருக்கும். பக்கவாட்டுகளில் மேயாத படபடப்பான நடை. பார்த்ததும் தோகை மயில்தான் நினைவுக்கு வரும். தோகையை விரிக்காமல், நிம்மதியில்லாமல் அலக்கழியும் மயில் என்றெல்லாம் சந்திரன் வருணித்திருந்தது நினைவுக்கு வந்தது. அவள் நினைப்பால் கலங்கி மறிந்துகொண்டிருந்த மனதுடன், பிரகார முகப்பில், விசால மான கூண்டில் அடைத்திருந்த மயிலைப் பார்த்துக்கொண்டிருந்தேன். தரை முழுக்கச் சுண்ணாம்பு தெறித்தது போல் எச்சம். அசையும் கழுத்தில் வெளிப்படும் நிறங்களில், உள்ளிருந்து ஊடுருவும் ஒளி மினுமினுப்பு ஏற்றுகிறது. தோகையைச் சுமக்க முடியாமல் சுமந்தபடி கர்வத்தின் நளினத்தைச் சுற்றிலும் பரப்பியபடி சுற்றிச் சுற்றி வருகிறது. பிரகார வாசல் என்பதால், எல்லோரும் அந்த வழியாகத்தான் போகவேண்டும். அடுத்த சுற்றில் தோன்றிவிடுவாள் என்று மனம் சொல்லிக்கொண்டிருந்தது. அன்று அவளைச் சந்திக்காமல் திரும்ப நேர்ந்தது என்றால் தெப்பக்குளம் தாண்டுவதற்குள் என் உயிர் பிரிந்துவிடும்.

கடவுளின் கருணை. வடக்குப் பிரகாரத்தின் முடிவுக்கு வந்து கொண்டிருந்தபோது மயிலின் கூண்டிற்கு முன்னால் அவள் குத்துக்காலிட்டு உட்கார்ந்து இருப்பது நிழல் போல் தெரிந்தது. தொந்தியில் இறுக்கிய சிவப்புப் பட்டு வேட்டியுடன் பக்கத்தில் அவளுடைய குட்டிப் பயல். பட்டை பட்டையாக விபூதி பூசி சிவப்பழமாக இருக்கிறான். கோயிலில் விநியோகம் செய்யும் நெய் அப்பம் போல் புசுபுசுவென்று சதை. கோடிப் புடவையை அன்றுதான் அவள், மடிப்புக் கலைத்துக் கட்டிக்கொண்டிருக்கிறாள். உடம்பில் இருந்து திமிறும் அந்த மேக வர்ணப் புடவை, அவள் உடலை விட்டே நழுவி வெளியேறி விட்டதுபோல் ஒரு கணம் பிரமை தட்டிற்று.

அவளையொட்டி நிற்காமல், அவளுடைய பின் பக்கம் படிக்கட்டில் உட்கார்ந்து, பராக்குப் பார்ப்பது போல் பாவனை செய்துகொண்டிருந் தேன். மடித்த முட்டின் மீது, தலை மயிரின் அடர்த்தி ஒரு சுமை யாய் உட்கார்ந்துகொண்டிருந்தது. இறுக்கமும் அகலமும் கொண்ட முதுகில், ரவிக்கையில் முடியின் ஈரம் படர்ந்திருந்தது.

மயிலைப் பார்த்த சந்தோஷத்தில் குழந்தை நிலை கொள்ளாமல் துள்ள, அவளும் அந்தப் பூரிப்பில் குலுங்கக் குலுங்கக் கரைந்து கொண்டிருந்தாள். அப்போதுதான் அந்தச் சம்பவம் நடந்தது. மயிலுக்குத் தர குழந்தை கையில் என்ன பணியாரத்தை அவள் வைத்தாள் என்பது என் பார்வையில் விழவில்லை. மயில் இரும்பழியில் தன் கழுத்தை நுழைத்து, நொடிப் பொழுதில் அதைக் கொத்தி எடுத்துக் கொண்டது. அம்மாவுக்கும் குழந்தைக்கும் சந்தோஷம் தாங்க முடிய வில்லை. இரண்டாவது தடவை குழந்தை கையை நீட்டியதும், இமை மூடித் திறக்கும் நொடியில், மயில் குழந்தையின் இடது கண்ணைப் பிடுங்கிவிட்டது. குழந்தை வீறிட்டபோது, நுங்கு போல் கண் விழி வெளியே தொங்குவதை நான் பார்த்தேன்.

4

சந்திரன் பல வருடங்கள் கிழக்கு ஜெர்மனியில் இருந்தான். அவன் சிறு வயதிலேயே திருவிதாங்கூரில், கம்யூனிஸ்ட் இன்டெலக்சுவல் என்று பெயர் பெற்றிருந்தான். ஈ.எம்.எஸ். நம்பூதிரிபாடுக்கு அவன் செல்லப்பிள்ளை. அவருடைய நேர்மையான சிபார்சுகள் அவனைக் கவனித்துக்கொண்டன என்று கம்யூனிஸ்டுகளே சொல்வார்கள். கிழக்கு ஜெர்மனி விழுந்ததும், இந்தியாவுக்கு வந்த சந்திரன், தில்லி ஜவாகர்லால் நேரு பல்கலைக்கழகத்தில் பணியாற்றினான். இடதுசாரி அரசாங்கத்தின் ஆட்சியின்போது, கேரளாவில் கல்வித் துறையில் மேல் நிலை அதிகாரியாகப் பதவி பெற்றான். அவன் பதவியிலிருந்த காலங்களில் எனக்கும் அவனுக்கும் சொல்லும்படி உறவு ஒன்றும் இருக்கவில்லை. நமக்கு நண்பர்கள் என்றாலும் சரி, உயர் பதவிகளில் அவர்கள் இருக்கும்போது போய்ப் பார்த்தால் நமக்கு ஏமாற்றம் ஏற்படத்தான் செய்யும். ஏமாற்றம் அடைவதற்கான ஆசையும் உள்ளூர நமக்கு இருக்கலாம். குசேலருக்கு அப்படி ஏற்படவில்லையே என்றால், அது வேறு சமாச்சாரம்.

முதுமையில் சந்திரன் சுசீந்திரத்திலேயே கரை ஒதுங்கினான். அப்போது எங்கள் நட்பு சற்று அவசரமாகவே துளிர்த்தது. அதிகமும் எங்களுக்கு இல்லாமல் இருந்த ஆரோக்கியத்தைப் பற்றித்தான் பேசுவோம். இருமுறை இதயத் தாக்குதலுக்கு இருவரும் ஆளாகி இருந்தோம். சந்திரனுக்கு என் மீது சிறிது பொறாமை இருந்தது. காலையில், அவனைவிட ஒன்று குறைவாக, எட்டு மாத்திரைகளே எனக்குச் சாப்பிட வேண்டியிருந்தது.

வெளியே காட்டிக்கொள்ளக் கூச்சப்பட்டான் என்றாலும், கோலம்மையைச் சந்திரனால் மறக்க முடிந்திருக்கவில்லை. அவளது தற்கொலையும் அவன் மனதில் ஆழமான கீறலை ஏற்படுத்தியிருந்தது. தாணுவுக்கு ஜோசியத்தில் நல்ல வருமானம் என்றும், சொந்த வீடு வாங்கியிருக்கிறான் என்றும் சொன்னேன். என் குழந்தைகள் எல்லோருக்கும் ஜாதகப் பொருத்தமும் அவன்தான் பார்த்தான் என்றும் சொன்னேன். பஸ் நிறுத்தத்திற்கு எதிரேதான் வீடு என்றேன். சந்திரன் மனதில், தாணு, அப்போதும் குட்டிப் பயலாகத்தான் இருந்தான் போலிருக்கிறது. உண்மையில் அவனுக்கு வயது *55* ஒட்டி இருக்கலாம் என்று நான் சொன்னதும் அப்படியா என்று கத்தினான்.

ஒரு நாள் சந்திரனைப் பார்க்கப் போனபோது, அவனுடைய மேஜை மேல் கிடந்த ஆங்கிலப் புத்தகத்தின் மேலட்டை என் மனதைக் கவர்ந்தது. அதன் தலைப்பு: ஐயமும் உறுதியும். ஜார்ஜ் சுதர்சனும் டோனிரோத்மனும் இணைந்து எழுதிய அறிவியல் ஆராய்ச்சி. சுதர்சன் இந்தியாவைச் சேர்ந்தவர் என்று சந்திரன் சொன்னதும், புத்தகத்தை ஆர்வத்துடன் எடுத்துப் பிரித்தேன். கணித சூத்திரங்கள் கண்ணில் படவே படக்கென்று மூடி வைத்துவிட்டேன்.

அந்தப் புத்தகத்தைப் பற்றிக் கேட்டதும் சந்திரன் சொன்னான்: சாராம்சத்தை இப்படிச் சொல்லலாம். ஒவ்வொரு நிகழ்வுக்குமே நமக்கு இன்னும் புலப்படாத காரணங்கள் இருக்கின்றன. பலரும் நடமாடும் இடத்தில் ஒரு பஸ் விபத்து நடந்துவிடுகிறது. ஒரே ஒரு உயிர் அழிகிறது. அந்தக் குறிப்பிட்ட உயிர் மட்டும் அழிந்தது ஏன் என்பது கேள்வி. வருங்காலத்தில் இவற்றுக்கு எல்லாம் காரணம் சொல்லிவிடலாம் என்ற நம்பிக்கையில் ஆராய்ச்சி நடந்துகொண்டிருக்கிறது. எல்லாவற்றுக்கும் அடிப்படையே ஏன் என்ற கேள்விதான்.

எனக்கு உடனடியாக ஞாபகம் வந்தது தாணுவுக்கு ஏற்பட்ட விபத்துதான். தனக்கு ஏற்பட்ட விபத்தைப் பற்றி, இப்போது தாணு என்ன நினைக்கிறான்? போகும்போது தாணுவைப் பார்த்து விட்டுப் போக வேண்டும் என்று நினைத்துக்கொண்டேன்.

நான் போனபோது, தாணு, தன் பேரன் தாணுவுக்கு வீட்டுப் பாடம் எடுத்துக்கொண்டிருந்தான். பக்கத்தில் படபடத்துக்கொண்டிருந்த ஜாதகங்கள் மீது முரட்டுக் கல் ஒன்றை வைத்திருந்தான். ஒரு நிமிஷம் என்றான். என்னிடம் உட்காரும்படி சமிக்ஞை காட்டினான். நான் கை வைத்த லொடக்கு நாற்காலியில் உட்கார்ந்தேன். தாத்தா தாணு, உரக்க, இந்தியாவின் தேசீயப் பறவை எது என்று கேட்டான்.

பேரன் தாணு, மயில் என்றான்.

தோகை விரித்து ஆடுவது?

மயில்.

பஸ் உறுமும் சத்தம் கேட்கவே, அவசரமாக வெளியே வந்தேன்.

ரோட்டைத் தாண்டும் போதும் பின்னால் இருந்து குரல் வந்து கொண்டிருந்தது.

முருகப் பெருமானின் வாகனம்?

மயில்.

வீட்டுப் பாடம் அதற்குமேல் எனக்குக் கேட்கவில்லை.

ஆகஸ்டு 2002 கலிஃபோர்னியா

பையை வைத்துவிட்டுப் போன மாமி

சரஸ்வதியின் வீட்டு வராண்டாவில் கால்வைக்கவே கோமதிக்குக் கூசிற்று. வயதான சேவகர் வாசலில் ஒரு முக்காலியில் உட்கார்ந்துகொண்டிருந்தார். நாய் இருப்பது மாதிரித் தெரியவில்லை. அவர் வழியை மறித்து ஏதாவது கேள்வி கேட்பாரோ என்ற சந்தேகம் கோமதிக்கு வந்தது. சரஸ்வதி அம்மாவின் தாய் வீட்டில் சமையல் வேலை செய்திருக்கிறேன் என்று சொல்லிவிடலாம். அது பொய் யில்லை. இருபத்தைந்து வருடங்களுக்கு முன் சரஸ்வதிக்கு ஆறு வயதாக இருக்கும்போது என்று இப்போது எதற்காக அவசியமில்லாமல் சொல்ல வேண்டும்? ஆனால் சேவகர் ஒன்றும் குறுக்கிடவில்லை. 'அம்மாவைப் பார்க்க வேண் டுமா?' என்று கேட்டார். கோமதி தலையை அசைத்ததும், உள்ளே போங்க என்று கையைக் காட்டினார். ரொம்பவும் தன்மையானவர் என்பது தெரிந்தது.

ஹால் கொஞ்சம் இருட்டாக இருந்தது. பெரிய மனிதர் களின் வீடுகள் அப்படித்தான். மென்மையான இருள் அவர்களுக்குப் பிடிக்கும் போலிருக்கிறது. கண்கள் மயங்கின. மத்தியான வெயிலில் எவ்வளவு தூரம் நடந்து வர வேண்டியிருந்தது. ஊதிக் கிடந்த சோபா மெத்தைகளும், நாற்காலி மெத்தைகளும் அவை கிடந்த இடத்தின் அந்தஸ்திற்கு அழுத்தம் தருவதுபோல் இருந்தன. காத்துக் கொண்டிருக்கக்கூட சொற்ப நேரம் அதில் உட்காரக் கூடாது என்ற உணர்வு ஏற்படுகிறது. கோமதியின் கால்கள் ஹாலைத் தாண்டிச் சென்றன.

மறியா தாழுவுக்கு எழுதிய கடிதம்

ஹாலைத் தாண்டியதும் வேகம் நிதானப்பட்டது. நின்று சுற்று முற்றும் பார்த்தாள். பக்கவாட்டுக் கதவு வழியாக பெட்ரூம் கட்டிலின் தலைப்பக்கம் மட்டும் தெரிந்தது. கொழுத்த தலையணைகள் மீது மிகப் பெரிய வயலட் பூக்கள் துண்டு துண்டாகத் தெரிந்தன. கட்டில்கள் இவ்வளவு அகலமாக இருக்குமா? தூங்கவா, உருளவா? பக்கத்தில் இருந்த சிற்ப வேலைப்பாடு கொண்ட முக்காலியும், புராதன வஸ்துபோல் காட்சியளித்த மேஜை மின்விளக்கும் பரபரப்பைக் கூட்டின. அப்படியே திரும்பிப் போனால்கூட வந்த சுவடு தெரியாமல் போய்விடலாம்.

சிறுவயதில் சச்சு என்று பெயர் சொல்லிக் கூப்பிட்ட பெண்தான். நேற்று சச்சு. இன்று கலெக்டர். சின்ன வயதில் பருப்புச் சாதம் ஊட்டுகிறபோது முரண்டு பண்ணினால் அவள் அம்மாவே, கோமதி ஒண்ணு போடு அந்தச் சனியனுக்கு என்று கத்துவாள். சமையற்காரிகளுக்குக்கூடச் சில சுதந்திரங்கள் இருந்த காலம். இப்போது எல்லாருமே வேலைக்காரிகள்தான்.

ஆரோக்கியம் ததும்பும் ஒரு பெண் நின்றவாறு தரையை மெழுகுகிறாள். வேலைக்காரி இல்லை நிச்சயம். கல்யாணம் முடிந்த வாசனையுடன் இருப்பது மாதிரி இருந்தது. எப்படிக் கூப்பிட்டால் சரியாக இருக்கும் என்று தெரியவில்லையே. அடி பெண்ணே என்று கூப்பிட்டால் தன் மனசுக்குச் சரியாக இருக்கும். அவளுக்குச் சரியாக இருக்குமோ என்னவோ. அம்மா என்று கூப்பிட, ரொம்பக் கொஞ்சம் வயசு. நல்ல வேளை, அந்தப் பெண்ணே திரும்பியபோது பார்த்துவிட்டாள். ஒரு நொடிகூடத் தயங்கவில்லை. வாய் தானாகவே, வாங்கம்மா, உக்காருங்கம்மா என்று சொல்லிற்று. என்னது! எப்படி இவ்வளவு தன்மையான மனசுகளை ஒன்றாகச் சேர்த்து வைத்திருக்கிறாள் இந்த சரஸ்வதி. சுவரோடு சேர்த்துப் போட்டிருந்த மர நாற்காலியை அந்தப் பெண் கொஞ்சம் முன்னால் தூக்கி வைத்தாள். கோமதி அந்தப் பெண்ணின் முதுகைத் தொட்டபடி, 'இருக்கட்டும்டீ அம்மா, நான் தூக்கிப் போட்டுக்க மாட்டேனா?' என்று கேட்டுக்கொண்டே நின்றபடியே, கலெக்டர் அம்மா இருக்காங்களா? என்று கேட்டாள். 'இருக்காங்க, பாக்கணுமா?' கோமதி தலையை அசைத்ததும் 'யாரு வந்திருக்காங்கனு சொல்றதம்மா?' என்று கேட்டாள்.

'கோமதி மாமி வந்திருக்கேன்னு சொல்லுங்க. கலெக்டர் அம்மாவின் சின்ன வயசிலே அவங்க வீட்டிலே சமையல் காரியம் பார்த்திருக்கேன்' என்றாள். அந்தப் பெண் கதவு சாத்தியிருந்த பக்கவாட்டு அறையின் கதவுகளைத் திறந்து நுழைந்து, சத்தம் கேட்காமல் கதவைப் பொருத்தி விட்டுப் போனாள்.

கோமதி நாற்காலியில் உட்கார்ந்தாள். படபடவென்று இருந்த மனம் அடங்கி ஆசுவாசப்பட்ட மாதிரி இருந்தது. வந்த காரியம் நடக்காமல் போனால்கூடப் பாதகமில்லை. கலிகாலத்தில் இந்த அளவுக்கு மனிதர்களுக்கு ஒட்டுதல் இருக்கிறதே அதே பெரிய

காரியம். சந்தேகமே இல்லை, நல்ல பொழுதாகத்தான் அன்று விடிந்திருக்கிறது. எங்கு பார்த்தாலும் நினைத்து வந்த காரியம் கூடிவிடும் சமிக்ஞைகளாகத் தெரிகிறது. அப்படி நினைப்பதில் தவறே இல்லை. பை நிறைய சாமான்களுடன் தன் வீட்டுக்குள் நுழையும்போது மீனாட்சிக்கு ஆச்சரியமாகத்தான் இருக்கும். முகம் சந்தோஷத்தில் பூப்போல் தன்னறியாமல் மலரத்தான் வேண்டும். ஆனால் மலராது. ஒரு கணம் அம்மாவை இங்கிதமில்லாத பேச்சால் புண்படுத்தியதை நினைத்து வெட்கம் தோன்றத்தான் தோன்றும். ஆனால் கடுகளவு காட்டாமல் முகத்தை இறுக்கமாக வைத்துக் கொள்ளத் தெரியும் அவளுக்கு. உடம்பு முழுக்க அவள் அப்பாவின் ரத்தம். தன் ரத்தம் ஒரு சொட்டுக்கூடக் கலக்கவே இல்லை.

காலையில் மீனாட்சிக்கும் கோமதிக்கும் பேச்சுத் தடித்தபோது, என்ன கிடைக்கும் எங்கே கிடைக்கும்னு பிச்சைக்காரி மாதிரி அலையாதே என்று மீனாட்சி சொன்னதை கோமதியால் தாங்க முடியவில்லை. யாருக்காகப் பிச்சை எடுக்கப் போகிறேன்? அவள் வயிற்றில் வைத்துக்கொண்டிருக்கும் குழந்தைக்காகத்தானே? விதவித மான பொம்மைகளையும் விதவிதமான சட்டைகளையும் வாங்கிக் கொடுக்க வக்கிருக்கிறதா? அந்த யோசனைகூட அவளுக்கு இல்லை. அறிவுகெட்ட ஜென்மம்.

'ரொம்ப வெயிட் பண்ணிட்டீங்களா அம்மா' என்று கேட்டுக் கொண்டே அந்தப் பெண் வந்தாள். கோமதி எழுந்து நின்றாள். 'உக்காருங்கம்மா, இன்னும் ஒரு அஞ்சே நிமிஷம்' என்றாள். போனிலே இருந்திட்டுருக்காங்க அம்மா என்றாள். சரஸ்வதியைப் பார்க்கப் போகிறோம் என்பது சந்கேமில்லாமல் உறுதியாகிவிட்டது. 'எனக்கு என்ன அவசரம்? காரியம் முடிஞ்சு ஆற அமரப் பாக்கட்டும்' என்று பதற்றமாகச் சொன்னாள் கோமதி. நாற்காலியில் சௌகரியமாகச் சாய்ந்து உட்கார்ந்துகொண்டாள்.

அந்தப் பெண் விட்ட இடத்திலிருந்து தரையை மெழுகத் தொடங் கினாள். கன்னங்கரேலென்று கறுப்புப் பளிங்குத் தரை. முக்கால் பங்கு ஈரத்தில் மேலும் பளபளத்துக்கொண்டிருந்தது. கால் பங்குதான் பாக்கி. கை வாகுக்கு ஒரு நொடியில் முடித்துவிடும். அழகான பெண் என்பதைத் தாமதமாகக் கவனிக்கிறோமே என்று தோன்றிற்று. முகத்தில் என்ன கம்பீரம். கூர்ந்து பார்த்தபோது குழந்தையும் பெற்றுக்கொண்டுவிட்டாள் என்றுதான் மனசுக்குப் பட்டது.

'என் பெண்ணுக்கு இன்னும் ஒரு வாரத்திற்குள்ளே பிரசவம் இருக்கணும்' என்றாள் கோமதி.

'எத்தனை குழந்தைகள் அம்மா?'

'இதுதான் தலைச்சன்.'

'ஆண் குழந்தையாகப் பிறக்கட்டும்.'

'ஜாதகப்படியும் அப்படித்தான்.'

'எத்தனை குழந்தைகள் வேண்டும் என்றாலும் இருக்கட்டும் அம்மா. பேரன் பேத்திகள் என்றால் தனிதான்.'

அந்தப் பெண் தன் மனதைத் தொட்டுச் சொன்னது போல் இருந்தது.

'சந்தேகமா?' என்றாள்.

மின்சார மணி அடித்தது. தான் உட்கார்ந்திருக்கும் நாற்காலியின் தலைமாட்டில் இருந்து வருவது போலிருந்தது.

'போங்கம்மா.'

கோமதி மடமடவென்று உள்ளே சென்றாள். சமர்த்துக் கதவுகள். துளிச் சத்தம்கூட எழுப்பவில்லை.

கோமதி எதிர்பார்க்கவில்லை. சரஸ்வதி தன் இருக்கையில் இருந்து எழுந்து அறையின் இரண்டாவது வாசல் முன் வந்து நின்றுகொண்டிருந்தாள். கோமதியைப் பார்த்ததுமே முகம் மலர்ந்தது. வாங்க மாமி என்று சொல்லியபடி அவளுடைய இரு கரங்களையும் இறுக்கமாகப் பற்றிக்கொண்டாள். அவள் முகத்திலிருந்த சந்தோஷம் மறையாமல் அப்படியே இருந்தது. மாமியின் மனம் நெகிழ்ந்துபோனதில் பேசினால் வாய் குழறிவிடும் என்று தோன்றியது. ஒருவர் முகத்தை ஒருவர் பார்த்துக்கொண்டிருந்தபோது மனம் தழுதழுத்ததில் மாமிக்குப் பேச்சே வரவில்லை.

பார்த்து எவ்வளவு நாளாச்சு, சௌக்கியமா மாமி என்று கேட்டாள் சரஸ்வதி.

தன் கதையை எதிலிருந்து தொடங்கி எப்படி முடிக்க முடியும்? சொல்லத் தொடங்கினால் பாதியில் அழுகை முட்டிக்கொண்டு வந்துவிடும். கண்ணைத் துடைத்து மூக்கைப் பிழிந்துகொள்ள வேண்டிய இடமில்லை இது. சனியனை எதற்கு உள்ளே விட்டோம் என்று நினைக்கும்படி ஆக்கிவிடக் கூடாது.

என்ன விவேகம்! என்ன அன்பு இந்தப் பெண்ணிற்கு!

போன் மணி அடித்தது. மீசை நரைத்திருந்த ஒரு பெரியவர் மடமடவென்று வெளியிலிருந்து ஓடி வந்து ரிஸீவரில் ஏதோ குசுகுசுத்து விட்டு வெளியே போனார். சரஸ்வதி வந்தவர் முகத்தைப் பார்க்கவோ, ஒன்றும் விசாரிக்கவோ இல்லை. கோமதியின் முகத்தைப் பார்த்துக் கொண்டிருந்த பார்வையில், பேசுங்க மாமி என்ற பிரியம் வழிந்து கொண்டிருந்தது.

மிகுந்த வேலையும் பொறுப்பும் உள்ளவள். தன் மனசிலிருக்கும் குப்பையை எல்லாம் கொட்ட வேண்டிய இடமல்ல. மாமி தன் கதையைச் சுருக்கமாகச் சொன்னாள். தன் கதையில் இருந்த சோகத்தை எல்லாம் கூடுமான வரையிலும் சொல்லாமல் கடவுள் அளித்திருந்த சிறு பரிசுகளை மட்டும் காட்டினாள். ஒரு வாழ்க்கை என்றால் அதில் எவ்வளவோ கஷ்டம் இருக்கும் எவ்வளவோ பொருமல் இருக்கும் எல்லாவற்றையும் மூடி மறைத்துவிட்டால் கேட்கிறவர்

களுக்குத் தன்னை அன்னியமாகப் பார்ப்பது போலத்தானே இருக்கும்? சில துக்கங்களையும் கலந்து சொன்னாள். அவளுடைய கடைசி வாக்கியம் வந்த விஷயத்தைத் திறப்பதுபோல் இருந்தது.

'பெண்ணுக்கு ஒரு வாரத்திலே பிரசவம் இருக்கும்' என்றாள்.

'அப்படியா! உங்களுக்கு எத்தனை குழந்தைகள்?'

'ஒரே குழந்தை, ஒரே பெண்' என்று சொல்லிவிட்டு ஒரு இடை வெளிக்குப்பின், 'உங்க செய்தி எல்லாம் காதிலே விழுந்தது. நொந்து போயிட்டேன்' என்றாள்.

'என்ன மாமி அவங்க இவங்க எல்லாம். கேட்கவே கூச்சமாக இருக்கு.'

'என்னாச்சு குழந்தைக்கு? எட்டு மாசத்திலே எழுந்து நடந்து விட்ட குழந்தைனு கேள்விப்பட்டேன். இந்த மாதிரிக் கொடுமை இந்த வயசிலே என் காதிலே விழுந்ததில்லை.'

'சொல்லும்படி ஒன்றுமே இல்லை மாமி. ராத்திரிக்கூட சிரிச்சு விளையாடிவிட்டுத் தூங்கின குழந்தைதான். ஏன் இன்னும் முழிக் கலேனு போய்ப் பாத்தா ...' சரஸ்வதிக்கு மேற்கொண்டு சொல்ல முடியாதபடி தொண்டை அடைத்தது.

கோமதி தன் கண்களைப் புடவையால் துடைத்துக்கொண்டாள்.

சரஸ்வதி அவசரமாக எழுந்து தன் மேஜைமீதிருந்த புகைப்படத்தை யும் ஒரு முயல் பொம்மையையும் எடுத்தாள். புகைப்படத்தைக் கோமதி கையில் தந்தாள். குழந்தை அடக்க முடியாத சிரிப்புடன் எல்லோரும் வரலாம் என்று அழைப்பது போல் கையைத் தூக்கிக் கொண்டிருந்தான். கோமதி படத்திற்கு ஒரு முத்தம் தந்தபடியே, 'கடவுள் மனசு கல்' என்றாள்.

'இந்தப் பொம்மைதான் அவனுக்கு உசிர்' என்று சொல்லியவாறே முயல் பொம்மையை கோமதி கையில் தந்தாள். தவிட்டு நிறத்தி லிருந்தது முயல். உதடுகள் அழகாகப் பிளந்திருந்தன. கறுப்புக் கண்கள் மின்னின. காதுகள் நீளமாகப் போய்க்கொண்டே இருந்தன. கோமதி முயலின் முதுகைத் தடவினாள். கொள்ளை விலை இருக்கும் என்று நினைத்துக்கொண்டாள். பேச்சை ஆரம்பிக்க இது நல்ல தருணம் என்று தோன்றியது.

'கவலைப்படாதே சரஸ்வதி, எதது எல்லாம் போச்சோ அதெல்லாம் பத்து மடங்கா திரும்ப வரும். ஏழைகளுக்குப் படியளக்கறாய் என்று ஊரிலே கோடி வாய் புகழ்ந்துண்டு இருக்கு. உனக்கு ஒரு குறையும் வராது,' என்று சொல்லியவாறு தனது வலது கையால் சரஸ்வதியின் தலையில் கை வைத்தாள். அப்படியே பின் தலையைத் தடவி முதுகு வரையிலும் கையைக் கொண்டு வந்தாள்.

சரஸ்வதி அழுகையை அடக்கிக்கொண்டாள். இந்தப் பதவி மட்டும் இல்லாமல் இருந்தால் மாமியின் மடியில் தலைவைத்துக் கதறி அழலாமே என்று முட்டிக்கொண்டு வந்தது.

‘ஒண்ணு சொல்றேன் சரஸ்வதி, மனசைக் கல்லாக்கிண்டு சொல்ல றேன். இல்லாத குழந்தையெ நினச்சு நினச்சு ஏங்காதே. இந்த விளையாட்டுச் சாமான்களை எல்லாம் மூட்டை கட்டி தலையைச் சுத்தி எறிஞ்சுடு. இல்லை, வேண்டியவாளுக்குக் கொடு. இப்போ நிறஞ்ச மனசோட சொல்றேன். இன்னும் ஒரு வருஷத்திலே லோகத் திலே இருக்கற பொம்மை எல்லாம் உனக்கு வாங்க வேண்டி இருக்கும். இன்னும் பத்து பெத்துக்கொள்ள உனக்கு வயசிருக்கு. நீயே ஒரு குழந்தை. பகவான் மூளையைப் பெரிசாகத் தந்துட்டதனாலே குழந்தை இல்லாம ஆயுடுவயா?’ என்றாள்.

மாமி சொல்வது சரிதான். அனுபவம்தான் மாமியிடம் பேசுகிறது. தன் அம்மா உயிரோடு இருந்தாலும் இப்படியே சொல்லியிருக்கலாம். மறைந்த குழந்தையின் துக்கம் பிறக்கிற குழந்தை மூலம்தான் தீரும் என்று மாமி சொன்னது சரஸ்வதியின் மனதில் ஆழமாக இறங்கிற்று.

அற்புதமான விளையாட்டுப் பொம்மைகள்! அழகான சட்டைகள்! எவ்வளவு இருக்கின்றன. மாமிக்கே தந்தால் என்ன? கண்ணால் பார்க்காமலாவது இருக்கலாம்.

உங்களிடமே தந்துவிடறேன் மாமி. வேண்டியவா இருந்தா நீங்களே பார்த்துத் தந்துடுங்கோ. எனக்கு எங்கே இருக்கு மாமி பொழுது, இதெல்லாம் பாத்துச் செய்யறதுக்கு என்றாள் சரஸ்வதி.

கோமதி ஒரு கணம் மௌனமாக இருந்தாள். சரஸ்வதி தரும் பொறுப்பைத் தனக்கு நிறைவேற்றத் தெரியுமா என்று கவலைப்படுவது போல் மாமியின் முகம் இருந்தது.

நீங்களே வச்சிண்டா அதைவிட எனக்கு சந்தோஷம் என்றாள்.

மீனாட்சிகிட்டே கொண்டு போய்க் கொடுத்தடறேன். அவ மனசு போல செய்யட்டும். வெறும் கோணல் அது, அவ அப்பாவை மாதிரி என்றாள் மாமி.

சரஸ்வதி சிரித்தபடியே, ஒரு நிமிஷம் என்று சொல்லிவிட்டு வேகமாக வெளியில் போனாள்.

மாமிக்கு எதற்கு சரஸ்வதி போகிறாள் என்பது புரிந்தது. இனிமேல் வளவளவென்று பேசிக்கொண்டிருக்கக் கூடாது என்று நினைத்துக் கொண்டாள்.

சரஸ்வதி வெளியே போய்விட்டு தன் மேஜை முன்னால் வந்து உட்கார்ந்தாள். அவள் தன் வேலையில் ஈடுபட விரும்புகிறாள் என்பது கோமதிக்குத் தெரிந்தது.

நான் கிளம்பட்டுமா சரஸ்வதி. உன்னை வந்து பார்த்தது உன் அம்மாவைப் பிரத்தியட்சமாகப் பார்த்தது போல இருக்கிறது.

மாமி அடிக்கடி வாங்கோ. கூடத்திலே ஒரு பெண்ணைப் பார்த்தேளே, அவகிட்ட எல்லாம் சொல்லிட்டு வந்திருக்கேன். அவள் பார்த்துத் தருவள் என்றாள்.

கோமதி மீண்டும் ஒரு தடவை விடைபெற்றுக்கொண்டு வெளியே வந்தாள்.

கூடத்தில் யாருமே இல்லை. நாற்காலியில் உட்கார்ந்துகொண்டாள். நடந்த காரியம் அவளுக்குத் திருப்தியாக இருந்தது. தன் கௌரவத்தை விட்டுக் கொடுக்காமலே நடந்தது. தன்னால், பிறக்கப் போகும் மீனாட்சியின் குழந்தைக்கு வேறு என்ன செய்ய முடியும்? அவள் அப்பாவுக்கோ பெண் நிறைமாத கர்ப்பிணியாக நிற்கும் விசாரமே கிடையாது. குழந்தை பிறக்கிறபோதே அதிருஷ்டத்துடன் பிறக்கப் போகிறது. பொம்மைகளையும் சட்டைகளையும் வாரி இறைத்துவிடக் கூடாது. அவ்வப்போது வாங்கியதுபோல் ஒவ்வொன்றாக எடுத்து வைத்துக்கொள்ள வேண்டும். இந்தச் சமர்த்து எல்லாம் மீனாட்சிக்குக் காணவே காணாது. சொன்னாலும் இங்கிதமாகப் புரிந்துகொள்ளத் தெரியாது. வெறும் சிடுசிடுப்பு.

அந்தப் பெண் ஒரு பையுடன் வந்தாள். பெரிய பை என்றாலும் வயிறு புடைத்துக்கொண்டிருந்தது. பையின் வாயைத் தான் ஆர்வத்துடன் பார்க்கக் கூடாது என்ற தீர்மானம் மனதிற்குள் வந்தது. சந்தோஷத்துடன் பையை வாங்கிக்கொண்டாள். உன் பெயர் என்னம்மா என்று கேட்டாள் மாமி.

வசந்தா.

தங்கமான பெண். எல்லா சௌகரியங்களும் என்னிக்கும் இருக்கும். சந்தேகமே இல்லை என்றாள்.

உங்க வாழ்த்து நிறைவேறட்டும்.

எத்தனை வருஷமா இந்த அம்மாவோட இருக்கே?

சின்ன வயசிலேயே அம்மாவோடதான் வளர்ந்தேன்.

கல்யாணம்?

அம்மாதான் பாத்து நடத்தி வச்சாங்க.

குழந்தைகள்?

ரெட்டைக் குழந்தைகள். ஒரு ஆண் ஒரு பெண்.

மாராசியா இருக்கணம். உன்னைப் பாத்தா பகவானுடைய செல்லக் குழந்தை மாதிரி இருக்கு. ஒரு விஷயம் கேக்கணம். கேக்கலாமா?

தாராளமா.

அம்மா குழந்தைக்கு என்னாச்சு?

வசந்தா முகம் சுண்டிப் போய்விட்டது.

நினைக்கவே மனசு வரதில்லையம்மா? சதா என் பொறுப்பிலே இருந்த குழந்தே. அம்மா வேலைதான் உங்களுக்குத் தெரியுமே. குழந்தையைக் கவனிக்க விடாதபடி ஆட்கள் வந்து பிடுங்குவாங்க. குழந்தைக்கு ஒரு காய்ச்சல் இருமல்கூட வந்ததில்லை. ஒரு மருந்து டானிக் சாப்பிட்டதில்லே. பகல் பூரா பேயா விளையாடும்.

சிரிப்புன்னா அப்படி. எப்பேர்ப்பட்ட கல் மனசும் கரஞ்சுடும். தூங்கி எழுந்தா முதல்லே பொம்மைகளைத்தான் கேக்கும். வழக்கம் போல தொட்டில்லே இருந்து குழந்தையெ எடுக்க பொம்மையோட போனேன். ஒவ்வொரு பொம்மைக்கும் ஒரு பெயர் வச்சிருந்தான். அந்தப் பெயரெல்லாம் வரிசையாகச் சொல்லிண்டு போனேன். திடீரென்று ஒரு சந்தேகம் வந்தது. மனசுக்குள்ளே வந்துவிட்ட தீர்மானத்தில் உடம்பு வெடவெடத்தது. தூக்கினேன். தலை அப்படியே குழைஞ்சு சரிஞ்சது. அதற்கு மேல் சொல்ல முடியாமல் வசந்தா அழத்தொடங்கினாள்.

கோமதிக்குப் படபடவென்று வந்தது.

அழாதே வசந்தா அழாதே என்று அவள் முதுகை அணைத்து தன் உடம்போடு சேர்த்துக்கொண்டாள்.

முகத்தைக் கழுவிட்டு வந்துடறேன் அம்மா.

நான் கிளம்பறேன்.

சரி அம்மா.

கோமதி பையைத் தூக்கிக்கொண்டு கிளம்பினாள்.

வாசலுக்கு வந்ததும் பெரியவர் உட்கார்ந்திருந்த முக்காலி காலி யாக இருந்தது. சுற்றும் முற்றும் பார்த்தாள். யாருமே இல்லை.

கைப்பையைத் திண்ணையின் மூலையில் வைத்தாள். படபடவென்று வெளிகேட்டைத் திறந்துகொண்டு வெளியே சென்றாள். அதன் பின் அவள் பின்னால் திரும்பிப் பார்க்கவே இல்லை.

ஜூலை 2003 கலிஃபோர்னியா

தனுவும் நிஷாவும்

தாங்கள் ஆரம்பிக்க இருக்கும் புது கம்பனியை நான்தான் திறந்து வைக்க வேண்டுமென்று திடீரென்று தனுவும், குட்டி நிஷி என்ற செல்லப் பெயரில் அழைக்கப் படும் நிஷாவும் என்னைக் கேட்டுக்கொண்டார்கள். அவர்கள் கிரான்பா என்றுதான் என்னை அழைப்பார்கள். தமிழோ இங்கிலீஷோ தாத்தா என்று அழைப்பதை விட எனக்குப் பிடித்திருந்தது. தாத்தா என்று அழைக்கிற போது எனக்கு பொக்கை வாய் – உண்மையில் அப்படி யில்லை – இருப்பது போன்ற எண்ணம், கிரான்பா என்று அழைக்கிறபோது ஏற்படுவது இல்லை.

தனுவுக்குப் பன்னிரெண்டு வயது. குட்டி நிஷிக்கு ஏழு வயது. கம்பனியா? நான் திறந்து வைத்ததே இல்லையே என்று சொன்னேன். நமக்கு ஆகாத விஷயத்திற்குள் மாட்டிக்கொள்ளக் கூடாது. அமெரிக்காவில் பிறந்து வளர்ந்த குழந்தைகள். எப்படி எல்லாம் மூளைகள் வேலை செய்யுமோ? தனுவும் நிஷியும் இங்கிதமாகச் சிரித்தார்கள். அதன் பொருளை, என்னைப் பற்றி அவர்கள் மனதில் இருந்த அபிப்பிராயத்தை வைத்து ஊகிக்க முடிந்தது. அமெரிக்காவிலேயே கௌரவமான பணிக்கு அழைத்தால் இப்படிப் பதில் சொல்கிறவர்களும் இருப்பார்களா?

குட்டி நிஷ் அரை நிஜாரில் முக்கால் பங்கு வெளியே துருத்திக்கொண்டிருந்த பெரிய டிராயிங் தாளின் சுருளை மேஜை மீது விரித்து ஓரங்களைப் பிடித்துக்கொண்டாள்.

நான் குனிந்து பார்த்தேன். அவளுடைய கைவண்ணம்தான். வழக்கம் போல் அரூப ஓவியம். அவள் எந்த ஜீவராசிகளை வரைந்தாலும் சரி அவற்றிற்கெல்லாம் பாரபட்சமில்லாமல் சிறகுகளைப் போட்டு விடுவாள். முயல், எலி, மான், கட்டெறும்பு, நாய், பூனை எல்லாவற் றிற்கும். மரம் செடி கொடிகளின் சிறகுகளில்தான் இலைகள் முளைத்திருக்கும். சிறகுகளில் பழங்களும் தொங்கும். இவள் வரை வதற்கே அவசியம் இல்லாமல் பறவைகள் சிறகுகளுடன் இருப்பதில் அவளுக்கு ஏமாற்றமோ என்னவோ. இவளுடைய பங்காக அவற்றின் சிறகுகளைக் கண்டபடி பெரியதாக்கி விடுவாள். குருவிகள், கழுகுகளை விட பெரிய சிறகுகளை வைத்துக்கொண்டிருக்கும்.

டிராயிங் தாளின் நாலு ஓரங்களிலும் பல தாவரங்களும் பல ஜீவராசிகளும் சிறகுகளின் களேபரத்தில் மூழ்கிக் கிடக்க, மையத்தில், Plants and Pets என்று நவீன கோணல் எழுத்துக்கள் பெரிதாகத் தெரிந்தன. பங்குதாரர்கள்: தனு ராம்; நிஷா ராம் என்றிருந்தது. தனுவின் பெயருக்கு முன் அவளுடைய புகைப்படமும், நிஷாவின் பெயருக்கு முன் அவளுடைய புகைப்படமும் ஒட்டப்பட்டிருந்தன. கம்பெனியைத் திறந்து வைக்கிறவர் பெயர் காலியாக விடப்பட்டி ருந்தது. தனு அவளுடைய பான்ட் பாக்கெட்டிலிருந்து என் புகைப் படத்தை எடுத்து, மென்மையாகச் சிரித்தபடி, ஒட்டிக்கொள்ளவா, கிரான்பா? என்று கேட்டாள். குழந்தைகளின் ஆசை. இரண்டு பேரின் வயதைக் கூட்டினாலும்கூடப் பத்தொன்பதுதான். என்ன தன்னம்பிக்கை! என்ன தைரியம்! மனசு தழுதழுத்தது. சரி என்று என் வாயே சொல்லிவிட்டது. இருவரும் உணர்ச்சிவசப்பட்டு என்னை அணைத்துக்கொண்டார்கள்.

காரியங்கள் மடமடவென்று நடந்துகொண்டிருந்தன. அழைப்பிதழ் ஒவ்வொன்றையும் சிறிய ஓவியங்களின் நடுவில் எழுதித்தான் சிநேகிதி கள் எல்லோருக்கும் தர வேண்டுமே தவிர கணினியில் அச்சுப் போட்டுத் தரக் கூடாது என்பது அவர்கள் தீர்மானம். படங்கள் ஒவ்வொன்றும் ஒவ்வொரு விதமாக இருக்க வேண்டும் என்று குட்டி நிஷியிடம் சொல்லத் தேவை இல்லை. இரண்டு படங்கள் ஒரே மாதிரியாக வேண்டும் என்று சொன்னால்தான் அவளுக்குப் பிரச்னையே.

குழந்தைகளுக்கு நேரம் மிகக் குறைவு. பள்ளிக்கு அதிகாலையில் போய்விட்டுப் பின்மாலையில் களைப்பில் சுருண்டு போய் வருவார் கள். அதன் பின் வீட்டுப்பாடச் சுமைகள். தவிர வெவ்வேறு நாட்களில் வெவ்வேறு இடங்களுக்கு விளையாடச் செல்ல வேண்டும். ஸாக்கர், கூடைப் பந்து, நீச்சல், கராத்தே என்று வரிசையாக. தனுவுக்கு வாரத்தில் இரண்டு நாட்கள் வயலின். குட்டிக்கு வாரத்தில் மூன்று நாட்கள் பியானோ. எப்படித்தான் ஈடு கொடுக்கிறார்களோ. அவர்கள் ஒவ்வொரு வாரமும் செய்ய வேண்டிய பணிகளின் பட்டியலைக் குளிர்சாதனைப் பெட்டியில் ஒட்டி வைத்திருப்பதைப் படித்தாலே

எனக்குத் தலை சுற்றும். நல்ல வேளை. இந்தியாவில் பிறந்து வளர்ந்ததால் சாயம் வெளுக்காமல் எழுபத்திரெண்டு வயது வரையிலும் சமாளித்துக் கொண்டு வந்துவிட்டேன். எப்போதாவது குளிர்சாதனப் பெட்டியைப் பார்த்து, ஸாக்கர் *5* மணிக்கு. நேரமாகிவிட்டது. ஓடு, ஓடு என்று குட்டியை விரட்டும்போது என் மனசே வெட்கம் கலந்து சிரிக்கும்.

அது ஹைவேயை விட்டு ஒதுங்கியிருந்த தனி வளைவு. ஒரு குன்றும் அதைச் சுற்றியிருந்த பிரம்மாண்டமான சரிவுகளில் மரக்காடு களும். ஆங்காங்கு வீடுகள். மொத்தம் பதினெட்டு. அதற்கு மேல் கட்ட கவுண்டி உரிமை அளிக்காது. அவ்வளவு பேரும் வெள்ளை அமெரிக்கர்கள். நாங்கள் மட்டும்தான் கறுப்பு இந்தியர்கள்.

தனுவும் குட்டியும் வீட்டுக்காரர்களின் சங்கக் கட்டடத்தின் அறிக்கைப் பலகையில் பெரிய ஓவிய அழைப்பிதழை பின் பண்ணி யிருந்தார்கள். நான் காலை நடை போகிறபோது கட்டடத்தின் வராண்டாவில் ஏறி என் புகைப்படத்தைப் பார்ப்பேன். அமெரிக்க நீலக்கண்களுக்கு என் கறுப்பு மூஞ்சி எப்படிக் காட்சி அளிக்கும் என்று கற்பனை செய்து பார்ப்பேன். சிம்பன்சியை அளவுக்கு அதிகமாக நேசிக்கும் இவர்களுக்கு என் முகத்தை ஏற்றுக்கொள்ள எந்தத் தடையும் இராது என்றுதான் எனக்குத் தோன்றியது. அத்துடன் நான் லொடக்கு இந்தியக் கிழவனும் அல்ல. வளைவினுள் ஏகப் புகழ்பெற்றிருந்த தனுவுக்கும் நிஷிக்கும் கிரான்பா. தைலாவின் அப்பா. தைலா ஒருத்திதான் அந்த வளைவினுள்ளிருந்து பணிக்குப் போகிறவள். பிற பெண்கள், வீட்டு நிர்வாகத்தைத்தான் தேர்ந்தெடுத் திருந்தார்கள். டாக்டரான தைலாவின் நட்புக்கு அவர்கள் மனங்களில் மிகுந்த மதிப்பு இருந்தது. யார் வீட்டில் உடல் பிரச்னை என்றாலும் அவசரத்திற்கு அவளிடம் ஒரு ஆலோசனை கேட்கலாம். அதற்கு மேலும் நெருக்கடி என்றால் தங்கள் வீட்டிற்கு உரிமையுடன் அழைத்துச் செல்லலாம். மேலும் தைலாவின் வீடுதான் குன்றின் ஆக உச்சியில் இருந்தது. நிலநடுக்கத்தில் அந்த வீடு சிதிலம் அடைந்தபோது அதன் பழைய உரிமையாளர் அந்த வீட்டை ராம் – தைலா தலையில் கட்டிவிட்டுப் போய்விட்டார். அவர்கள் தங்கள் விருப்பத்திற்கு ஏற்ப அந்த வீட்டைக் கட்டி எழுப்பிக்கொண்டார்கள். இப்போது பதினேழு குடும்பத்தினருக்கும் மனதிற்குள் அந்த வீடுதான் வேண்டும். மீண்டும் நிலநடுக்கம் வந்து வீடு தங்கள் தலையில் சரிந்தாலும் பாதகமில்லை. அது தவிர தைலா வீட்டில் மூன்று கார்களும் இருந்தன. அவளுக்கு லெக்ஸஸ். ராமிற்கு நாவிகேட்டர். குழந்தைகளுக் காக க்ரைஸர் வான். கார்கள் எல்லாமே தெருவில் உருள்பவைதான். அமெரிக்காவில் தாய்ப்பால் குடிக்கும் குழந்தைகளுக்குக்கூட இவை கார்கள் மட்டுமல்ல என்பது தெரியும்.

தனுவும் நிஷாவும் தங்கள் வீட்டு நீச்சல் குளத்தின் கரையில் வைத்துத்தான் கம்பனியின் திறப்பு விழாக் கூட்டம் என்று சொன்னார் கள். கம்பனியைத் திறந்து வைக்கப்போகிறவன் என்ற அளவில்

என்னிடம் சில யோசனை கேட்பார்கள் என்ற எதிர்பார்ப்பு எனக்கு இருந்தது. ஒரு வார்த்தைகூடக் கேட்கவில்லை. தைலாவிடமும் கேட்கவில்லை. ராமிடமும் கேட்கவில்லை. அவர்களுக்குள் விவாதித்து முடிவெடுத்துக் காரியம் செய்துகொண்டிருந்தார்கள். சூரியாஸ்தமனம் இரவு ஒன்பது மணி வாக்கில் ஆகிக்கொண்டிருந்ததால் எட்டு மணிக்குத் திறப்பு விழா. ஆனால் அவர்களுடைய சிநேகிதிகள் எல்லோரும் மாலை ஐந்து மணிக்கே வந்துவிடுவார்கள்.

முதலில் நீச்சல் குளத்தில் அட்டகாசமான குளியல். அதன் பின் குளத்தின் கரையிலேயே எல்லோருக்குமாக எல்லோரும் சேர்ந்து உணவு தயாரித்தல். அதற்கு பார்பக்யு என்றார்கள் குழந்தைகள். அந்தச் சொல்லின் ஓசைக்காகவாவது ஒரு துண்டு இறைச்சியைத் தின்று பார்க்கலாமா என்று எனக்குத் தோன்றியது. என் சாகஸம் பற்றி குழந்தைகளுக்குத் தெரியாதா என்ன? உங்களுக்கு வெஜ் தனியாக என்று முதலிலேயே சொல்லி ஆசுவாசப்படுத்திவிட்டார்கள்.

டெக்கில் வைத்துத்தான் கூட்டம் என்றும், நான் எட்டு மணிக்கு வந்தால் போதும் என்றும் தனுவும் நிஷாவும் சொன்னார்கள். நான் டை கட்டிக்கொள்ள வேண்டியிருக்குமா? என்று கேட்டேன். இருவருக்கும் வந்த சிரிப்பை அடக்கத் தெரியவில்லை. வழக்கம் போல் வேஷ்டி கட்டிக்கொண்டு வந்தால் போதும், கிரான்பா என்றாள் தனு. அவர்களைச் சிரிக்க வைக்க நான் ஹாஸ்யம் எதுவும் சொல்லத் தேவையில்லை. வாயைத் திறந்து பேசினாலே போதும் என்றாகிவிட்டிருந்தது.

சிநேகிதிகள் வர வர ஒவ்வொருவரும் தங்களுக்குள் பேசிக்கொண்டு வேலைகளில் ஈடுபட்டார்கள். நாற்காலிகளை டெக்கில் கொண்டு வந்து போட்டார்கள். என் நாற்காலி சற்று கௌரவமானதாக இருக்கும் என்று நினைத்தேன். அப்படி எதுவும் இல்லை. அவற்றை வரிசைப் படுத்திப் போடாததும் எனக்குக் குறையாக இருந்தது. சொன்னால் சிரிப்பார்களோ என்ற எண்ணத்தில் நான் ஒன்றும் சொல்லவில்லை.

நான் மணியைப் பார்த்தபடி என் அறைக்குள் உட்கார்ந்து கொண்டிருந்தேன். என்னுடைய பேச்சு ஒன்றரை வாக்கியம்தான். அதை முப்பதாவது தடவையாக மனதில் மீண்டும் ஒரு தடவை சொல்லிப் பார்த்துக்கொண்டேன். ஒவ்வொருவராக ஏகப்பட்ட பெண்கள் வந்துவிட்டார்கள் போலிருக்கிறது. புதுப் புதுப் பெயர் களாகக் காதில் விழுந்துகொண்டே இருந்தன. சோபியா, அலெக்ஸி, கெல்ஸி, சிட்னி, நிக்கேல், நயோமி, மிஷல். சமையலறை ஜன்னல் வழியாகப் பார்த்தபோது பலரும் கரையிலிருந்து கரணமடித்து விழுந்து நீச்சல் குளத்தை இரண்டுபடுத்திக்கொண்டிருந்தார்கள். தலைகால் புரியாத சந்தோஷத்தில் கத்தினார்கள். ஈரத்தலையுடன் கரையில் டான்ஸூம் நடந்தது.

ஒரு மணி நேரம் கழித்து மீண்டும் பார்த்தபோது பார்பக்யு ஆரம்பமாகிவிட்டிருந்தது. பார்க்கவே விசித்திரமாக இருந்த அடுப்பு

கபகபவென்று எரிய, காரியங்கள் வேகமாக நடந்துகொண்டிருந்தன. சாப்பிட்ட இடத்தை எல்லோரும் சேர்ந்து சுத்தப்படுத்தினார்கள். சமையல் செய்து சாப்பிட்ட இடமாகவே அது தெரியவில்லை. அதன் பின் டெக் ஏணியில் சாடிக் குதித்தேறி கோணல் மாணலாக உட்கார்ந்துகொண்டார்கள்.

கிரேஸியின் அக்கா சோபியா டெக்கின் விளிம்பில் மரக் கைப்பிடி மீது உட்காந்துகொண்டிருந்தாள். சரி, அது அவள் விருப்பம். ஆனால் மேல் சட்டத்தைப் பிடித்துக்கொள்ளாமல் இரண்டு கைகளையும் விசிறியபடி பேசிக்கொண்டிருந்ததுதான் வயிற்றைக் கலக்கிற்று. என்னை அறியாமலேயே அவளை அடிக்கடி கவனித்துக்கொண்டிருந்தேன். பின் பக்கம் விழுந்துவிட்டால் உருண்டு குன்றின் அடிவாரத்திற்கே போய்ச் சேர்ந்துவிடுவாள். திடீரென்று அந்தப் பெண் என்னிடம், என் சட்டை உங்களுக்குப் பிடித்திருக்கிறதா, கிரான்பா? என்று கேட்டாள். முன் பின் பேசியிராத பெண்ணிடம் எடுத்த எடுப்பிலேயே என்ன சகஜம். நான் அமெரிக்கப் பாணியில், இவ்வளவு அற்புதமான சட்டையை நான் வேறு எங்குமே பார்த்ததே இல்லை என்றேன். நீங்கள் அடிக்கடி கவனித்ததில் இருந்தே தெரிந்து கொண்டுவிட்டேன், கிரான்பா என்று தலையை உயர்த்திப் பெரிதாகச் சிரித்துக் கொண்டாள்.

கம்பனியின் நோக்கத்தைப் பற்றி தனு சுமார் ஐந்து நிமிஷம் பேசினாள். நிஷாவின் பார்வை தனுவின் முகத்தின் மீது படிந்திருந்த தோடு அவளுடைய ஒவ்வொரு வாக்கியத்தையும் நிஷாவும் ஆமோதிப்பது போல் சுய நினைவின்றி அவளுடைய தலை அசைந்துகொண்டிருந்தது. நான் எழுந்திருந்து, கம்பனியைத் திறந்து வைக்கிறேன், தனுவும் நிஷியும் ஆரம்பிக்கும் இந்த கம்பனி மிகச் சிறப்பாக வளர வேண்டும் என்று வாழ்த்துகிறேன் என்றேன். இதைச் சொல்லி முடித்ததும் எல்லாப் பெண்களும் எழுந்திருந்து கையைத் தட்ட ஆரம்பித்தார்கள். தனுவும் நிஷாவும்கூட கரவொலியில் கலந்து கொள்ளுவதைப் பார்த்ததும் நானும் கையைத் தட்டத் தொடங்கினேன். கைதட்டல் என் எதிர்பார்ப்புகளை மீறி நீண்டுகொண்டே போயிற்று. ஓசை தேய்ந்திறங்காமல் தாளகதியை எட்டிய போது பல யுகங்கள் அவை நீடித்து விடும் என்ற பிரமை மனதில் தோன்றியது.

சந்தேகங்கள் இருந்தால் கேட்கலாமா? என்று ஒரு பெண் கேட்டாள்.

தாராளமாக என்றாள் தனு.

எனக்கு தனு பிரச்னையில் மாட்டிக்கொள்ளக் கூடிய கட்டம் முதலிலேயே உருவாகிவிட்டதே என்று தோன்றியது. பட்டுக்கொள் ளாமல் பதில் சொல்ல அவளுக்குத் தெரியும் வயதா?

மணிக்கு எவ்வளவு பணம்? என்ற அடிப்படையான கேள்வி முதலில் வந்தது.

மறியா தாழுவுக்கு எழுதிய கடிதம்

ஒரு நபருக்கு ஒரு மணி நேரத்திற்குப் பன்னிரெண்டரை டாலர் என்றாள் தனு.

நாய், பூனை போன்றவற்றிற்கு உணவு அளிப்பது, தோட்டத்திற்குத் தண்ணிர் பாய்ச்சுவது போன்ற பணிகளை கம்பனி கவனித்துக் கொள்ளும் என்று சொன்னாய். செல்லப்பிராணிகளையும் கவனித்துக் கொள்ளுமா? என்னிடம் ஒரு வெள்ளைப் பன்றி இருக்கிறது என்றாள் ஒரு பெண்.

கினிபிக், வெள்ளை எலி, சுண்டெலி, கிளி, முயல், ஹாம்ஸ்டர் போன்ற கூண்டில் வளர்ப்பவற்றையும் கம்பனி கவனித்துக்கொள்ளும். பாம்பு, பல்லி, இக்வானா போன்ற ஒரு சிலவற்றை கம்பனி இப்போதைக்கு எடுத்துக்கொள்ளாது. வினியோகிக்க இருக்கும் இந்த அறிக்கையில் எல்லாவற்றையும் விபரமாகச் சொல்லியிருக்கிறோம் என்றாள் தனு. ஒரு காகிதக் கட்டைத் தூக்கிக் காட்டினாள்.

பாம்புகளைக் கவனித்துக்கொள்வதில் என்ன பிரச்னை? என்று கேட்டாள் மற்றொரு பெண்.

எந்தப் பிரச்னையும் இல்லை. தகுதி வாய்ந்த நபர் இன்னும் அமையவில்லை. அத்துடன் மற்றொன்றும் நான் சொல்ல வேண்டும். கூண்டுப் பிராணிகளைக் கவனித்துக்கொள்ளத் தருகிறவர்கள் எங்கள் வீட்டில் கொண்டு வந்து அவற்றை, அவற்றின் உணவுகளோடு தரவேண்டும். வெளியூரில் இருந்து வந்ததும் அவர்கள் பொறுப்பில் பெற்றுக்கொண்டு போக வேண்டும் என்றாள்.

அக்காள் நன்றாகவே விஷயங்களை விளக்குகிறாள் என்ற பாராட்டுணர்வு நிஷாவின் முகத்தில் தெரிந்தது.

தனு சொல்ல விட்டுப் போன ஒரு விஷயம் நிஷியின் நினைவுக்கு வந்தது. அவள் அவசரமாக, செல்லப் பிராணிகளைக் கொண்டு தருகிறவர்கள் அவற்றின் பொம்மைகளையும் கையோடு தந்துவிட வேண்டும் என்றாள்.

தனுவின் கை தன்னையறியாமலே நிஷியின் முதுகைத் தொட்டது. நிஷி என் முகத்தைப் பார்த்தாள்.

வெளியூர் போகிறவர்கள் எத்தனை நாட்களுக்கு முன்பாகத் தெரிவிக்க வேண்டும்? என்று ஒரு பெண் கேட்டாள். தனு ஒரு நிமிஷம் தயங்கினாள். அக்காவும் தங்கையும் விவாதித்து முடிவெடுக்காத விஷயம்போல் பட்டது. நிஷ், தனுவின் காதில் ஏதோ சொல்லிற்று.

குறைந்தது ஒரு வாரத்திற்கு முன்னர் என்றாள் தனு.

ஆமாம், குறைந்தது ஒரு வாரம் என்று நிஷும் சேர்ந்து சொல்லிற்று.

கம்பனியை ஆரம்பித்த பின் ஒரு சில மாதங்கள் சான்டாக்ரூஸிலேயே இருந்தேன். தனுவும் நிஷியும் கம்பனியை மிக நன்றாக நடத்தினார்கள். சில சமயம் சண்டை போட்டுக்கொண்டு விடுவார்கள் இருவரும். நிஷ் முன் கோபக்காரி என்பதால், இனிமேல் உன்னிடம் பேசவே மாட்டேன் என்று சொல்லிவிட்டு புத்தகப் பையுடன் தனியாகப்

போய் காரில் ஏறிக்கொள்வாள். தொழிலைக் கவனிக்க வேண்டிய நேரம் மாலை ஐந்தரை மணியிலிருந்து ஆறரை மணி வரையிலும். சரியாக தனு ஐந்தரை மணிக்கு வீட்டை விட்டு வெளியே வந்து விடுவிடு என்று நடந்து போவாள். அவளுக்காக வெளி பெஞ்சில் காத்துக்கொண்டிருக்கும் நிஷா சோர்ந்து போன நடையில் அவள் பின்னால் போகும். இருவரும் ஒருவர் பக்கத்தில் ஒருவர் வந்ததும் தொழில் சம்பந்தமான விஷயங்களைக் கொஞ்சம் கொஞ்சமாகப் பேசிக் கொள்ளத் தொடங்குவார்கள். இது பற்றி நான் ஒரு நாள் தனுவிடம் பேசிய போது அவள் நேரான அர்த்தத்திலேயே அதை எடுத்துக் கொண்டு, கிரான்பா, ஒரு மணி நேரத்திற்கு இருபத்தைந்து டாலர் கம்பனி பில். வாடிக்கையாளர்கள் நலங்களைக் கவனிக்கவில்லை என்றால் கம்பனி மூழ்கிவிடும். இப்போதே என் சிநேகிதிகளில் பத்துப் பேருக்கே னும் இதே போல் ஒரு கம்பனியை ஆரம்பிக்கலாமா என்ற யோசனை இருக்கிறது என்றாள்.

உனக்குப் போட்டியாகவா? என்று நான் கேட்டேன்.

அப்படி நான் அதை எடுத்துக்கொள்ளவில்லை, கிரான்பா. யார் வாடிக்கையாளர்களின் நலங்களைப் பாதுகாக்கிறார்களோ அவர்கள் கம்பனிதானே வளரும் என்றாள்.

மாலை நடை போகிறபோது எனக்குக் குழந்தைகள் செய்யும் காரியத்தைப் பார்க்க வேண்டும் என்று ஆசையாக இருக்கும். ஆனால் அவர்கள் கண்ணில் படுவது சுலபமாகவே இருக்கவில்லை. எந்த வீட்டைத் திறந்து எந்தப் பூனைக்கு அல்லது நாய்க்கு உணவு ஊட்டிக்கொண்டிருக்கிறார்கள் என்பது யாருக்குத் தெரியும்.

வெளியூரிலிருந்து வீடு திரும்புகிறவர்கள் தவறாமல் தனுவையும் நிஷாவையும் போனில் அழைத்து அவர்களைப் பாராட்டுவார்கள். அவர்கள் அம்மாவிடமும் தனியாகப் பாராட்டுவார்கள். ஒரு நாள் மிகுந்த வசதி படைத்த லோரா என்பவர் – வக்கீலாகக் கணவனுடன் சேர்ந்து தொழில் நடத்தி, குழந்தைகளைக் கவனித்துக்கொள்வதற்காகத் தொழிலை முற்றாக விட்டவர் – தைலாவை அழைத்து, உன் பெண்கள் என்ன செய்திருக்கிறார்கள் தெரியுமா, தைலா? ஒரு நாள் பள்ளியிலி ருந்து டிராபிக் ஜாமினால் வீடு திரும்பப் பிந்திவிட்டதால் டைகருக்கு அரை மணி நேரம் பிந்தி உணவு தர வேண்டியதாகிவிட்டதாம். அதற்காக அவர்களாகவே பில்லில் ஐந்து டாலர்கள் குறைத்துப் போட்டிருக்கிறார்கள். என்ன பொறுப்பு! உணர்ச்சிவசப்பட்டதில் எனக்கு அழுகையே வந்துவிட்டது தைலா என்று சொல்லியிருக்கிறார்.

தனுவும் நிஷாவும், தோட்டங்களில் ஸ்ப்ரிங்லரைத் திறந்துவிட்டு செடிகளை நனைப்பதையும், சில வீடுகளில் ரப்பர் குழாய் வழியாகத் தண்ணீர் பாய்ச்சுவதையும் இரண்டொரு தடவை பார்த்திருக்கிறேன். அப்போதெல்லாம் நான் கண்ணில் பட்டால் முகத்தைத் திருப்பாமல் இடது கையை லேசாகத் தூக்கி ஒரு 'ஹை' மட்டும்தான் எனக்கு. அதற்கு மேல் பேச்சுக் கிடையாது.

வளைவிலேயே உருவத்திலும் மூர்க்கத்தனத்திலும் பெயர் பெற்ற நாயாக இருந்தது, டெரீஸா வீட்டு பாஞ்சா. தனு பாஞ்சாவைக் கவனித்துவிட்டு வரும் ஒவ்வொரு நாளும் ஒன்றிரண்டு விஷயங் களாவது என்னிடம் சொல்வாள். ஒரு ஜெர்ஸிப் பசுவின் கன்றுக் குட்டியின் உயரத்தில் இருக்கும் அது என்றார் ராம். அதற்குத் தனியான அவுட் ஹௌஸ் இருந்தது. ஹீட்டரும் ஏர்கண்டிஷனரும் இருந்தன. அதற்கு உஷ்ணம் ஆகவே ஆகாது. அரை முழத்திற்கு தொங்கும் நாக்கிலிருந்து வெளியே வழியும் எச்சில் அறையை முழுக்க ஈரமாக்கி விடும். ஆஸ்த்மா நோயாளியைப் போல் மூச்சு இரைக்கும். ஆனால் எவ்வளவு கொடுமையான குளிரும் அதற்குப் பிடிக்கும். குளிர் பூஜ்யத் திற்குக் கீழே போனால் மட்டும் டை இல்லாமல் கம்பளி கோட்டு போட்டுக்கொண்டிருக்கும். சங்கிலியில் கட்டிப் போட்டு தோலாலான வாய்க்கூடையையும் அணிவித்திருந்தார்கள். சங்கிலியை அறுத்துக் கொண்டு காற்று வாங்கக் கிளம்பிற்று என்றால் எதிர்ப்படும் முதல் மனிதரைக் குதறுகிற குதறலில் மண்டையோடு மட்டும்தான் மிச்சமிருக் கும். இதெல்லாம் தெரிந்த போது இனிமேல் வாக்கிங்கை டெக்கிலேயே வைத்துக்கொள்ளலாமா என்று நான் யோசித்துக்கொண்டிருந்தேன்.

அந்த நாட்களில் தனு நிஷாவைப் பற்றி ராமிடம் ஒரு புகார் சொன்னாள். நீங்கள் சொல்லுங்கள் டாடி. நிஷ் ஒவ்வொரு நாளும் பாஞ்சாவை முத்தமிடுகிறாள். நிஷாவும் பக்கத்தில் நின்றுகொண்டி ருந்தது. ராம் நிஷியைப் பார்த்து, நாளொன்றுக்கு எத்தனை முத்தம்? என்று கேட்டார். ஐந்து அல்லது ஆறு, அதற்கு மேல் இல்லை என்றாள் நிஷா. பாஞ்சா இவளிடம் அதிக முத்தம் கேட்கிறது டாடி என்றாள் தனு. கொடுத்துப் பழக்கியிருக்கிறாள் என்றாள். ராம், நிஷியின் முகத்தைக் கூர்ந்து கவனித்தார். அதிகம் பேசுவதில் நம்பிக்கை இல்லாத நிஷி இமைகளைக் கொட்டாமல் மௌனமாக நின்றாள். முகத்தைப் பார்க்கப் பாவமாக இருந்தது. இவளைப் பார்த்ததும் பாஞ்சா மேலே பார்த்து மின்விசிறியைப் போடச் சொல்கிறது, என்று தொடர்ந்து முடுக்கினாள் தனு. ராமின் உள்சிரிப்பு முகத்தில் தெரிந்தது. இந்த வாரக் கடைசியில் எல்லோரும் உட்கார்ந்து பேசி நாம் ஒரு முடிவுக்கு வரலாம் என்றார் அவர்.

அன்று தனுவுக்குக் காய்ச்சல். எந்த உடல் கஷ்டத்தையும் வெளியே சொல்லும் பழக்கமே இல்லாத அவள் சோபாவில் சுருண்டு படுத்துத் தூங்கிக்கொண்டிருந்தாள்.

பாஞ்சாவுக்கு உணவு தர கிரான்பாவை அழைத்துக்கொண்டு போ. தனியாகப் போகக் கூடாது என்று நிஷிடம் சொல்லிவிட்டு காரில் ஏறி மருத்துவமனைக்குப் போய்விட்டாள் தைலா. என் னிடம் ஒரு வார்த்தை கேட்டிருக்கலாம். என்னுடைய துரதிருஷ்டம் அவளுக்குக் கேட்கத் தோன்றவில்லை.

மாலையில் நிஷ் முன்னே போக நான் பின்னால் போய்க் கொண்டிருந்தேன். நிஷ் மிகத் தைரியமான பெண். அவளை நம்பி

சிங்கத்தின் கூண்டுக்குள்கூடப் போகலாம் என்று மனதிற்குள் சொல்லிக்கொண்டேன். பாஞ்சாவைச் சந்திக்க இன்னும் ஐந்து நிமிடங்கள் நடக்க வேண்டியிருந்த நேரத்திலேயே, அதன் குரைப்புக் கேட்கத் தொடங்கிற்று. நான் வருகிறேன் என்பது பாஞ்சாவுக்குத் தெரிந்துவிட்டது என்றாள் நிஷ். கம்மிங் பாஞ்சா, கம்மிங் என்றாள் நிஷ் தனக்குத்தானே. பாஞ்சாவிற்குக் கேட்பது போல் தொடர்ந்து பேசிக்கொண்டே போனாள். தனுவைப் பார்க்க முடியாததால் ரொம்பவும் வருத்தப்படும் கிரான்பா என்றாள்.

நிஷ் கதவைத் திறந்துகொண்டு உள்ளே நுழைந்ததும் அவள் காலில் விழுந்து கொஞ்சத் தொடங்கிற்று பாஞ்சா. நான் ஜன்னல் வழியாகப் பார்த்துக்கொண்டிருந்தேன். நிஷா தியானம் செய்ய உட்காருவது போல் பாஞ்சா முன்னால் அமர்ந்துகொண்டாள். பாஞ்சா நிஷியின் காதை நக்கத் தொடங்கிற்று. வலது காதை நக்கிவிட்டு இடது காதை நக்க ஆரம்பித்தது. நிஷி அதன் கழுத்தை ஆவேசமாகக் கட்டிக்கொண்டு அதன் நெற்றியில் முத்தங்கள் சொரிந்தாள்.

நான் ஜன்னலிலிருந்து கதவின் பக்கம் வந்து எட்டிப் பார்த்தேன்.

நிஷ் சுவரோரம் இருந்த பெரிய அலமாரியை மலக்கத் திறந்து போட்டிருந்தாள். ஏகப்பட்ட டப்பாக்கள். பெரிது பெரிதாக. கண்ணாடிப் புட்டிகள். அலமாரியைத் திறந்ததும் பாஞ்சா சங்கிலியை அறுத்துவிடும் அளவுக்கு அதற்குச் சாத்தியமான விட்டத்திற்குள் மாறி மாறிக் குதிக்கத் தொடங்கிற்று. பேபி, ஒழுங்காக நடந்து கொள்ளாவிட்டால் எனக்குக் கெட்ட கோபம் வரும் என்று செல்லக் கோபத்தில் சொன்னாள் நிஷ். பாஞ்சா முன் காலை நீட்டிப் படுத்துக் கொண்டு அழுவது போல் குரல் எழுப்பிற்று. நிஷ் என்னைப் பார்த்து சின்னக் குழந்தை என்றாள். குழந்தையா? என்று நான் கேட்டேன். குழந்தைதான். இன்னும் எட்டு மாதம்கூட ஆகவில்லை என்றாள். எனக்கு ஒரு மனிதக் குழந்தை தவழ்ந்து தவழ்ந்து வந்து எழுந்து உட்கார முயல்வது போல் ஒரு சித்திரம் மனதில் வந்து போயிற்று.

அந்த வருடம் நான் சற்று முன்கூட்டியே சாந்தா க்ரூஸில் இருந்து ஊருக்கு வந்துவிட்டேன். ஒரு நாள் தைலா போனில் அழைத்தபோது அவளிடம் பேசிய பின் தனுவிடம் பேசினேன். நிஷியும் லைனில் இருந்தாள்.

கம்பனி எப்படி நடக்கிறது அம்மா? என்று கேட்டேன்.

மிக நன்றாக நடக்கிறது கிரான்பா என்றாள் தனு.

முதல் ஆறு மாதத்தில் நல்ல லாபமா?

நல்ல லாபம், கிரான்பா என்று இருவருமே உரக்கச் சொன்னார்கள்.

தனு, என்னையும் ஒரு பார்ட்னராகச் சேர்த்துக்கொள்ள முடியுமா அம்மா? என்று நான் கேட்டேன்.

சில வினாடிகள் மௌனம்.

உங்கள் சேவையைப் பெற்றுக்கொள்ளும் சந்தர்ப்பம் இன்னும் கம்பனிக்கு வரவில்லை, கிரான்பா என்றாள் தனு.

சரியம்மா, உங்கள் விருப்பம்.

கிரான்பா, கம்பனி கணக்கில் உங்கள் பெயரில் பன்னிரெண்டரை டாலர் வரவாக இருக்கிறது என்றாள் தனு.

அது ஏன்?

பாஞ்சாவுக்கு உணவு கொடுக்க ஒரு நாள் எனக்குப் பதில் நீங்கள் போனீர்கள், நினைவிருக்கிறா கிரான்பா? ஒரு மணி நேரத்திற்கு பன்னிரெண்டரை டாலர்கள்.

கொஞ்சம் சேர்த்துப் போடக் கூடாதா, அம்மா?

இருவரும் ஒரே நேரத்தில் சிரிக்கும் சத்தம் கேட்டது.

மிகக் கௌரவமான சம்பளம் அது, கிரான்பா என்றாள் தனு.

சரி, உங்கள் இஷ்டம் அம்மா என்றேன் நான்.

ஆகஸ்டு 2003   கலிஃபோர்னியா

களிப்பு

குளிர் சிறிது அடங்குவதுபோல் இரண்டு நாட்களாகவே தோன்றத் தொடங்கியிருந்தது. அடர்த்தி இழந்த பனிமூட்டத்தின் வழியாக முதல் முறையாக ரெட்வுட் மரக்கிளைகள் தெரிந்தன. கண்விழித்த காலை நேரம். மெத்தைகளின் மீது கம்பளிப் போர்வைகளின் அடியில் குளிரில் புதைந்து கிடந்தேன். நேற்று யதேச்சையாகப் பார்க்கக் கிடைத்த காட்சி ஒரு கணம் மின்னல்போல் மனதில் தெறித்ததும் உதறியெழுந்து ஒற்றை ஐஸ் கட்டியாக உறைந்திருந்த நீச்சல்குளத்தை ஜன்னல் வழியாகப் பார்க்கப் போனேன். இளம் வெயிலில் கசகசத்திருந்த ஐஸ் கட்டியின் மேற்பரப்பில் ஒருகரையிலிருந்து மறுகரைவரை வைரக்கற்களின் ஒளிச் சிதறல் குறுக்காக ஓடிக்கொண்டிருந்தது. இப்போது குளத்தின் மேற்பரப்பில் நடந்தால் பூட்ஸ் காலின் அழகான தடங்கள் விளிம்பு கட்டிப் பதியும்.

தொலைபேசி மணி அடித்தது. தைலாதான். அலுவலகத்திற்குப் போகும் வழியில் கேட்க நேர்ந்த ரேடியோச் செய்தியைச் சொல்லத்தான் அழைத்திருக்கிறாள். அப்பா, சனியும் ஞாயிறும் குளிர் மிக மட்டாகி விடுமாம். தோல் கோட்டோ, கம்பளிக் குல்லாவோ, கையுறையோகூட வேண்டியதில்லை. சாதா ஸ்வெட்டரே போதும். இந்த வானிலை அறிக்கையைச் சொன்ன தைலாவின் குரலில் துள்ளல் தெரிந்தது. செய்தி தெரிந்த நேரத்தில் தனுவும் நிஷாவும் காரில் இருந்தார்களா என்று கேட்டேன். இல்லை, அவர்களைப் பள்ளியில் ஏற்கனவே விட்டிருந்தேன்

மறியா தாமுவுக்கு எழுதிய கடிதம்

என்றாள். வாரக்கடைசியில் குழந்தைகளை வெளியே அழைத்துச் சென்று பல ஆண்டுகள் கடந்து விட்டதுபோல் தோன்றிக்கொண்டிருந்தது. பாவம் குழந்தைகள். அவர்கள் சிறிய மூச்சுத் திணறலுடன் வீட்டிற்குள் நடமாடிக்கொண்டிருந்தார்கள்.

அன்றிரவு உணவு முடிந்ததுமே மறுநாள் போக வேண்டிய இடம் பற்றிய அலசல் ஆரம்பமாயிற்று. தனுவும் நிஷாவும் தங்களுக்குள் ஏற்கனவே பேசி ஒரு முடிவுக்கு வந்திருந்தார்கள். அவர்களுக்கு வெந்நீர் நீச்சல் குளத்தில் ஆசை தீரக் கரணம் அடித்துக் குளிக்க வேண்டும். தனு சொல்லத் தொடங்கியதுமே வழக்கம் போல் ஜால்ரா போட ஆரம்பித்துவிட்டாள் நிஷ்.

தைலா கலிஃபோர்னியாவின் வரலாற்றில் உணர்வுபூர்வமான இடத்தைப் பிடித்துக்கொண்டிருந்த ஒரு புராதனக் கிணற்றைப் பார்க்கப் போகலாம் என்று சொன்னாள். அது எங்களை – முக்கியமாக அவளுடைய அம்மாவை – மனதில் வைத்துச் சொன்னது. அடர்த்தியான வீடுகள் கொண்ட ஒரு பெரிய கிராமமாக அந்த ஊர் இருந்தபோது மொத்த ஜனங்களுக்குமே நீர் வார்த்த வற்றாத கிணறாம் அது. என் மனதில் இந்தியக் கிணறொன்றில் முக்காடு அணிந்த ஒல்லிப் பெண்கள் நீர் மொள்ளும் காட்சியைச் சித்தரிக்கும் புகழ்பெற்ற அந்த ஓவியம் நினைவுக்கு வந்தது.

கிணறு என்றதும் கமலா கண்களில் சிறிது பிரகாசம் தெரிந்தது. ராம் யாருடைய முகத்தையும் கவனிக்காமல் தரையில் அமர்ந்து சஞ்சிகையைப் புரட்டிக்கொண்டிருந்தார். அவர் தனக்கென்று அபிப்பிராயம் எதுவும் வைத்துக்கொள்பவர் அல்ல. கடைசியில் தைலாவின் முடிவுதான் உறுதிப்பட்டது. தனு அவசரமாகப் பயண நூல்களையும் வரைபடங்களையும் புரட்டி, போக வேண்டிய பாதைகளின் எண்களையும் இதர விவரங்களையும் டயரியில் குறித்துக் கொள்ளத் தொடங்கினாள். எந்திரம்போல் அவள் சொல்வதற்கேற்பக் காரை இடமோ வலமோ சர்ரென்று வெட்டித் திருப்பி ஓட்டிக் கொண்டு போவது மட்டும்தான் அவள் அப்பாவின் வேலை. ஓய்வெடுத்துக்கொள்ளும் இடத்திற்கோ அல்லது எக்ஸ்ப்ரஸோ காப்பி கிடைக்கும் இடத்திற்கோ விலகிச் செல்ல வேண்டிய பக்கவாட்டுப் பாதையின் எண்ணைச் சொல்வதும் அவளுடைய பொறுப்புத்தான்.

நான் வர வேண்டுமா என்று தயக்கத்துடன் தைலாவிடம் கேட்டேன். அவள் கோபப்படுவாள் என்பது தெரியும். தைலா முகம் சிவந்தது. கடுகடுப்புடன் உதடுகளை இறுக்கிக்கொண்டாள். அதுதான் அவளுடைய அதிகபட்சக் கோபம். கமலா என் முகத்தைப் பார்த்தாள்.

அதிகாலையில் காப்பி மட்டும் குடித்துவிட்டுப் புறப்பட்டோம். போகும் வழியில் காலை உணவை முடித்துக்கொண்டதும் தனு தேர்ந்தெடுத்திருந்த ரெஸ்ட்ராண்டுக்காக எல்லோருமே அவளைப் பாராட்டினார்கள். முட்டை சேர்க்காத சைவ உணவுகள் அங்கு

கிடைத்தன. பாலையும் அவர்கள் அசைவத்தில் சேர்த்துவைத்திருந்தது வெறும் விஷமம் என்றாள் கமலா.

அப்போது கமலா என் பக்கம் நகர்ந்து, மாத்திரைகளைப் போட்டுக் கொண்டுவிட்டீர்களா என்று காதோரம் கேட்டாள். வழக்கம்போல் நான் போட்டுக்கொள்ள மறந்துபோயிருந்தேன். என்னுடைய மறதியும் அவளுடைய நினைவும் ஒவ்வொரு நாளும் என்னைத் துன்புறுத்திக் கொண்டிருந்தன. விரைவில் அவளுக்குத் தெரியாமல் விழுங்கிவிட லாம் என்ற தீர்மானத்தில் போட்டுக்கொண்டுவிட்டதாகச் சொன் னேன். என்னுடைய நோயின் பெயரை என்னிடம் சொல்லக்கூட அவளுக்குக் கஷ்டமாக இருந்தது. பிறரிடம் நான் அதைச் சொல்லும் போது அவள் வேதனைப்படுவதையும் உணர முடிந்தது. மனச்சோர்வு என்று சொன்னால் போதுமே என்று பலதடவை சொல்லியிருக்கிறாள்.

கிணறு வரையிலும் காரில் போக முடியாது. இரண்டு மைல்கள் நடக்க வேண்டியிருக்கும். காரை நிறுத்த வேண்டிய வளைவின் பின்னணி ஒரே மரச்சோலையாக இருந்தது. மரங்களுக்குப் பின் பக்கம் ஒரு குன்று. அந்தக் குன்றின் மீது சாய்ந்துகொண்டிருந்தன வேறு சில சிறிய குன்றுகள். குன்றுகளின் மீதும் ஆங்காங்கு அடர்த்தி யான கிளைவீச்சுக் கொண்ட குட்டை மரங்கள் தெரிந்தன. அடிமரங் கள் முண்டோ முடிச்சோ சொரசொரப்போ இல்லாமல் ரோமம் மழித்த தொடைகளில் எண்ணெய் பூசிவிட்ட பளபளப்புடன் இருந்தது எனக்கு அருவருப்புணர்ச்சியை ஏற்படுத்தியது.

வகைவகையான இனிப்புகளும் சிற்றுண்டிகளும் கிடைக்கும் நவீனத் தோற்றம் கொண்ட ஒரு பெட்டிக்கடை முன்னால் ஐந்தாறு நாற்காலிகள் போடப்பட்டிருந்தன. அதில் உட்கார்ந்துகொள்ள என் மனம் என்னை வற்புறுத்தத் தொடங்கியது. தாவரங்களின் மணமும் ஈரம் உலராத வைக்கோலின் மணமும் காற்றில் கலந்து வந்தன. குழந்தைகளும் பெரியவர்களும் ரெஸ்ட் ரூம் போய்விட்டு வந்தார்கள்.

கிணற்றுக்கு இட்டுச்செல்லும் மண்பாதையின் முன் பக்கம் ஒரு பெரிய போர்டு தெரிந்தது. அதில் கிணற்றின் கடந்தகால வாழ்க்கையும், அதன் நெருக்கடிகளும், இன்றைய துர்ப்பாக்கிய நிலையும் சிக்கனமான சொற்களில் விவரிக்கப்பட்டிருந்தன. அத்துடன் கிணற்றின் இப் போதைய நீரின் பரப்பளவு, ஆழம், படிகளின் எண்ணிக்கை, அவற்றின் அகலம், கைப்பிடிச் சுவரின் உயரம், தவிர்க்க வேண்டிய ஆபத்தான மூன்று இடங்கள் பற்றியெல்லாம் எழுதப்பட்டிருந்தன.

எனக்குத் திடீரென்று கட்டுப்படுத்த முடியாத சோம்பல் பாலில் ஆடைபோல் மனதில் படர்ந்தது. மேகங்கள் கருமை கொள்ள, மனதில் பீதி பதியத் தொடங்கிற்று. இனி அதை அகற்றி நிறுத்த முடியாது. ஆட்பட மட்டுமே முடியும். கால்கள் கணந்தோறும் இறுகுவதுபோலத் தோன்றியது. கண்ணாடியின் முன் என்றால் இப்போது என் முகம் நீலம் பாரிக்கத் தொடங்கியிருக்கும். ஒருசில விநாடிகளில் முழு

உடம்பும் முகபாவமும் மாறி இறுக்கம் கொண்டுவிடுகிறது என்று திரும்பத் திரும்பச் சொல்லியிருக்கிறாள் கமலா.

காலை நீட்டிக் கண்ணடைத்துக் கிடக்க அங்கு வசதியாக ஒரு இடமில்லை. மட்டான குளிரில் மென்மையான காற்றை அனுபவித்த படி, முடிந்தளவு தலையைப் பின்பக்கம் சாய்த்து, அரைத் தூக்கத்தில் மயங்க வேண்டும் போலிருந்தது.

கிணற்றைப் பார்ப்பதற்கான ஆர்வம் சூடான மணலில் சிந்திய தண்ணீர்போல் எப்படியோ ஒரு நொடியில் வற்றிப்போய்விட்டது. தொலைவில் நின்ற கமலா என் நிலையை உணரத் தொடங்கி விட்டாள். எனக்காக எல்லோரும் காத்துக்கொண்டு நிற்பது சங்கட மாக இருந்தது. என்னைப் பார்க்க ஒன்றிரண்டு அடிகள் அவள் கால்கள் எடுத்து வைத்தன. நான் அவளைப் பார்த்துச் சிரிக்க முயன்றேன். ஆனால் சகஜமாக ஒரு தடவை சிரித்துக்காட்ட என்னால் அப்போது முடியாமல் போயிற்று.

உண்மையில் அதிகம் கவலைப்பட ஒன்றும் இல்லை. நான் முற்றிலும் குணமாகிவிடுவேன் என்றுதான் டாக்டர் சொல்லிக்கொண்டிருந்தார். கஷ்டங்கள் இருக்கத்தான் இருக்கும். தாங்க முடியாத தத்தளிப்பும் இருக்கும். விசித்திர பீதியைக் கிளறக்கூடியவை அவை. கமலாவைப் பார்த்து, நீங்கள் போகலாம், பின்னால் நான் வருகிறேன் என்று சமிக்ஞை காட்டினேன். கமலா தைலாவிடம் ஏதோ பேசுவதை கவனித்தேன். தைலா தேர்ச்சி பெற்றிருந்த மருத்துவத்துறை வேறு என்றாலும் என்னுடைய சிக்கல்களின் அடிப்படை அவளுக்குத் தெரியும். என்னை இரண்டு மூன்று முறை திரும்பிப் பார்த்துவிட்டு மரக்கிளைகளின் அடர்த்தியில் எல்லோரும் மறைந்தார்கள்.

தொடர்ந்து பல வாகனங்கள் வந்த வண்ணம் இருந்தன. கருக்கிருட் டில் கூண்டுக்குத் திரும்பும் தேனீக்கள் போல் சிறு இடைவெளிகளில், அனுமானிக்க முடியாத திசையிலிருந்து ஒரு வாகனம் சர்ரென்று திரும்பி நிற்க, பலரும் அதிலிருந்து புசுபுசுவென்று இறங்கினார்கள். அவர்கள் எல்லோருமே உற்சாகமாக இருப்பதுபோலவும் அந்த உற்சாகத்தைக் கிளறும் வகையில் காற்றும் வெளியும் இயற்கையும் இயங்குவதுபோலவும் எனக்குத் தோன்றிற்று.

ஒரு நீண்ட பஸ் மிக மென்மையாக வந்து ஒதுங்க மிச்சமிருந்த கடைசித் தடத்திற்குள் நுழைந்தது. அதன் கண்ணாடி ஜன்னல் வழியாகத் தெரிந்த முகங்கள் ஆர்வத்தைத் தூண்டின. பழுத்து வெதும்பிப்போன முதுமையின் முகங்கள். பெரிய பெரிய மாம்பழங் களில் தோல் சுருங்கிச் சிறுத்துப்போனவற்றை மட்டும் பொறுக்கிச் சேர்த்துக்கொண்டு வந்திருப்பதுபோல் பட்டது. பிஞ்சாகவோ காய்ப் பருவத்திலோ ஒரு முகம்கூடத் தெரியவில்லை.

பஸ் நின்றதும் பின்வாசலைத் திறந்தபடி நேர்த்தியான கருப்புக் கோட்டும், பூட்ஸ்களின் மீது நுனி மடிந்து கிடக்கும் பான்டும், பிரம்புக் கீற்றினால் பின்னப்பட்ட தொப்பியும் அணிந்திருந்த

அமெரிக்க வெள்ளையினப் பெண் கீழே குதித்தாள். பான்ட் பையிலிருந்து ஒரு சாவியை எடுத்து இறங்கி வந்து கதவைப் பூட்டினாள். அதை இழுத்துப் பார்த்தாள். பஸ் அடையாளப்படுத்தி இருந்த தடத்திற்குள் கனகச்சிதமாக பஸ்ஸை ஓரம் கட்டியிருந்தது அவளுக்கு மகிழ்ச்சியைத் தந்தது. பஸ்ஸைச் சுற்றி வந்தபோது ஒவ்வொரு டயர் மீதும் கால் பூட்ஸால் ஒரு குத்து விட்டாள். டிரைவர் இருக்கையின் பக்கம் வந்து தலையைத் தூக்கி, மேரி, பஸ்ஸை நீ நன்றாக ஓட்டுவதை விடவும் நன்றாக நிறுத்துகிறாய் என்றாள். அந்த ஆப்பிரிக்க – அமெரிக்கப் பெண் குன்றுகளில் தன் குரல் எதிரொலிக்கும்படி அட்டகாசமாகச் சிரித்தாள். நான் எவ்வளவு கெட்டிக்காரி என்பது உனக்குத் தெரியாது ஜானி என்றாள். நீ பல விஷயங்களிலும் கெட்டிக்காரி என்பது எனக்குத் தெரியும் மேரி என்று சொல்லிவிட்டு ஜானி சிரித்தாள்.

ஜானி தன் கைக்கடிகாரத்தைப் பார்த்தாள். மேரி மணி என்ன என்று கேட்க அவள் பத்தாக ஐந்து நிமிஷங்கள் இருக்கின்றன என்று சொன்னதும், பாவம் அவர்களைத் திறந்து வெளியில் விடு, காற்றாட உட்கார்ந்துகொண்டிருக்கட்டும் என்றாள். நாற்காலிகளை நான் ஒரு நொடியில் எடுத்து வெளியே போட்டுவிடுவேன் என்று சொல்லியபடி ஜானியின் தோள்பட்டையில் ஒரு குத்து விட்டாள் மேரி. ஐயோ என்னைக் கொல்கிறாள் என்று கத்தினாள் ஜானி. ஜன்னல் வழியாகப் பார்த்துக்கொண்டிருந்த ஒரு வயோதிகர் இன்னும் ஒரு குத்து விடு, அவள் பிழைத்துப் போகட்டும் என்றார். பக்கத்தில் இருந்தவர்கள் பெரிதாகச் சிரிப்பது கேட்டது.

மடக்கு நாற்காலிகளை வெளியே எடுத்து விரித்துப் போட்டு முடிந்ததும் முதியவர்கள் இருக்கைகளில் எழுந்து தள்ளாடியபடியே இறங்கத் தொடங்கினார்கள். உதவி தேவைப்படுகிறவர்கள் தயவுசெய்து இருக்கையிலேயே இருங்கள் என்றாள் ஜானி. பஸ்ஸின் வாசல் முன் தரையில் நின்றபடி ஒரு காலைத் தூக்கிப் படியில் வைத்துக்கொண்டிருந்த ஜானி ஒவ்வொருவரையும் இடது தோளில் கைகொடுத்து இறக்கிவிட்டாள். என்னைச் சுற்றிப் போடப்பட்ட நாற்காலிகளில் ஒவ்வொருவராக வந்து உட்கார்ந்துகொண்டதில் நான் நடுவில் அகப்பட்டுக் கொண்டதுபோல் கூச்சமடைந்தேன்.

முதியோர்கள் பஸ்ஸின் வாசலில் இருந்து விலகி வந்ததும் சுற்றும் முற்றும் பார்த்தார்கள். அந்தக் குன்றுக்குப் படிக்கட்டுகள் இருக்கும் என்று நம்புகிறேன் என்றார் ஒரு வயோதிகர். அவர் பரக்கப் பரக்கப் பார்த்தார். தங்கள் சட்டைகளைப் பலரும் பான்டுக்குள் தள்ளிச் சரி செய்துகொண்டார்கள். கோட் அணிந்தவர்கள் சட்டையின் விளிம்புகளை மணிக்கட்டில் இழுத்து விட்டுக்கொண்டார்கள். மணியைப் பார்த்தார்கள். கோட் பாக்கெட்டிலிருந்தோ அல்லது பான்ட் பாக்கெட்டிலிருந்தோ சிறு சீப்பை எடுத்து வெள்ளை முடியை ஒதுக்கிவிட்டுக்கொண்டார்கள். வழுக்கைத் தலையர்கள் தொப்பியை அகற்றிக் கைக்குட்டையால் தங்கள் தலைகளுக்குப்

பளபளப்பு ஏற்றுவதுபோல் துடைத்துக்கொண்டார்கள். ஒருவர் பின் ஒருவராக ரெஸ்ட் ரூமைப் பார்க்கப் போகத் தொடங்கினார்கள். ரெஸ்ட் ரூமின் வாசலில் நொடிகளில் வரிசை உருவாகிவிட்டது.

பஸ்ஸிலிருந்து இறங்கியவர்களில் ஐந்து பேர் பெண்கள். அதில் ஒருத்தி தவிர பிறர் தங்கள் இருக்கைகளில் எப்படி அமர்ந்து வந்தார்கள் என்று அதிசயிக்கும்படி ஸ்தூல உடல் கொண்டவர்களாக இருந்தார்கள்.

மேரியும் ஜானியும் பஸ்ஸிற்குள் நுழைந்தார்கள். அவர்கள் இருவரும் தோள் தாங்கலாகக் கடைசிப் பெண்ணை அழைத்துக்கொண்டு வந்தார்கள். அவள்தான் வயதில் குறைந்தவள். மத்திய வயதுகூட அவளுக்குத் தாண்டியிருக்கும் என்று தோன்றவில்லை. அவள் பஸ்ஸிலிருந்து இறங்கியதும் சக்கர வண்டி மீது அவள் பின்னால் வந்துகொண்டிருந்த பிராணவாயுக் கூண்டை எடுத்துப் பதமாகத் தரையில் வைத்தாள் மேரி. கூண்டிலிருந்து வெளியே கொண்டுவரப்பட்டிருந்த இரண்டு ரப்பர் குழாய்களும் அந்தப் பெண்மணியின் நாசித் துவாரங்களில் பொருத்தப்பட்டிருந்தன. குழாய்கள் கன்னங்களில் பிளாஸ்திரி போட்டு ஒட்டப்பட்டிருந்தன. சக்கரங்களின் மீது பொருத்தப்பட்டிருந்த கூண்டு அகலமான ஒரு நாடாவால் அந்தப் பெண்ணின் இடுப்போடு பிணைக்கப்பட்டிருந்தது. ஜானி அந்தப் பெண்ணின் முகத்தெதிரே வந்து, கிறிஸ்டி எப்படி இருக்கிறீர்கள் என்று கேட்டாள். நன்றாகவே இருக்கிறேன் என்றவள் சுற்று முற்றும் பார்த்தவாறே அழகான இடம் என்றாள். குன்றை வலது கை நீட்டிச் சுட்டியவாறு அதுதானே நம் பரீட்சை ஹால் என்றாள். அதேதான் என்றாள் ஜானி. ரெஸ்ட் ரூம் போய்விட்டு வந்துவிடுவோமே என்றாள் மேரி. உன் யோசனைக்கு நன்றி என்றாள் அந்தப் பெண்மணி. வலது கையால் கிறிஸ்டியை மேரி அணைத்துக்கொண்டாள். அவர்கள் இருவரும் மெதுவாக நடந்து சென்றார்கள்.

நாற்காலிகளில் உட்கார்ந்துகொண்டிருந்தவர்களில் சிலர் சிகரெட் பிடித்துக்கொண்டிருந்தார்கள். ஒருவர் தடித்த சுருட்டுக் குடித்துக் கொண்டிருந்தார். ஜானி அவர்கள் முன்னால் வந்து என் அருமை மாணவர்களே நீங்கள் எல்லோரும் நன்றாக இருக்கிறீர்களா என்று கேட்டாள். நாங்கள் எல்லோரும் நன்றாக இருக்கிறோம் யங் மேடம் என்று வயோதிகர்கள் கத்திச் சொன்னார்கள். உங்களுக்கு ஏதும் தேவையிருந்தால் சொல்லுங்கள் என்றாள் ஜானி. எங்களுக்குத் தேவையானது எல்லாம் எங்கள் கைகளிலேயே இருக்கின்றன என்றார்கள் அவர்கள். இங்கு ஒரு கால் மணி நேரம் ஓய்வெடுத்துக்கொள்ள விரும்புகிறீர்களா என்று கேட்டாள் அவள். மிகவும் நன்றி என்று பல குரல்களும் ஒலித்தன.

வயோதிகர்கள் ஒவ்வொருவராகத் தங்கள் முதுகுப் பையை கீழே இறக்கி அதிலிருந்து அப்போது அவர்களுக்குத் தேவையான உணவுகளை எடுத்துக்கொண்டார்கள்.

நண்பர்களே, படம் வரைய போர்டுகள் இருக்கிறதா என்பதைச் சரிபார்த்துக்கொள்ளுங்கள். கொண்டுவராதவர்கள் கவலைப்பட வேண்டாம். நாங்கள் அதிகப்படியாகக் கொண்டுவந்திருக்கிறோம். அத்துடன் சாயங்கள், தாள்கள் எல்லாம் கொண்டுவந்திருக்கிறோம் என்றாள் ஜானி. சாக்லேட் கொண்டுவந்திருக்கிறீர்களா என்று முதியவர் ஒருவர் கேட்டார். எல்லோரும் சிரித்தார்கள். குழந்தைகளை அழைத்து வரும்போது சாக்லேட் எடுத்துக்கொள்ள வேண்டாமா என்றார் அவர். மீண்டும் எல்லோரும் சிரித்தார்கள். நண்பர்களே, ஓய்வெடுத்து முடிந்ததும் சொல்லுங்கள், அவசரமில்லை என்றாள் ஜானி. எனக்கு இதயம் படபடக்கிறது. பரீட்சை கடுமையாக இருக்குமா என்று கேட்டார் ஒரு மூதாட்டி. உங்கள் திறமைகளுடன் ஒப்பிடும் போது பரீட்சை கடுமையானதே அல்ல. விளையாட்டுப் போக்கில் நீங்கள் செய்து முடித்துவிடக்கூடியதுதான். எப்போது குன்று ஏறலாம் என்று தோன்றுகிறதோ அப்போது சொல்லுங்கள் என்று சொல்லிவிட்டு ஜானி மரத்தடியை நோக்கி நகர்ந்தாள்.

மரத்தடியில் மேரி சிகரெட் பிடித்துக்கொண்டிருந்தாள். அரை மணி நேரத்தில் ஏறி முடித்துவிடலாம் என்று கருதுகிறாயா என்று கேட்டாள் மேரி. அதுவே அதிகம். மொத்தம் முப்பத்தாறு படிகள்தான். நேற்று நம் பள்ளியிலிருந்து ஆசிரியர்களும் உதவியாளர்களும் வந்து படிகளையும் குன்றின் மேல் பகுதியையும் சுத்தம் செய்துவிட்டுப் போயிருக்கிறார்கள். கிறிஸ்ட்டியானாவின் கூண்டை மட்டும் நீ அவர் பின்னால் தூக்கியபடி வர வேண்டியிருக்கும். அவரிடம் போதுமான அளவு பிராண வாயு இருக்குமா என்றாள் மேரி. நான்கு மணி நேரத்திற்குப் போதுமான பிராண வாயு வைத்துக் கொள்ளும்படி பள்ளி முதல்வர் அவரிடம் முன்பே சொல்லிவிட்டார் என்றாள் ஜானி.

ஜானி, அவர்கள் முன்னால் வந்து நின்றாள். மாணவர்களே, இன்னும் இருபது நிமிடங்கள் ஓய்வெடுத்துக்கொள்வது உங்களுக்குப் போதுமானதாக இருக்குமா என்று கேட்டாள். காலத்தை வீணாக்குவது எனக்குப் பிடிக்காது. பத்தொன்பது நிமிடங்களே போதும் என்றார் ஒரு வயோதிகர். எல்லோரும் அதிகமாகவே சிரித்தார்கள். ஒருவர் ஜாண்சனின் நகைச்சுவை உணர்வு அலாதியானதுதான் என்றார். இளமை ததும்பும் அவரது முகமே அதைச் சொல்கிறதே என்றார் மற்றொரு முதியவர். தினமும் என் தோழி என்னிடம் சொல்வதை நீங்கள் திரும்பிச் சொல்வது அலுப்பாக இருக்கிறது என்று பொய்க் கோபத்துடன் சொன்னார் ஜாண்சன்.

எல்லோரும் கிளம்ப ஆயத்தமாகிவிட்டார்கள். வந்த வேலையில் முனைய வேண்டும் என்ற எண்ணம் அவர்களுக்கு ஏற்பட்டுவிட்டது. அவசரமில்லை, படிகளில் நிதானமாக ஏறுங்கள். அவசியமென்றால் நீங்கள் ஓய்வெடுத்துக்கொள்ள விரும்பும் படியிலேயே உட்கார்ந்து கொள்ளுங்கள். பரீட்சைக்கு நேரம் குறித்துத் தரவில்லை. எல்லோரும்

மேலே வந்து சுதாரித்துக்கொண்ட பின் உங்கள் வசதியைக் கேட்டுத்தான் பரீட்சையைத் தொடங்க வேண்டுமென்று முதல்வர் சொல்லியிருக்கிறார் என்றாள் ஜானி. உங்கள் முதல்வரிடம் எங்கள் எல்லோருடைய சார்பிலும் நன்றி சொல்லுங்கள். நாங்கள் அவருக்கு என்றென்றும் கடமைப்பட்டிருக்கிறோம் என்றார் பின் வரிசையில் அமர்ந்திருந்த ஒரு பெண்மணி. நான் என்னை அறியாமலேயே நாற்காலியிலிருந்து எழுந்து நின்றேன். அந்த முதியோர்களுடன் நானும் குன்றுக்குப் போகலாமே என்று தோன்றிற்று. அவர்கள் மட்டுமே போகும்போது நான் அவர்களுடன் சேர்ந்து போனால் உறுத்தலாக இருக்குமோ என்று நினைத்தேன். குன்றுகளைப் பார்த்தபோது பல சுற்றுலாப் பயணிகள் குன்றின் மீது இருந்ததைக் கவனித்தேன். ஆண்கள், பெண்கள், குழந்தைகள் என்று பலர் இருந்தார்கள். அவர்களுடன் கலந்துகொள்ளலாம் என்ற சுதந்திரம் மனதுக்கு வரவே நானும் படியேறத் தொடங்கினேன்.

வயசாளிகளின் சம்பாஷணைகள் காதில் விழுந்தவண்ணம் இருந்தன. திடீரென்று ஒரு மூதாட்டி, எனக்கொரு கேள்வி. நாம் எல்லோரும் உத்தியோகங்களில் இருந்த காலத்தில் நம் முன் வந்தவர் களிடம் கனிவாக நடந்துகொண்டோமா? கடவுளுக்கு நம் காரியங்கள் பற்றித் திருப்தி இருக்குமென்று நினைக்கிறீர்களா என்று கேட்டார். தயவு செய்து பழைய விஷயங்களை நினைவுபடுத்தாதீர்கள். எல்லா வற்றையும் மறந்துவிட்டுச் சற்று நிம்மதியாக இருக்கிறோம். நமக்கு நினைவு இருக்கிறதோ இல்லையோ கடவுளுக்கு எல்லாம் நினைவி ருக்கும் என்றார் ஒரு முதியவர்.

பலரும் பின்னால் மரச்சோலையைத் தாண்டி வந்துகொண்டிருந் தார்கள். மூட்டு வலி கொண்டவர்கள், நடையில் தள்ளாட்டம் கண்டுவிட்டவர்கள், பார்வை மங்கிப் போனவர்கள் எல்லோரும் சாவகாசமாகப் பேசிக்கொண்டு வந்தார்கள். குன்றின் உயரத்தில் எல்லோருக்கும் முன்னால் ஜானி பள்ளியின் பெயர் பொறித்திருந்த கொடியுடன் நடந்து போய்க்கொண்டிருந்தாள். கொடி காற்றில் சடசடத்தது. முதுமை ஏறிப்போயிருந்தாலும் நல்ல ஆரோக்கியத்துடன் இருந்தவர்கள் என்னைத் தாண்டி முன்னே படிகளில் ஏறிப் போய்க் கொண்டிருந்தார்கள். அருமையான காற்று என்றார் அதில் ஒரு முதியவர். கூட வந்துகொண்டிருந்த முதியவருக்கு இவருடைய பேச்சு காதில் விழவில்லையா அல்லது மனம் அலைபாய்ந்து கொண்டிருந்ததா என்பது தெரியவில்லை. உங்களுக்குக் கை நடுக்கம் இருக்கிறதா என்று கேட்டார். வலது கையில் நடுக்கம்தான். இடது கையால் படம் போட்டுப் பழகிவிட்டேன். வெற்று இடங்களை வண்ணங்களால் நிரப்ப வேண்டுமென்றால் வலது கையிடம் பிரஷ்ஷைக் கொடுத்துவிடுவேன். நான் எதுவும் செய்யாமலே வெற்றிடங்களில் வண்ணம் நிரம்பி வேலை முடிந்துவிடும். எனக்கு அதிக மதிப்பெண் கிடைப்பது அதில்தான். கேட்டுக்கொண்டிருந்த

கிழவர் பெரிதாகச் சிரித்தார். உங்கள் மீது எனக்குப் பொறாமையாக இருக்கிறது என்றார்.

என்னால் எவ்வளவு படிகள் வேண்டுமென்றாலும் ஏற முடியும், ஆனால் மூட்டுவலிக்கு ஏறத் தெரியவில்லை. அதை விட்டுவிட்டுப் போகவும் முடியாது என்று சொல்லிவிட்டுச் சிரித்தார் ஒரு கிழவர்.

குன்றின் மீது எல்லோரும் வெவ்வேறு திசைகளைப் பார்த்து உட்கார்ந்துகொண்டார்கள். பலருக்கு முழங்காலை மடித்து உட்காரவே சிரமமாக இருந்தது. தங்கள் அசௌரியத்தைத் தெரிவிக்கும் வண்ணம் பல விசித்திர சத்தங்களை எழுப்பினார்கள். ஒருவர் தன் முழங்கால் மீது பலமான ஒரு குத்து விட்டார். சொன்னதைக் கேளு என்றார். ஒவ்வொருவருமே அவர்களுக்கு எதிரே தெரியும் காட்சியை வரைய வேண்டும். தொலைவில் ஆகாயம் தெரிந்தது. மேகங்கள். அதற்குக் கீழே அடர்த்தியான முரட்டுத்தனமான மரங்கள். அதன் முன் பெரும் புதர் போல் மண்டிக் கிடந்த செடிகள். குன்றுகளையும் ஆகாயத்தையும் பிரிக்கும் அற்புதமான பச்சைப் புல்வெளி. எல்லோரும் அவரவர் பார்வைக்குப் பட்டதை வரையத் தொடங்கினார்கள். ஒருவர் வரைந்துகொண்டிருக்கும் படத்தைப் பிறர் உற்றுப் பார்ப்பதை விரும்பமாட்டார்கள் என்று தோன்றியதால் நான் பக்கத்திலிருந்த மற்றொரு குன்றில் உட்கார்ந்துகொண்டேன். வர்ணப் பெட்டிகளைக் குலுக்கும் சத்தம் கேட்டுக்கொண்டிருந்தது. ஒவ்வொரு வரும் அவர்களுக்குத் தேவையான வண்ணங்களைப் பொறுக்கிக் கொண்டிருக்கிறார்கள். அனைவருக்கும் அவரவர் பணியில் கவனம் குவியத் தொடங்கிவிட்டது. அவர்கள் கொள்ளும் தீவிரம் முகத்தில் பரவி உடல் முழுக்கக் கவிவதுபோல் இருந்தது. சுமார் அரை மணி நேரம் ஒருவருமே பேசவில்லை. சிறு சத்தம்கூட இல்லை. அதன் பின் உடல் தந்த அசௌகரியங்களால் பலருடைய கவனமும் சிதறு வதை உணர்ந்தேன். பலர் கால்களை நீட்டிக்கொண்டார்கள். கைகளால் சிறு உடற்பயிற்சி செய்தார்கள். பொதுவாக எல்லோருக்கும் இருந்த பிரச்சினை உடல்வலி என்று தோன்றிற்று.

ஜானியும் இதைக் கவனித்திருக்க வேண்டும். அவசியமென்றால் எல்லோரும் சிறிது ஓய்வு எடுத்துக்கொள்ளலாம்; ஒரே மூச்சில் வரைய வேண்டும் என்பதில்லை என்றாள்.

ஜானி, எனக்குச் சூரியனை நன்றாக வரையத் தெரியும். ஆனால் இன்று சூரியனைக் காணோமே என்றார் ஒரு கிழவர். அந்தக் கேள்வியை ஜானி காரியார்த்தமாக எடுத்துக்கொண்டு, இருப்பதை அப்படியேதான் வரைய வேண்டும் என்ற கட்டாயமில்லை. உங்கள் கற்பனைக்கேற்றபடி வரையலாம் என்றாள்.

மற்றொரு பெண்மணி எனக்குச் சூரியனையும் சந்திரனையும் நன்றாக வரைய வரும் என்றாள். உங்கள் விருப்பம் என்றாள் ஜானி.

மீண்டும் எல்லோரும் வரைவதில் முனைந்தார்கள். ஃப்ளாஸ்க்கில் தேநீர் கொண்டுவந்திருந்த ஒரு சிலர் அதை விட்டு விட்டு உறிஞ்சிக் கொண்டே படம் வரைந்துகொண்டிருந்தார்கள். பலருக்கும் சிகரெட் ஆறுதலைத் தந்துகொண்டிருந்தது. ஆசையுடன் இழுத்துப் புகையைச் சிறுகச் சிறுக வெளியே விட்டுக்கொண்டிருந்தார்கள்.

என் வேலை முடிந்துவிட்டது என்று சொல்லியவாறே ஒரு கிழவர் பாறையின் மீது படுத்துக்கொண்டார். தன் கால்களை முழுமையாக நிமிர்த்திப் பாதங்களைச் சற்று அகல வைத்துக் கொண்டார். அவருடைய கால் பூட்ஸ்கள் சுழன்றன. உடல்வலியை வெளியே தள்ள அவர் கண்டுபிடித்திருந்த பிரத்தியேக வழிபோல் தோன்றியது.

வேலை முடிந்ததை உணர்த்த ஏற்ற சமிக்ஞையாக பலரும் அதை ஏற்றுக்கொண்டார்கள். ஒவ்வொருவராக முதுகைப் பாறை மீது பதித்தும் ஒருக்களித்தும் படுத்துக்கொண்டார்கள். பலரும் ஆண்டவரின் பெயரை உரக்கச் சொன்னார்கள். கொட்டாவி விட்டார்கள்.

மேரி படங்களைச் சேகரிக்கத் தொடங்கினாள். பிளாஸ்டிக் வாளியில் அவள் கனத்த ரூல் தடிகள் போலிருந்த அட்டைக் குழாய்களைத் தூக்கிக்கொண்டு வந்தாள். படங்களை வெகு லாவகமாகச் சுருட்டிக் குழாய்க்குள் போட்டாள். எல்லா ஓவியங்களும் ஒரு நிமிடத்தில் வசதியாகப் பத்திரப்படுத்தப்பட்டது எனக்கு சந்தோஷத்தைத் தந்தது. ஜானி மற்றொரு பிளாஸ்டிக் கூடையுடன் வந்தாள். அதில் காற்றுப் படாத ஐஸ் கிரீம்கள் இருந்தன. ஒவ்வொருவருக்காக அதை விநியோகித்துக்கொண்டே போனாள். இந்த நிமிஷத்தைத்தான் நான் ஆரம்பத்திலிருந்து எதிர்பார்த்துக்கொண்டிருக்கிறேன் என்று கனத்த சரீரம் கொண்ட ஒரு பெண் சொல்லவும் எல்லோரும் அளவுக்கதிகமாகச் சிரித்தார்கள். புறப்படுவோமா, எப்படி உணருகிறீர் கள் என்று கேட்டாள் ஜானி. எங்கள் மாணவர்களை நான்தான் தலைமை தாங்கி அழைத்துச் செல்வேன் என்றார் ஒருவர். அவரிடம் நடக்க எந்திரம் போன்ற ஒரு ஊன்றுதடி இருந்தது. அது அவர் கையிலிருக்கும் வரையும் யாராலும் பிடித்துத் தள்ளி அவரைக் கீழே விழச் செய்ய முடியாது என்ற பெருமிதத்துடன் அவர் எழுந்து நின்றார். நீங்களே தலைமை வகித்துப் போங்கள் என்றாள் ஜானி.

எல்லோரும் இறங்கத் தொடங்கினார்கள். ஒருவர் பின் ஒருவராக எழுந்து ஒரு வரிசையைத் தமக்குள் உருவாக்கிக்கொண்டார்கள். கடைசி நபராக நான் இறங்கி வந்தேன்.

என் பழைய நாற்காலியில் வந்து அமர்ந்துகொண்டேன். கீழே வந்தவர்கள் பலரும் ரெஸ்ட் ரூமுக்குச் சென்றுவிட்டு பஸ்ஸில் ஏறத் தொடங்கினார்கள். பிராணவாயுக் கூண்டுடன் வந்திருந்த பெண்மணி கடைசியாக ஏறினார். கூண்டில் மேல்பகுதியில் கைக் கடிகாரம் போலிருந்த பொறியில் ஊசி நிற்கும் எண்ணைப் பார்த்துச்

சொல்ல மேரியிடம் கேட்டுக்கொண்டார் அவர். அவள் அந்த எண்ணைச் சொன்னதும் எனக்கு இரண்டு மணி நேரத்திற்குக் கவலை இல்லை என்றார். கவனமாகவே வந்திருக்கிறீர்கள் என்றாள் மேரி.

பஸ் பின்பக்கம் நகர்ந்து அவர்கள் ஏற வசதியாக நின்றுகொண்டது. நான் பஸ் முன்னோக்கி நகர்வதைப் பார்த்துக்கொண்டிருந்தேன். பலருக்கும் என் முகம் பரிச்சயமாகிவிட்டிருந்ததால் கையசைத்து விடைபெற்றுச் சென்றார்கள். பலர் மீண்டும் சந்திப்போம் என்றார்கள்.

எவ்வளவு நேரம் நான் அந்த நாற்காலியில் கண்களை அடைத்து தியானம் செய்வதுபோல் அமர்ந்து இருந்தேன் என்பது எனக்கே தெரியவில்லை. திடீரென்று நிஷியின் குரல் கேட்கவே திடுக்கிட்டு விழித்தேன். குழந்தை என்னைப் பார்க்கத் தொலைவில் ஓடிவந்து கொண்டிருந்தது. உடன் வந்த எல்லோரையும் வெகு பின்னால் தள்ளிவிட்டு என்னை வந்தடைய அவள் மூச்சிரைக்க வந்திருக்கிறாள். பின்னால் வந்துகொண்டிருப்பவர்களுடன் சேர்ந்துகொள்ள அவள் என்னை இழுத்துக்கொண்டு போனாள். இரண்டொரு நிமிடங்கள் நடந்ததும் தொலைவில் எல்லோரும் வந்துகொண்டிருப்பது தெரிந்தது.

என் முகத்தைக் கவனித்ததுமே கமலா சற்று ஆறுதலடைந்தது போலிருந்தது. என்ன செய்துகொண்டிருந்தீர்கள் என்றாள் தைலா. நான் நடந்த விஷயங்களைச் சொன்னேன். கிரான்பா, நீங்களும் பரீட்சை எழுதினீர்களா என்று கேட்டாள் நிஷ். நான் அவளை என் உடலுடன் அணைத்துக்கொண்டேன்.

மார்ச் 2004 நாகர்கோவில்

நண்பர் ஜி.எம்.

மதுரை ரயில் நிலையத்தில் இறங்கியதும் பயந்து கொண்டேதான் ஊருக்குள் காலடி எடுத்து வைத்தேன். ரயிலடி, மங்கம்மாள் சத்திரம், காலேஜ் கஃபே ஆகிய பிராந்தியங்கள் ஜி.எம்.மின் ஆட்சிக்கு விசேஷமாக உட்பட்டவை. இங்கெல்லாம் அவர் எப்போது வேண்டு மென்றாலும் தோன்றலாம். பகலில் பணி, இரவில் உறக்கம் என்ற பிரிவின்மீது ஜி.எம்.முக்கு எந்தக் காலத்திலும் நம்பிக்கை இருந்ததில்லை.

நான் ரயிலடியில் இறங்கிய நேரம் இரவு பதினொன் றரை. எந்தெந்த ரயிலில் அவருடைய சிநேகிதிகள் வந்து இறங்குவார்கள் என்பதைப் பற்றி ஜி.எம்.முக்கு மனதில் ஒரு கணக்குண்டு. அவர்களைப் பார்க்க அவர் வரலாம்.

என்னுடன் வரும்போது அவர் சந்தித்துப் பேசும் பெண்களின் முகங்கள் எனக்குச் சாதாரணமாகத்தான் தெரியும். உங்களுக்கு எப்படிக் கூடுதலாகத் தெரிகிறது என்று ஜி.எம்.மைப் பலமுறை கேட்டிருக்கிறேன். ஒவ்வொரு பெண்ணின் முகத்திலும் ஒரு 'ஹிந்து' நாளிதழ் அளவுக்குச் செய்திகள் இருக்கின்றன என்பார் அவர். எனக்குத் தெரியவில்லையே என்றால் இங்கிலீஷ் தெரியாமல் 'ஹிந்து' படிக்க முடியுமா என்பார்.

வழக்கமான ஓட்டலில் அறை அமர்த்திக்கொண்டேன். வேட்டியை மாற்றி லுங்கியைக் கட்டிக்கொண்டதும் பதுங்கியிருந்த பசி மூர்க்கமாகப் படுத்தத் தொடங்கிற்று.

பழமும் பாலும் சாப்பிடலாம் என்ற எண்ணத்தில் வெளியே வந்தேன். சாப்பிட்டு முடிந்து ஒரு சிகரெட்டைப் பற்றவைத்துக் கொண்டிருந்தபோது இடது தோள்மீது விரல்கள் அழுந்தவே கலவரத்துடன் திரும்பிப் பார்த்தேன். ஜி.எம்.தான்.

'தட்டுப்படுவீங்கனு நினைச்சபடிதான் வந்தேன்' என்றேன்.

'அது கதெ' என்றார் ஜி.எம். 'பயந்துகிட்டே வந்திருப்பீங்க.'

'நான் வருவது தெரியுமா?'

'தெரியும்'

'எப்படி?'

'இதெல்லாம் கேட்டுக்கிட்டு இருக்கக் கூடாது தோழர். யோசிச்சுப் பார்க்கணும்' என்றார்.

'சரி, ரூமுக்குப் போகலாமா' என்று கேட்டேன்.

'போயிட்டே இருங்க, வந்துடறேன்' என்று சொல்லிவிட்டு இரண்டடி எடுத்து வைத்தபின், 'அறை எண்?' என்றார். சொன்னேன். காதில் விழுந்துவிட்டதற்கு அடையாளமாகத் தன் முதுகுக்குப் பின்னால் கையை அசைத்துக்காட்டிவிட்டுப் போனார். நடையின் கம்பீரத்தையும் அழகையும் பார்த்துக்கொண்டே இருந்தேன். கூட்டத்தில் எவர் மீதும் தன் உடல் உரசாமலும் வேகத்தைக் கூட்டிக் கொண்டும் போய்க்கொண்டிருந்தார். ஜனம் எவ்வளவு திரண்டு போய்க்கொண்டிருந்தாலும் வழிவிட்டு வழிவாங்கும் முறை அவருக்குக் கைவந்த கலையாக இருந்தது. நான் கவனமாக நடக்கிறபோதுதான் அதிக அளவு மோதிக்கொள்வேன்.

அறைக்குள் நுழைந்தேன். ஜி.எம். தம் வேட்டியை இடது கையால் பிடித்துக்கொண்டு விரையும் சித்திரம் மனதிற்குள் அசைந்து கொண்டே இருந்தது. இந்த நேரத்தில் அப்படிப் போனால் அதன் அர்த்தம் என்ன என்பது எனக்குத் தெரியும். என் மனதில் கவலை அட்டைபோல் நெளியத் தொடங்கிற்று.

என்னைப் பார்த்த சந்தோஷம். உட்கார்ந்து பேசவும் கும்மாளம் போடவும் ஒரு அறை. தோன்றும் நேரத்தில் வெளியே போகலாம். வரலாம்.

படுக்கையில் படுத்துக்கொண்டேன். மிகுந்த சோர்வாக இருந்தது. தன்னையறியாமல் தூங்கிவிடுவோம் என்று தோன்றிற்று. மறுநாள் காலையிலிருந்து மாலை வரையிலும் கழுத்தைப் பிடிக்கும் அளவுக்கு வேலைகள் இருந்தன. ஜி.எம். மறுநாள் லீவு போட்டுவிடுவாரோ என்று நினைத்தபோது மனம் கலங்கத் தொடங்கிவிட்டது.

கதவைத் தாழ் போட்டால்தான் என்னால் நிம்மதியாகத் தூங்க முடியும். இன்னும் ஒரு நிமிடத்திற்குள் ஜி.எம். வரலாம். ஒரு மணி நேரத்திற்குள்ளும் வரலாம். வராமலும் போய்விடலாம். போகிற வழியில் யார் யாரைச் சந்திக்க நேர்கிறதோ. எதிர்பாராத

சந்திப்புகள் நிகழ்ந்து ஒரு நொடியில் ஒப்பந்தங்கள் உருவாகிவிடலாம். அப்போது அவர் தனி அறை ஒன்றை அமர்த்திக்கொண்டு போய் விடுவார். கூடுதலோ குறைவோ வந்த கிராக்கியை வீணாக்கிவிடக் கூடாது என்பதில் கரிசனை உள்ளவர்.

தூக்கத்தின் பெரிய தடாகத்திற்குள் என்னை அறியாமலே அமிழ்ந்து கொண்டிருந்தேன். எப்போது அதன் கருப்பையில் கரைந்தேன் என்பது எனக்கே தெரியாது.

'என்ன தூக்கம் அதற்குள்ளே?' என்ற அதட்டல் கேட்டு உடல் நடுக்கத்துடன் விழித்தேன்.

ஜி.எம். எதிரே நின்றுகொண்டிருந்தார்.

நான் எதிர்பார்த்தது போல் ஜி.எம்.மின் முகம் பளபளத்தது. முகத்தில் பூத்து நிற்கும் அசட்டுப் புன்னகை கன்னத்துச் சதைகளைத் தூக்கிப் பிடித்துக்கொண்டிருந்தது. இருந்தாலும் வழக்கம்போலவே இப்போதும் தள்ளாட்டம் இல்லை. 'நாலு பாட்டில் சாப்பிட்டாலும் ஸ்டெடினெஸ் ஊசியிலேயே நிற்கும் ராமசாமி' என்று அவர் பெருமையடித்துக்கொள்ளும் வாசகம் நினைவில் ஓடிற்று. மணக்கோலத் தில் வராமல் தனியாக வந்ததே ஒரு பெரிய விஷயம்தான்.

'ஒரு சிகரெட் பிடியுங்க தோழர்' என்று சொல்லியபடியே என் உதட்டில் ஒரு சிகரெட்டைப் பொருத்தினார். தீக்குச்சியை வழக்கமான ஜாலத்துடன் கிழித்தார். என் மூக்கோரம் சுடர் நகர்ந்து வரவே அந்தச் சுடரால் இயக்கப்பட்டதுபோல் சிகரெட்டைச் சரிவர உதட்டில் பொருத்திக்கொண்டே எழுந்து உட்கார்ந்தேன்.

'என்ன கைக்குழந்தை கணக்காத் தூங்கிறீங்க?' என்று கிண்டல் தொனியில் ஆரம்பித்தார் அவர். அவருடைய மனநிலை பெருங் காற்றில் வானத்தின் முகட்டைத் தொட ஏறும் பட்டம்போல் இருக் கிறது. இனிமேல் விடிய விடிய பேச்சைத் தொடர வேண்டியிருக்கும். இதற்கு முன் என்னுடன் அறையில் தங்கிய இரவுகளில் அடித்த லூட்டிகள் படம் படமாக மனதிற்குள் வந்தன.

அவர் அறைக்கு வந்தால் அழைப்பு மணியை அடித்துக்கொண்டே இருப்பார். இரவு இரண்டு மணிக்கு ரூம் பாய் எப்படி வருவான் என்று கேட்பேன். வரவழைக்கிறேன் ராமசாமி, நீங்க எதுக்குப் பதட்டப்படறீங்க என்று சொல்லிக்கொண்டே மீண்டும் அழைப்பு மணியை அழுத்துவார். நெடிய வராண்டாவில் உறைந்து கிடக்கும் இருள் வலி தாங்காமல் கதறுவதுபோல் இருக்கும். பயம் கலந்த மனக்கூச்சம் ஏற்படும்.

ஜி.எம். தியானத்தில் ஆழ்ந்திருப்பதுபோல் ஒரு கணம் கண்களை மூடிக்கொண்டிருந்தார். ஒன்றை மற்றொன்று பிடித்தபடி இரு கைகளும் பின் தலையில் அழுந்திக்கொண்டிருந்தன. 'போயிட்டு அஞ்சு நிமிஷத்துலெ வரேன். முழிச்சிட்டிருங்க. உங்களுக்கு மூடு இருந்தால் ஒரு ரவுண்டு சுத்திட்டு வரலாம்' என்றார்.

யோசனை விஸ்தாரமாக இருப்பது என் மனதைக் கலங்கடித்தது.

'நாளைக்குப் பார்க்கலாம் ஜி.எம். ஒரு நாள் முழுக்க வேலையிருக்கு. கூட ஒரு நாள் தங்கிட்டுப் போறேன்' என்றேன்.

'தங்கிட்டுப் போங்க தோழர். நாலு நாள் தங்கிட்டுப் போங்க' என்று சொல்லிக்கொண்டே தன் வெள்ளை உடையினால் இருளைக் கிழித்துக்கொண்டே போனார்.

நான் சிறிது மயங்கினேன். இன்றிரவு சந்திப்பதற்குப் பதில் நாளையிரவு சந்தித்திருந்தால் பெரிய பிரச்சினை ஒன்றுமில்லை. நாளை மறுநாள் வேலையை வைத்துக்கொள்வோம் என்றால் ஞாயிற்றுக்கிழமை. சரியான பொறியில் அகப்பட்டுக்கொண்டதுபோல் இருந்தது.

இலேசாக மயங்கியிருப்பேன் போல் இருக்கிறது. தொலைவில் ஜி.எம்.மின் அலறல் கேட்டு திடுக்கிட்டு எழுந்தேன்.

வரவேற்புக் கூடத்தில் என்ன நடந்தது என்பது தெரியவில்லை. மிகப் பெரிய சண்டைபோல் சத்தங்கள் கேட்டன. ஜி.எம். ஆங்கிலத்தில் கத்திக்கொண்டிருந்தார். வராண்டாவில் நின்று பார்க்கவே எனக்குப் பிடிக்கவில்லை. நீள மேசையின் பின்னாலிருந்து மூன்று பேர் பயங்கரமாகக் கத்திக்கொண்டிருந்தார்கள். 'போலீசுக்கு போண் பண்ணுங்க' என்று உரத்த குரலில் ஒருவர் கத்தினார்.

ஜி.எம். ஒரு வில்லன் சிரிப்புச் சிரித்தார். அவர் கூடத்தை விட்டு வெளியேறுவதும், கத்திக்கொண்டே திரும்ப வருவதுமாக இருந்தார்.

'போலீஸ் வந்தா என்னப்பா செஞ்சிடுவாங்க? கொலையா? கொள்ளையா? பேசிக்கிட்டிருக்கோம் அவ்வளவுதானே? ஓட்டல் பொதுவிடமுங்க. நாலு பேர் வருவாங்க. போவாங்க. கொஞ்சம் முன்ன பின்ன இருக்கத்தான் செய்யும். காந்திக்கு மட்டும்தான் ரூம் தருவீங்களோ?' ஜி.எம். மீண்டும் வெளியே போகப் புறப்பட்டார்.

'அந்த ஆளெ இப்பவே ரூமெ காலி பண்ணச் சொல்லுங்க' என்று அந்தப் பருத்த ஆசாமி கத்தினார். அவருடைய தோரணை அவர்தான் மானேஜர் என்பதைக் காட்டிற்று. ஒருவர் வரவேற்பறையிலிருந்து வெளியே வந்தார்.

'குமாரசாமி நீயும் போ' என்றார் பருத்த ஆசாமி. அவர்தான் ஹோட்டல் சண்டியர் போலிருந்தது.

எனக்கு நடக்கப்போகிற காரியங்கள் மனதில் வந்தன. வந்த காரியம் பாழ்பட்டுப் போவதற்கான அறிகுறிகள் வலுத்துக்கொண்டே இருந்தன.

வெளியே போய்க்கொண்டிருந்த ஜி.எம். மீண்டும் திரும்பி வந்து வரவேற்பறை மேஜையில் விரல்களைத் தட்டி மிருதங்கம் வாசித்துக் கொண்டே, 'பிஸினஸ் என்பதே வளஞ்சு கொடுத்து துட்டடிக்கறது தானுங்களே. எதுக்கு பிரதர் கோபப்படுறீங்க' என்று சொல்லியவாறே

எதிரே நின்றவரின் தோள்ப்பட்டையில் வாஞ்சையுடன் தட்டிவிட்டுப் போனார்.

சுருக்குச் சரியாக விழுந்துவிட்டது. பல சந்தர்ப்பங்களில் பல உபாயங்களை நான் கையாண்டிருக்கிறேன். வடக்கு மாசி வீதியில் ஒரு பஞ்சப் பாடாவதி ஓட்டலில் அறையை அமர்த்திக்கொண்டு தங்கியிருக்கிறேன். அதிகமும் யாத்ரீகர்கள் மட்டுமே தங்கும் மங்கம்மாள் சத்திரத்தில் இருந்திருக்கிறேன். வட இந்தியப் பெண்கள் நாலுகட்டு போன்ற இடத்தில் சப்பாத்தி தட்டுவார்கள். ஈரப் புடவைகளைத் தூணுக்குத் தூண் கட்டி வைத்திருப்பார்கள். வெளியே வர வேண்டுமென்றால் முன்னும் பின்னும் போய் ராவணன் கோட்டையிலிருந்து வெளியேறுவதுபோல் வர வேண்டியிருக்கும். வேறு எங்குமே முகரக் கிடைக்காத மணம் நாசியைத் தாக்கிக் கொண்டிருக்கும். அப்போதும் ஒரு நாள் வெளியே வரும்போது ஜி.எம். எதிர்ப்பட்டார். அந்த நிமிஷத்தையும் அந்த இடத்தையும் என்னால் அதற்குப் பின் மறக்கவே முடிந்ததில்லை.

குமாரசாமியும் கூட வந்த ஆளும் என் அறைக்குள் நுழைந்தார்கள். உச்சக்கட்ட தாக்குதலில்தான் ஆரம்பமே கொள்ளவேண்டும் என்று இருவருமே தீர்மானத்துடன் வந்திருப்பதுபோல் இருந்தது.

'ஏன்? எதற்கு? நான் என்ன தவறு செய்தேன்?' என்று கேட்டேன்.

'நீங்க வர ஒவ்வொரு வாட்டியும் பிரச்சனைதான். பெட்டியத் தூக்குங்க. மானேஜர் உத்தரவு' என்றார்.

மீண்டும் நான் காரணம் கேட்டேன்.

காரணம் சொல்ல வேண்டியதில்லையாம். சுவரில் சட்டம் போட்டு மாட்டப்பட்டிருந்த விதிகளை எடுத்து ஏழாவது எண்ணில் ஆட்காட்டி விரலை வைத்துக் காட்டினார்கள். எந்த நேரத்திலும் அறையைக் காலி செய்யச் சொல்ல அவர்களுக்கு உரிமை உண்டாம்.

மேற்கொண்டு மடக்கத் தெரியாமல் நான் நின்றுகொண்டிருந்தேன்.

'என்ன சத்தம்?' என்று கேட்டுக்கொண்டே ஜி.எம். உள்ளே வந்தார்.

'நான் இப்ப வெளியேறணுமாம்.'

'யார் சொல்றாங்க?'

ஜி.எம். வந்திருந்தவர்களின் முகத்தைப் பார்த்தார்.

'ரூமுக்கு வெளியே நின்னு பேசுங்க. கெட் அவுட்' என்றார்.

அவர்கள் ஜி.எம்மின் முகத்தைப் பார்த்தார்கள்.

'வெளியே இருந்து மணியை அடிக்கணும். அழைத்தால்தான் உள்ளே வரலாம்' என்று சொல்லிவிட்டு சில விநாடிகளுக்குப் பின் மீண்டும் 'கெட் அவுட்' என்று கத்தினார்.

அவர்கள் இருவரும் அறையிலிருந்து வெளியே போனார்கள். அவர்கள் போகிறபோது ஜி.எம்., 'Sons of a bitch. I will kick them in their asses' என்று வலது காலைத் தூக்கினார். கதவைச் சாத்தித் தாளிட்டார். சாத்திய கதவைத் திறந்து தலையை வெளியே நீட்டி, 'இந்தப் பக்கம் தலயெக் காட்டாதீங்க. ஒதெ விழும், ஒதெ' என்றார்.

சிரித்துக்கொண்டே நாற்காலியில் உட்கார்ந்துகொண்டார். அந்தச் சிரிப்பு எனக்குப் பிடிக்கவில்லை. ரயிலடியிலிருந்து ஊருக்குள் காலை வைத்து இரண்டு மூன்று மணி நேரங்கள் ஆகியிருக்கலாம். வந்த பின் ஒரு நிமிடம்கூட என்னால் நிம்மதியாக இருக்க முடிய வில்லை. ஜி.எம். சிகரெட் பாக்கெட்டைத் திறந்து என் முன் நீட்டினார். 'Black-guards' என்றார். நான் வேண்டாம் என்ற அர்த்தத்தில் தலையசைத்தேன்.

'இதையெல்லாம் பெரிசா எடுத்துக்கிடாதீங்க தோழர். ஒரு game தானே? Sportive ஆகப் பாருங்க. ஒரு டீ குடிச்சிட்டு வருவோமா?' என்றார். அதன் பின், 'ஸ்டேஷனுக்குப் போய்ப் பார்ப்போம். குருக்ஷேத்திரத்திலே எல்லாரும் வீரமரணம் அடைந்து கிடப்பதைப் பார்க்க வேண்டாமா?' என்றார். என் கையைப் பிடித்துத் தூக்கினார். நான் லுங்கியை மாற்ற முயன்றேன்.

'வேண்டாம் தோழர். இந்த நேரத்துக்கு லுங்கிதான் களையா யிருக்கும்' என்றார்.

அவர் வழக்கப்படி ஜி.எம். ரவுண்ட் அடித்துக்கொண்டே இருந்தார். எத்தனை சந்துகள், பொந்துகள். நாங்கள் அறைக்கு வரும்போது தெருவில் மாடுகளுடன் பால் வியாபாரிகள் போய்க்கொண்டிருந் தார்கள்.

நன்றாக விடிந்தபின் தூக்கம் கிறுகிறுத்தது. சற்று மயங்கினேனோ என்னவோ. பெரிய தவறு செய்துவிட்டதுபோல் எழுந்ததும் பக்கத்தில் தரையில் சுருட்டி வைக்கப்பட்டிருந்த படுக்கையின்மீது ஒரு குறிப்புத் தெரிந்தது. ஜி.எம். மின் ஆங்கில எழுத்து. 'மாலை வருகிறேன், ஒரு முக்கிய விஷயம் பேச இருக்கிறது' என்று எழுதியிருந்தார். தொய்ந்து போய் கிடந்த என் மனதில் மிகுந்த அலுப்பு ஏற்பட்டது. Bait, வெறும் bait. எத்தனை முறை சாயம் வெளுத்த வித்தைகள் இவை.

குளித்து உடை மாற்றிவிட்டு வெளியே வந்தேன். அன்றைய பகல் நேரப் பணிகளைத் தந்திரமாகச் செய்து முடித்துவிட வேண்டும் என்று தீர்மானித்துக்கொண்டேன். மதியத்தில் கடைகள் அடைக்கப் படும்போது அறைக்கு வந்து சிறு தூக்கம் போட்டுவிட்டுப் போனால் புத்துணர்ச்சியுடன் பிற்பகல் வேலையை கவனிக்க முடியும். ஆனால் அன்று அறைக்குத் திரும்பாமல் விளக்குத்தூண் பக்கமே சுற்றிக்கொண் டிருந்தேன். கடைவாசல் படுதாக்களைத் தளர்த்தி விட்டுக்கொண்டு சிப்பந்திகள் மதிய உணவை உள்ளே தள்ளிக்கொண்டிருந்தார்கள்.

மாலையில் ஒரு சினிமாவிற்குச் சென்றேன். என்ன சினிமா என்பதைக்கூட கவனித்துக்கொள்ளவில்லை. மின்விசிறிக்குக் கீழ் ஒரு ஓரத்தில் சுவரில் தலைசாய்க்கத் தோதான இருக்கையைத்

தேர்ந்தெடுத்துக்கொண்டேன். முடிந்த அளவு விரைவாகத் தூங்க வேண்டும் என்ற அவசரம் மனதில் இருந்தது. ஆங்கிலப் படம். தமிழ்ப் படமென்றால் இன்னும் அதிக நேரம் தூங்கியிருக்கலாம்.

அறைக்குத் திரும்பும்போது, வரவேற்புக் கூடத்தில் ஜி.எம்மைப் பற்றி ஏதாவது புகார் கூறுவார்கள் என்று எதிர்பார்த்தேன். நல்ல வேளை, ஒன்றும் கூறவில்லை. போக்கிரிகளைப் பற்றிப் பேசாமல் இருப்பதுதான் விவேகம் என்பதுபோல் முகத்தை வைத்துக்கொண்டிருந்தார்கள்.

அன்று வேலையை முடித்துவிட்டது சந்தோஷத்தைத் தந்தது. மறுநாள் ஞாயிற்றுக்கிழமை. அதிகாலையில் எழுந்து சூரியோதயத்திற்கு முன்பே அடுத்த ஊருக்குப் போய்விட வேண்டும் என்று யோசனை செய்தபோது மனதிற்குள் ஒரு தவிப்பு திரள்வதுபோல் தோன்றிற்று. பாவம் ஜி.எம். எனக்கு உள்ளூர அவர்மீது ஒரு கவர்ச்சி இருந்தது. உண்மையாக அவரைப் பிடித்தும் இருந்தது. என் நண்பர்களிலேயே அவர்தான் மிகவும் நல்லவர், திறமையானவர், தைரியசாலி. வாழ்க்கையின் சூட்சுமங்களைப் பற்றி அறிந்தவர். மூளையை அறுவைச்சிகிச்சை செய்து அந்தக் கோணல் நரம்பை மட்டும் நேர் செய்துவிட்டால் அவருடன் ஒப்பிடவே யாரும் இருக்கமாட்டார்கள்.

காலையில் கண் விழித்தபோது மணி ஒன்பது. மனம் மேகங்களற்ற வானம்போல் ஒரே பிரகாசமாக இருப்பதை உணர்ந்தேன். ஜி.எம். வராமல் இருக்க மாட்டார். அவருக்கே சொந்தமான தெருக்களைக் காட்டுவதாகச் சொல்லியிருந்தார். ‘ஒண்ணு ரெண்ட பாத்துப் பேசுங்க தோழர். பயப்படாதீங்க, வெறும் அறிமுகம்தான்’ என்றார். அவருடன் போக ஆசையாக இருந்தது. அவருடைய துணையில் போகும்போது கிடைக்கும் பாதுகாப்பை வேறு யாரிடமிருந்தும் பெற முடியாது என்பது எனக்குத் தெரியும்.

காலை பத்து மணி வாக்கில் வராண்டாவில் நின்று கீழே பார்த்துக்கொண்டிருந்தேன். இரவு இலேசான தூறல் போட்டிருக்கும் போலிருக்கிறது. சுத்தம் செய்யப்படாத கார்களின் மேற்கூரையில் தண்ணீர்த் துளிகள் வைரக் கற்கள்போல் மின்னின.

ஜி.எம். உள்ளே வருவது தெரிந்தது. சீராக வாரப்பட்டிருந்த தலை பளபளத்தது. பளீரென்று வெள்ளை ஜிப்பா அணிந்துகொண்டிருந்தார்.

ஜி.எம். அறைக்கு வந்ததும் அன்றைய பகல் பொழுதை எப்படிக் கழிக்க வேண்டும் என்று திட்டம் போடத் துவங்கினார். ‘இப்ப மணி பத்து. பதினொண்ணு மணிக்கு இங்கிருந்து கிளம்பறோம் . . .’ என்று ஆரம்பித்தார்.

மணியோசை கேட்டது.

நான் ஜன்னல் வழியாக எட்டிப் பார்த்தேன். குட்டி யானை ஓட்டலுக்குள் நுழைந்துகொண்டிருந்தது. நெற்றியில் பட்டை

பட்டையாக விபூதி. நடுநெற்றியில் அப்பிய சந்தனத்திற்கு மேல் குங்குமம். பலமுறை நான் பார்த்திருந்த குட்டி யானை அது. அதன் முகச்சாடை எனக்கு நன்றாகத் தெரியும்.

'என்ன தோழர், பாப்பா மாதிரி குட்டி யானையைப் பாத்துக் கிட்டு . . .'

அறையிலிருந்து குழந்தைகள் கூக்குரலிட்டுக்கொண்டு வராண்டாக் களுக்கு வந்தன. மூன்று வராண்டாக்களிலும் குழந்தைகள் திரண்டு விட்டன.

குட்டி யானை துதிக்கையை உயர்த்தி ஒரு காரின் டிரைவரை ஆசீர்வதிக்கப் போயிற்று. அதற்குள் மற்றொரு காரின் பின் கதவைத் திறந்து பிடித்துக்கொண்டு நின்றான் அந்த வண்டியின் காரோட்டி. யானையின் தலை ஒரு அரை வட்டத்தில் புறச்சக்தியால் இயக்கப் பட்டதுபோல் திரும்பிற்று. பட்டுச் சொக்காயும் பட்டு உத்தரியமும் அணிந்து காரிலிருந்து இறங்கி வந்துகொண்டிருந்தவரின் முன் யானை நகர்ந்தது. பட்டுச் சொக்காய்க்காரர் யானையைக் கும்பிட்டார். 'கணேசா' என்று கூறியபடி அதன் நெற்றியில் தொட்டுக் கண்களில் ஒற்றிக்கொண்டார். குட்டி யானை தன் துதிக்கையைத் தூக்கி அவரை சமத்காரமாக ஆசீர்வதித்தது. பட்டுச் சொக்காய்க்காரர் மணிபர்சைத் திறந்து பத்து ரூபாய் நோட்டொன்றைத் துதிக்கையின் நுனியில் வைத்தார். அவர் கைகள் பர்சை மடித்தன. பின் என்ன தோன்றிற்றோ அவசரமாக ஐந்து ரூபாயை உருவிப் பத்து ரூபாயின் மேல் வைத்தார். பாகன் மடித்துக் கட்டியிருந்த தன் வேஷ்டியை அவிழ்த்துவிட்ட படியே பட்டுச் சொக்காய்க்காரரைக் கும்பிட்டான்.

நான் அறைக்குள் நுழையும்போது ஜி.எம். அறைக்கு வெளியே நின்றபடி பக்கத்து அறையைக் கவனித்துக்கொண்டிருந்தார். நான் அவரைத் தாண்டிச் சென்றபோது என் காதில் விழும்படி, 'something is happening here' என்றார். என் கவனம் அதில் படியவில்லை. யானையின் தலை சரேரென்று திரும்பிய விதத்தில் தேங்கியிருந்த துக்கம் மனதைக் கலக்கிற்று.

'அங்கெ என்ன செஞ்சிக்கிட்டு இருக்கீங்க?' என்று கேட்டார் ஜி.எம்.

வெண்டிலேட்டர் வழி பார்த்துக்கொண்டிருந்த குழந்தை, 'We are locked inside' என்றது.

'என்ன சொல்றே பாப்பா?'

'கதவை வெளில பூட்டிட்டுப் போயிட்டாங்க. அங்கிள், எங்களுக்கு யானையைப் பாக்கணும்' என்றது அந்தப் பெண் குழந்தை.

'கூட யாரு?'

'என் தம்பி. அவனால ஜன்னல்ல ஏற முடியாது. அங்கிள், எங்களுக்கு யானையைப் பாக்கணும்.'

தென்னிந்தியக் குழந்தைகள் போல் தெரியவில்லை. அந்தப் பெண்ணின் ஆங்கில உச்சரிப்பு அதன் பெற்றோர்களின் முகங்களைப்

பற்றியும், வீட்டின் தோற்றத்தைப் பற்றியும் என் மனதில் பல கற்பனைகளை ஏற்படுத்தின.

‘யார் உங்களை அடச்சுப் போட்டது?’

‘டாடியும் மம்மியும். அவுங்களுக்குக் குட்டி யானை வரும்னு தெரியாது.’

குட்டி யானையின் மணியோசை கேட்டது.

‘We need help’ என்றது அந்தப் பெண்.

‘நீங்க யானையைப் பாத்ததில்லே?’

‘ஆறு மாசத்துலெ பாத்தேனாம். எனக்கு நினைவில்லே.’

ஜி.எம். அறையின் பூட்டை இழுத்துப் பார்த்தார். காலால் கதவை உதைத்துப் பார்த்தார்.

‘மாத்துச் சாவி இருக்கும். நான் வாங்கிட்டு வரேன்’ என்றேன்.

‘அந்தப் பிச்சைக்காரங்ககிட்ட நீங்க ஒண்ணும் போய்க் கெஞ்ச வேண்டாம்’ என்றார் ஜி.எம்.

மீண்டும் கதவை உதைத்தார். அதிக சத்தத்துடன் கதவு பின்னால் நகர்ந்து அதிர்வுடன் மீண்டும் நிலையில் வந்து ஒட்டிக்கொண்டது.

பக்கத்து அறைகளிலிருந்து பலரும் வெளியே வந்தனர். பெண்களும் குழந்தைகளும் விலகி அறை வாசல்களிலேயே நின்றார்கள். ஆண்கள் முகத்தில் கிளர்ச்சி தெரிந்தது. அதிரடியாக ஏதோ நடக்கப் போகிறது. ஆனால் அதன் பலாபலன்களில் அவர்களுக்குப் பங்குமில்லை.

அறைப் பையன் ஒருவன் வராண்டாவில் வந்துகொண்டிருந்தான். ஜி.எம். கதவை உதைப்பதை ஒரு தடவை பார்த்ததுமே வேகமாகத் திரும்பி ஓடினான். ஏணிப்படிகளில் அவன் பின்னந்தலை இரண்டிரண்டு படிகளாக இறங்கிச் சென்றது.

சில நிமிஷங்களிலேயே வரவேற்புக் கூடத்திற்குள் இருந்து நாலைந்து பேர் ஆவேசமாக வந்தார்கள். பின்னால் வேகமாக மானேஜரும் வந்துகொண்டிருந்தார்.

‘நிறுத்துடா’ என்று அவர் கத்தினார்.

அவர் சொல்லி முடித்ததும் ஜி.எம். வராண்டாவின் தடுப்புச் சுவரிலிருந்து வேகமாகப் பாய்ந்து வந்து கதவை உதைத்தார்.

‘இந்த நாயைப் பிடிச்சு வெளில தள்ளுங்க.’ மானேஜருக்குக் கோபத்தில் பேச்சுக் குழறியது.

‘பக்கத்துலெ யாராவது வந்தால் கழுத்தை நெரிச்சுக் கொன்னுப்புடுவேன்’ என்றார் ஜி.எம். மீண்டும் ஒரு உதை விட்டார்.

அறைவாசி ஒருவர், ‘என்ன சார் கலாட்டா பண்றீங்க’ என்றார்.

ஒரு பெண் தன் கணவரைக் கூட்டிவரும்படி பையனைக் கீழே விரட்டினாள்.

'இப்ப போலீசுக்கு போன் பண்றேன்' என்று சொல்லிக்கொண்டே மானேஜர் ஓடினார்.

'தம்பி தப்பா நினைக்காதீங்க. ஏன் கதவை உடைக்கிறீங்க?' என்று ஒரு முதியவர் கேட்டார்.

'குழந்தைகளை உள்ளார போட்டு பூட்டிட்டுப் போயிருக்காங்க. அவங்களுக்கு யானையைப் பார்க்கணும். அது அவங்க அடிப்படை உரிமை' என்றார்.

'குழந்தைகளின் பத்திரத்தை நெனச்சுத்தானே சார். காலம் கெட்ட காலம்' என்றார் முதியவர்.

'அப்டீன்னா உள்ளெ தாழ் போட்டுக்கணும். உள்ளே தீ புடிச் சிட்டா நீங்க குழந்தைகளெக் காப்பாத்துவீங்களா?'

அடுத்த உதையில் நாதாங்கி பிய்த்துக்கொண்டு தொங்கிற்று.

குழந்தைகள் இருவரும் வெளியே வந்தார்கள்.

'கீழே போய்ப் பாத்துட்டு வாங்க' என்றார் ஜி.எம். குழந்தைகள் ஓடின.

ஜி.எம். கைக்குட்டையால் முகத்தைத் துடைத்துக்கொண்டார்.

இரண்டு போலீஸ்காரர்கள் வராண்டாவில் வந்துகொண்டிருப்பது தெரிந்தது. அருகில் வந்ததும் ஒருவர், 'புரபஸர் சார், எங்களுக்கு உங்களெ நல்லாத் தெரியும். உங்களெ விசாரிக்க நாங்க வரலெ. இன்ஸ்பெக்டருக்கு உங்களெப் பாக்கணுமாம். கூட்டிக்கிட்டு வரச் சொல்லியிருக்கிறாரு. வாங்க, பேசுங்க, அப்புறம் உங்களுக்குள்ள' என்றார்.

நான் கீழே பார்த்தேன். போலீஸ் வேன் நின்றுகொண்டிருந்தது.

ஜி.எம். என்னைப் பார்த்து, 'போயிட்டு அரை மணிநேரத்திலே வந்துடறேன்' என்று சொல்லியபடி தன் கைக்கடிகாரத்தைப் பார்த்தார். அவர்கள் நடந்து போகும்போது திரும்பிப் பார்த்து, 'அறையைக் காலி பண்ணச் சொன்னா மாட்டேன்னு சொல்லுங்க தோழர்' என்றார்.

போலீஸ்காரருடன் பேசியபடி ஜி.எம். படியிறங்கிச் செல்வதைப் பார்த்துக்கொண்டிருந்தேன்.

மார்ச் 2004 நாகர்கோவில்

ஒரு ஸ்டோரியின் கதை

பிற்பகல் நான்கு மணிக்கு முனிவர் சந்திப்பில் அந்த அதிசயம் தோற்றம் தந்தது. மிகச் சரியாகச் சொன்னால் 3.58க்கு. அங்கு பூமி வெடித்து ஒரு நொடிக்குள் எழும்பியிருந்தது ஒரு பிரம்மாண்டமான ஸ்தூபி. அந்த ஸ்தூபி மீது அந்த மங்கை உயிர்த் துடிப்புடன் காட்சி தருகிறாள். சுண்டி வசீகரிக்கும் அழகு அவளுக்கு.

அந்தச் சந்திப்பில் முதலில் அந்த அழகியைப் பார்க்கக் கிடைத்த, படித்தவரின் தோற்றம் கொண்ட ஒரு பெரியவர் அந்த மாயத்தோற்றத்தைக் காண நேர்ந்ததும் பயம் மனதைக் கவ்வ, வாய் குழறக் கத்தியபடி ஓடியதாகவும் அப்போது தன்னிச்சையாகத் தன் கைக்கடிகாரத்தைப் பார்த்ததாகவும் அவரை மொய்க்கத் தொடங்கியிருந்த பத்திரிகை நிருபர்களிடம் சொன்னார். அவரால் அப்போதும் அந்த சொரூபத்தைக் கண்ட அதிர்ச்சியில் கலங்கிப் போயிருந்த தன் பார்வையை அகற்ற முடிந்திருக்கவில்லை. அது உண்மையா பொய்யா என்று அவர் விடாது புலம்பியபடியே கேட்டுக்கொண்டிருந்தார். அழுவதுபோல் அவர் குரல் கம்மியது பரிதாபமாக இருந்தது. அந்த உருவத்தை அவர் இடது கை ஆட்காட்டி விரலால் விட்டுவிட்டுச் சுட்டுபவராகவும், நிருபர்களின் முகங்களை மாறி மாறிப் பரிதாபமாகப் பார்ப்பவராகவும் இருந்தார். அவரது ஆட்காட்டி விரல் விறைத்தபடி இருந்தது. படபடக்கும் மார்பை வலது கை அழுத்திப் பிடித்துக்கொண்டிருந்தது.

வினாடிக்கு வினாடி அங்கு கூட்டம் சேர்ந்துகொண்டிருந்தது. காற்றுக்குத் தீப்பிடித்ததுபோல் அந்தப் பெருநகரம் முழுக்கச் செய்தி பரவத் தொடங்கிவிட்டது. மக்கள் பதறியடித்துக்கொண்டு முனிவர் சந்திப்பை நோக்கி ஓடி வந்துகொண்டிருந்தனர். வாகனங்கள் வந்த வேகம் விபத்துக்கள் பற்றிய சித்திரங்களை நினைவில் பளிச்சிட வைக்கக்கூடியவையாக இருந்தன. மோட்டார் சைக்கிள்களிலும் கார்களிலும் நிருபர்களும் புகைப்படக் கலைஞர்களும் பெரும் பாய்ச்சலாக வந்துகொண்டிருந்தனர். அதற்குள் அவர்களுக்கு எப்படி மணத்துவிட்டது என்பது தெரியவில்லை.

ஐயா, அந்த அம்மணியைப் பார்ப்பதை விட்டுவிட்டு எங்கள் கேள்விகளுக்குக் கொஞ்சம் பதில் சொல்லுங்கள் ஐயா என்று பெரியவரைப் பார்த்துக் கேட்டுக்கொண்டிருந்தனர் நிருபர்கள். அந்த அதிசய மங்கையை முதலில் பார்த்தவரைக் கண்டுபிடிக்க முடிந்துவிட்டதில் மிகுந்த மகிழ்ச்சியும், அவர் ஏதாவது ஒரு காரணத்தைச் சொல்லிக் கலைந்துபோய்விடக் கூடாதே என்ற கவலையும் அவர்கள் மனங்களை ஆட்கொண்டிருந்தன.

சிறிதும் தளர்ச்சியின்றி மூங்கில் கழிபோல் செங்குத்தாக நின்ற அந்த முதியவருக்கு அந்த மாய உருவத்தைப் பற்றிச் சொல்லச் சொல்லச் சிறிது போதையேறி அவரது வர்ணிப்பில் சுயபிரக்ஞை இல்லாமலே கற்பனைகளின் தங்க ரேக்குகளும் மிகையின் அத்தர் வாசனையும் இடைகலந்து வரத் தொடங்கின. தன்னால் இவ்வளவு சுவாரசியமாக வர்ணிக்க முடிவதை உணர்ந்ததும் அவருக்குப் பெருமிதம் பொங்கிற்று. திக்குவாய்க்காரரான அந்த வயசாளி, தன் பால்யத்திலிருந்தே தன் மூச்சுடன் கலந்து போயிருந்த, அளவுக்கு அதிகமான வெட்க உணர்ச்சியுடன் பேசத் தொடங்கியவர்தான். சில நொடிகள் கேட்பவர் சங்கடப்படும்படி அவஸ்தைப்பட்டவருக்கு கிடுகிடுவென்று பேச்சு நிதானத்திற்கு வந்துவிட்டது. அந்த மகிழ்ச்சியில் தனது தன்னம்பிக்கை முனைப்பாக வெளியே தெரியும்படி அவர் பேசத் தொடங்கினார்.

என்ன இது? நிருபர்களும் புகைப்படக்காரர்களும் இப்படி வந்து குவிந்துகொண்டிருக்கிறார்கள்! மாயத்தோற்றத்தைக் கண்ணாரக் கண்டு புகைப்படங்களும் மாறி மாறி எடுப்பவர்கள் எதற்காக என்னை மொய்க்கிறார்கள்? அவர்கள் பார்ப்பதையும் மற்றொருவர் வர்ணிக்க வேண்டுமா என்ன? நான் இப்போது சொல்வதும் என் புகைப்படங்களும் நாளைக் காலை எல்லாப் பத்திரிகைகளிலும் வெளிவரப்போகின்றனவா?

கிழவரால் தன் இருப்பையோ சூழலையோ நம்ப முடியவில்லை.

நிருபர்கள் அவர்களின் தொழில் தந்திரப்படி, அரும்பு விட்டுக் கொண்டிருந்த பெரியவரின் கற்பனைகளை நுட்பமான கேள்விகள் வழியாக இதழ் மலரச் செய்துகொண்டிருந்தனர். அவர்கள் உருவாக்க விரும்பும் ஸ்டோரியை அதிக அளவுக்கு அவர் வாய் வழியாகவே

வரவழைக்க முடிந்துவிட்டது அவர்களுக்கு வெற்றிதானே! அந்தப் பிரபல நாளேட்டின் கண்ணாடி அணிந்திருந்த இளம் வயது நிருபர் – அவரை ஏன் சக நிருபர்கள் 'ஈகிள்' என்று அழைக்கிறார்கள் என்பது தெரியவில்லை – ஆங்கிலத்தில், இரண்டாவதோ அல்லது மூன்றாவதோ முறையாக, ஐயா, தாங்கள் முதலில் பார்க்கும்போது அந்தப் பெண்ணின் மார்புகள் மறைவற்றவையாகத்தான் காட்சி தந்தனவா எனக் கேட்டார். திடீரென்று முதியவருக்குத் தனக்கிருந்த ஆங்கில மொழியில் பேசும், கேட்போரை வியக்க வைக்கும் பழைய திறன் நினைவுக்கு வந்தது. அவர் தன் தொண்டையைக் கனைத்தபடி, ஆங்கிலத்தில் பதில் சொன்னார்: அந்த மேடத்தின் வளமான மார்புகள் எந்தக் காலத்திலேனும் ஒரு நூலிழையையேனும் பார்த்திருக்குமா என்பது சந்தேகமாகவே இருக்கிறது. இந்தப் பதிலில் நிருபர்கள் மிகுந்த மகிழ்ச்சி அடைந்தனர். அவர் ஆங்கிலத்தில் பேசியது நம்பகத்தன்மைக்கு அதிகப்படியான ஒரு சான்றாகவும் அவர்களுக்குத் தோன்றிற்று.

நடந்தது இதுதான்: உலக அளவில் அவர்களின் இருப்பிற்கு ஒரு நவீன அடையாளமாகத் துலங்குவது தலைநகரமாகிய அந்தப் பெருநகரம்தான் என்பதை அனைவரும் ஒப்புக்கொள்வர். அவர்கள் வாழ்க்கைக்கே ஒரு அடிப்படையை உருவாக்கித் தந்த பெருந்தகையின் சிலை எங்கு தனது உறுதியான இருப்பை ஸ்தாபித்துக்கொண்டிருக்கிறது என்பதை யாரும் யாருக்கும் நினைவூட்ட அவசியமும் இல்லை. நாகரிகத்தின் குறியீடாகவும் மக்களின் செயல்பாடுகளை மேற்பார்வையிடுபவராகவும் அவர் வீற்றிருக்கும் அந்த இடத்தை என்ன பெயர் சொல்லி அம்மக்கள் அழைத்து வருகிறார்கள் என்பதும் சொல்லித் தெரிய வேண்டியதல்ல. அவர் கம்பீரமாக வடதிசையை நோக்கி அமர்ந்திருப்பது மக்களின் மனங்களிலிருந்து என்றும் மறையாத ஒரு காட்சி அல்லவா? அவருடைய இருப்புக்குப் பின்னால் தெற்கே பார்த்தபடி நான்கு மணிக்கு, சரியாகச் சொல்லப்போனால், 3.58க்கு அந்த அதிசயம் தோற்றம் கொண்டது.

அந்தப் பேரழகி ஐரோப்பிய நாடுகளைச் சேர்ந்த அரச வம்சங்களில் உதித்த இளவரசிபோலவே காணப்பட்டாள். அந்த மாதரசியின் சாயலையொத்த பல பேரழகிகளைத் தடிமன் ஓவியப் புத்தகங்களில் நூல் நிலையத்தில் தான் பார்த்திருப்பதாக அந்த முதியவர் நிருபர்களிடம் சொன்னார்.

அவளுக்கு இறுகிய சதைப்பற்றுக் கொண்ட நீண்ட கழுத்து. ஆண்மையின் திரட்சியையொத்த திரண்ட தோள்கள். லகரியில் சொருகி மயங்கி மீளும் கண்கள். இமைகள் தாழ்ந்து கண்மணிகளை மூடும் அசைவில் பறவையின் சிறகுகள் விரிவதுபோல் தோன்றுவது மனதை அள்ளிக்கொண்டுபோகிறது. பற்களின் நுனிகளில் மாலை வெயில் பட்டு வெண்மை தெறிக்கிறது.

அவள் முழுமையான நிர்வாணிதான் என்பது எல்லா மனங்களிலும் பட்டது. மிகுந்த விட்டம் கொண்ட அந்த அலங்கார ஸ்தூபிக்குள்

அவள் தன் இடுப்பு மறைய நின்றுகொண்டிருக்கிறாள். அவளுடைய வெட்கம் அந்த அளவுக்குத்தான் அவளுக்குச் சுதந்திரம் அளித்திருந்தது போலிருக்கிறது.

ஆண்டவரே, அவளுடைய ஸ்தனங்கள்! படைப்பு தன் சிகரத்தைக் கண்ட வெற்றியில் கெக்கலித்துக்கொண்டிருக்கிறது. அவற்றின் எடுப்பு. திடத்தன்மை. ரோஜாவின் நிறத்தையொத்த, கழுத்திலிருந்து வழுக்கிக் கொண்டிறங்கும் சருமம்தான் அவற்றைத் தூக்கி நிறுத்திக்கொண்டிருக் கிறது. வாடாமல்லிப் பூக்களையொத்த முலைக் காம்புகள் விரல் நுனிகளின் ஸ்பரிசத்தைத் தேடி மேல் நோக்கித் துடித்துக்கொண்டிருக் கின்றன.

காட்சிப் படிமம் மேலெழுந்த சில நொடிகளுக்குள்ளேயே முனிவர் சந்திப்பில் திரளத் தொடங்கிய கூட்டம் கணத்திற்குக் கணம் தடித்துக்கொண்டேவந்தது. அதன் அடர்த்தி அகலத்தில் புடைக்க இடமின்றி கணத்துக்குக் கணம் நீண்டு பின்னகர்ந்து போயிற்று. பின் பக்கம் தேங்கிக்கொண்டிருந்தவர்களுக்கு அந்த மோகன வடிவம் பார்வையில் படாமல் போனபோது அவர்கள் முண்டியடித்து முன்பக்கம் வரத் தொடங்கினர். பின்னாலிருப்பவரை முன்னால் விடுவது என்பது, தான் பின்னகர்ந்து போவதுதானே? கூட்டத்தின் மோசமான மோதலில் சிற்றலைகள் உருவாகிக்கொண்டிருந்தன. கூட்டம் நெரிசலில் தட்டழிந்து சாக்கடைகளில் சரியத் தொடங்கிய போது படபடவென்று பாதங்கள் கடைப்படிகளைப் பிடித்துக் கொள்ளத் தொடங்கின. பாதங்களின் அடைசல் பூர்ணமானதும் கடைத் திண்ணைகள் தலைகள் மயமாகத் தெரியத் தொடங்கின.

முனிவர் சந்திப்புக்குக் காவல் படையினர் வரத் தொடங்கியிருந் தனர். கம்பி வலை போட்ட கரிய வேன்கள் வரிசையாக வந்துகொண்டி ருந்தன. கூட்டத்தின் வாலுக்கு வெகுவாகப் பின்னால் வண்டிகள் வரிசையாக ஓரங்கட்டப்பட்டன. அப்போது விவேகமான ஒரு காரியத்தைச் செய்வதாகத்தான் காவலர்கள் நினைத்துக்கொண்டிருந் தனர். ஆனால் சிறிது நேரத்திலேயே எல்லா வாகனங்களையும் சிறுமைப்படுத்துவதுபோல் கூட்டம் தன்னுள் அவற்றை இடுக்கியபடி மேலும் தடித்துக்கொண்டு போயிற்று. ஒரு அவசரத்திற்குக்கூட நகர்த்த முடியாதவையாக அவை சிறைபட்டுக் கிடந்தன. அவற்றின் கதவுகளைத் திறப்பதுகூடச் சாத்தியமில்லை. இருப்பினும் வண்டிக்குள் மாட்டிக்கொண்டிருந்த காவல் படையினர் தங்கள் ரேடியோக் கருவிகள் மூலம் சகல காவல் நிலையங்களுக்கும் உயர் அதிகாரி களுக்கும் இடைவிடாமலும் சிறிது உணர்ச்சி வயப்பட்டும் செய்திகளைத் தெரிவித்துக்கொண்டிருந்தனர். வண்டிக்குள் சிக்காமல் தப்பிய காவல் படையினர் கடை கடையாக நெரிசலூடே நுழைய முயன்றதில் கசங்கிக் கேவலப்பட்டுக் கடைகளை உடனடியாகச் சாத்தச் சொல்லி வரிசையாகக் கேட்டுக்கொண்டுவந்தனர். ஜனம்

மதங்கழன்று சூறையாடத் தொடங்கிவிட்டால் தங்களால் பாதுகாப்புத் தர இயலாது என அவர்கள் கடைக்காரர்களை எச்சரிக்கை செய்தனர்.

பெருநகரமே காலியாகிவிடும் அளவுக்கு அங்கு மக்கள் கூட்டம் சாய்ந்துகொண்டிருந்தது. மாணவர்கள், ஜேப்படித் திருடர்கள், ஆசிரியர்கள், திரைப்படத் துறையினர், எத்துவாளிகள், அரசியல் வாதிகள், குண்டர்கள், சாமியார்கள், வியாபாரிகள், முடிச்சுமாறிகள் எழுத்தாளர்கள், வேசிகள், ஓவியர்கள், தொழிலாளர்கள், மாணவிகள், சகல ஊடகங்களையும் சேர்ந்த பணியாளர்கள் . . . யார்தான் அங்கில்லை? அரசாங்க ஊழியர்களுக்குத்தான் பணிநேரம் முடிந்தும் பணி முடிந்திருக்கவில்லை. இருப்பினும் அவர்களும் பாக்கிக் கழுத் தறுப்பை மறுநாளைக்கு மாற்றி வைத்து, கோப்புகளைச் சிவப்பு நாடாவால் சுருக்குப்போட்டுக் கட்டிவிட்டு விரைந்து வெளியேறத் தொடங்கினர். காலியாகிவிட்ட விடுதிகள் இருட்கிடங்கில் ஆழ்ந்து கிடந்தன. திரையரங்குகளில் சீட்டுத் தருவதற்கு ஜன்னல்களைத் திறக்க வேண்டிய அவசியம் ஏற்படவில்லை.

பார்க்கப் பார்க்க அந்த சொரூபம் ஒரு பிரமைதானோ என்ற சந்தேகம் பலர் மனங்களிலும் முளைத்து வலுப்பட்டுவந்தது. திடத் தன்மையற்ற ஆவியும், ஒளியும், மேகமும், நறுமணங்களும், தென்றலும், நீரும் இணைந்து இயற்கையில் நிகழ்ந்த ரசாயன மாற்றத்தில் இந்த மாயத் தோற்றம் உறைந்துவிட்டதோ என்று அவர்கள் சந்தேகம் கொண்டனர். இந்த சந்தேகம் அடக்கி வைத்துக்கொள்ள முடியாத மனஅரிப்பானபோது சிறிய பேச்சுக்களாக வெளிப்படத் தொடங்கியது. இந்தப் பேச்சுப் பரவத் தொடங்கியதும் அவர்கள் சொன்னவற்றை ஏற்றுக்கொள்ளாதவர்கள் அவர்களுக்குக் கத்திப் பதில் சொல்லத் தொடங்கினர். ஜடம் கண்ணைக் கொட்டுமா என்று அவர்கள் கேட்டார்கள். அந்தக் கேள்வியிலும் உண்மை இருந்தது. அந்த அழகு சொரூபம் – அதிக இடைவெளி விட்டேனும் – கண்களைக் கொட்டத்தான் செய்தது. அது மட்டுமல்ல, கூர்ந்து கவனித்தால் அந்த பிம்பம் சிறு புன்னகை பூத்துக்கொண்டிருப்பதையும் உணர முடிந்தது. மாறி மாறி வாதங்கள் வெடித்துக் கூட்டத்தினர் வெறி யேறிக் கத்தத் தொடங்கியபோது சலசலப்புத் தோன்றிற்று. எந்த நிமிடத்திலும் அந்தச் சலசலப்பு கைகலப்பாக மாறலாம் என்ற செய்தி வெட்டவெளியில் அச்சுறுத்துவதுபோல் பரவிற்று.

ஆனால் அந்த மோகினியின் முகத்தில் சதா தங்கி நிற்கும் வியப்புணர்ச்சிக்கு யாராலும் விளக்கம் தர இயலவில்லை. அங்குக் கூடியிருந்தவர்களில் புகழ்பெற்ற உளவியல் அறிஞரும் ஒருவர். அவர் தன்னைச் சுற்றியிருந்த மாணவர்களிடமும் மாணவிகளிடமும் தான் சொல்லவிருப்பது தனது அனுமானம்தான் என்ற பீடிகையுடன் ஒரு விளக்கம் தர முற்பட்டார்: அந்த மாதரசி இதுபோன்ற மக்கள் கடலை இதற்கு முன் பார்த்தவராக இல்லாமல் இருக்கலாம். அந்தத் திரளில் ஒவ்வொருவரும் கண்ணிமைக்காமல் தனது மார்பகங்களையே

பார்த்துக்கொண்டிருப்பது அந்த அம்மையாருக்குப் புரியாத புதிராக இருக்கலாம். எல்லோர் முகங்களிலும் ஏன் பரவசம் வழிந்தபடியிருக்க வேண்டும் என்பது அந்த மங்கைக்கு மிகப் பெரிய கேள்வியாகி அது பூதாகாரமாக வளர்ந்துகொண்டிருக்கலாம். இவற்றை மனதில் கொண்டு இந்த மக்கள் எல்லோரும் முதன் முதலாக இப்போதுதான் ஸ்தனங்களைப் பார்க்கிறார்கள் என்ற தவறான முடிவுக்கு அவள் வந்திருக்கலாம். அந்தச் சீமாட்டியின் மனதில் என்னென்ன எண்ணங் கள் ஓடுகின்றன என்பதை யாராலும் துல்லியமாகச் சொல்ல முடியாது என்று தன் பேச்சை முடித்தார் அந்தப் பேராசிரியர்.

நாளிதழ்கள், வார இதழ்கள், வாரத்திற்கு மும்முறை இதழ்கள் போன்றவற்றின் அலுவலகங்களில் மிகுந்த பரபரப்பு ஏற்பட்டு நிமிடத்திற்கு நிமிடம் அங்குப் பதற்றம் கூடிக்கொண்டேபோயிற்று. தொலைபேசிகள் இடைவிடாது இயங்கிக்கொண்டிருந்தன. தேவை யான இணைப்புகளைத் தராமல் தொலைபேசிகள் படுத்தத் தொடங்கிய போது பொறுமையிழந்த பணியாளர்கள் ரிஸீவரை வைக்கும் சாக்கில் தொலைபேசியின் தலையை முரட்டுத்தனமாக மோதினார்கள். அந்தப் பெருநகரத்தில் இருந்த அத்தனை எண்களுக்கும் ஏக காலத்தில் இணைப்புகள் கேட்டால் தொலைபேசிகள்தான் என்ன செய்ய முடியும்? நேரமோ ஒளியின் இயக்கத்தைத் தழுவிப் பாய்ந்து செல்கிறது. சகல இதழ்களின் நிருபர்களும் இன்னும் அரை மணி நேரத்திற்குள் – அல்லது அதிகபட்சம் நாற்பது நிமிடங்களுக்குள் – தத்தமது ஸ்டோரிகளை ஆசிரியர்கள் மேஜைக்கு அனுப்பியாக வேண்டும். அவர்கள் அதைப் படித்து ஓ.கே. சொல்ல வேண்டும். இல்லாதவரை யிலும் திருத்தங்கள் செய்துதர வேண்டியிருக்கும். ரசம் ஊறியது காணாதென்று ஆசிரியர்களுக்குத் தோன்றிவிட்டால் மீண்டும் முழுமையாகவே எழுதும்படி ஆகிவிடும்.

ஆசிரியர்களுக்கு இதுபோன்ற ஒரு நாள் விடிந்ததேயில்லை. அவர்களுடைய மூளைகள் கொதித்துக்கொண்டிருந்தன. வரலாற்றில் எங்கும் நிகழ்ந்திராத அதிசயம் நம் பெருநகரத்தைத் தேடி வந்திருக் கிறது. கண்களால் அதனைக் கண்டு களிக்கக் கொடுத்து வைத்திருக் கிறார்கள் மக்கள். நாளை உலக இதழ்கள் அனைத்திலும் வெளிவரப் போகிறது இச்செய்தி. அதனைச் சிறப்பாகப் பயன்படுத்திக்கொள்வது ஒரு ஆசிரியரின் திறனைப் பொறுத்தது; கற்பனையைப் பொறுத்தது. வாய்ப்பு வாசலில் வந்து நிற்கிறது.

மார்புகள் பெரிய விஷயமில்லை. ஆனால் அவற்றின் இருப்பும் மறைவின்மையும்! அந்த அபூர்வ நிலைதான் ரத்தத்தைச் சூடேற்று கிறது. ஆக அதுதான் ஸ்டோரியின் மையம். இதில் நிருபர்களுக்குள் கருத்து வேற்றுமை இல்லை. எப்போது மறைவின்மை மையம் கொண்டுவிட்டதோ அப்போதே அந்த ஸ்டோரிக்குக் காட்சிப் படிமம் எழுத்தைவிட முக்கியமாகிவிடுகிறது. ஆனால் இந்தப் பார்வையில் நிருபர்களுக்குள் கருத்து வேற்றுமை இருந்தது. ரசம்

ஊட்டுவதில் காட்சிப் படிமம் முக்கியம் என்றாலும் எழுத்துத்தான் அதிக ரசத்தை உறிஞ்சும் திறன் கொண்டது என்று அவர்கள் அன்றாடம் சந்திக்கும் பாரில் விவேகமான சில நிருபர்கள் வாதிட்டிருக்கிறார்கள். உடலுறவின் சகல அம்மண இயற்கைகளையும் சகல அம்மணப் பிறழ்வுகளையும் பச்சையாகச் சித்தரிக்கும் புகைப்படத் தொகுப்புக் களைவிடவும் இடுக்குகளில் கற்பனைத் திறன் கொழிக்கும் போர்னோக் கள் ஏன் அதிக அளவில் விற்கின்றன என்று அவர்கள் கேட்டதற்கு யாராலும் பதில் சொல்ல முடியவில்லை.

இந்தக் கோட்பாடுகளை எல்லாம் கரைத்துக் குடித்தவர்கள்தான் ஆசிரியர்களும். ஏனோ அன்று அவர்கள் புகைப்படங்களைப் பார்ப் பதில் வெறித்தனமான அவசரம் காட்டினார்கள். பணியமுத்தத்தால் அவர்களுக்கு நகர முடியாமலாகிவிட்டது. மங்கையைக் கண்டு களிக்க வேண்டும் என்ற துடிப்பு அவர்களுக்கும் இருக்கத்தானே செய்யும் என்று நிருபர்கள் தங்களுக்குள் கேலி பேசிக்கொண்டனர்.

கூட்டத்தினரிடையே பெரும் குழப்பம் உருவாகியிருக்கிறது என்றும் அந்தக் குழப்பம் துப்பாக்கிச் சூடு வரையிலும்கூடப் போகலாம் என்றும் செய்தி கிடைக்கவே எல்லா இதழ்களிலிருந்தும் நிருபர்கள் தங்கள் மோட்டார் சைக்கிள்களில் சம்பவ இடத்திற்கு மீண்டும் பாய்ந்து சென்றனர்.

தொடர்ந்து அந்த மாய உருவத்தையே பார்த்துக்கொண்டிருந்தவர் களின் மனங்களில் அந்தப் பெண்பிறப்பு மீது தன்னுணர்வின்றியே அன்பு சொட்டுச் சொட்டாகத் தேங்கத் தொடங்கியிருந்தது. ஆடை அணிதல் பற்றிய அந்தச் சகோதரியின் கொள்கை சிறிது வேறுபட்டதாக இருக்கலாம். இருந்தாலும் பூமிப்பந்தின் எந்த இடத்தையும் மதியாது நேராக நம்மைத் தேடி வந்திருக்கும் பெண்ணரசி அவள். அதை நாம் மதித்துத்தானே ஆக வேண்டும்? தோன்றிய கணத்திலிருந்து அந்தப் பெண்மையின் முகவிலாசத்தில் உறைந்திருக்கும் புன்னகைக்கு உங்களை நான் நேசிக்கிறேன் என்ற பொருளன்றி வேறென்ன கூற முடியும்? அவளை நோக்கி நமது பண்புக்கு உகந்த சொற்களைத் தெரிவு செய்து பலரும் – முக்கியமாக இளைஞர்கள் – அவளிடம் சில கேள்விகளைக் கேட்டார்கள். அவளுக்குப் புரியும் மொழி எதுவாக இருப்பினும் அதையும் கற்றுத் தேர்ந்தவர்கள் அந்தப் பெருங்கூட்டத்தில் சிலரேனும் இருந்ததில் ஆச்சரியப்பட என்ன இருக்கிறது? ஆனால் அந்த மங்கை எந்தக் கேள்விக்கும் பதில் சொல்லாமலும் முகத்தில் எளிய பாவபேதங்களைக்கூடக் காட்டா மலும் இருந்தது அன்பு செய்வோரை அலட்சியம் செய்வது என்பதாகக் கூட்டத்தினர் புரிந்துகொண்டதைத் தவறு என்று எப்படிச் சொல்ல முடியும்? பொறுமையிழந்த கூட்டத்தினர் முரட்டுத்தனமான கேள்விகளைக் கேட்கத் தொடங்கினர். சொல்லவோ எழுதவோ இயலாத மிக ஆபாசமான சொற்களில் அவளைக் கேலி செய்யவும், தளிர் போன்ற அவளது மென்மையான மனதைப் புண்படுத்தவும்

தொடங்கிவிட்டார்கள். ஆபாசச் சொற்களை மேலும் தோண்டி ஆபாசமாக்குவதில் கற்பனைத் திறன் கொண்டவர்களிடையே ஒரு போட்டா போட்டி ஏற்பட்டுவிட்டதைத் துரதிருஷ்டம் என்றுதான் சொல்ல வேண்டும்.

ஈகிளின் அலுவலகத்தில் ஓர் உதவியாசிரியர் நிருபரிடம் மக்கள் எழுப்பிய கேள்விகளைத் தரும்படி கேட்டபோது நிருபர் அவரிடம் ஒரு கத்தைக் காகிதத்தை எடுத்துத் தந்தார். ஆணித்தரமான கேள்விகள் என்றாலும் அவற்றை அப்படியே வெளியிட்டால் அச்சேற்றும் காகிதம் அழுகத் தொடங்கிவிடும் என்று தோன்றியதால் உதவியாசிரியர் ஆசிரியரிடம் கத்தையை எடுத்துச் சென்றார். ஆசிரியர் புரட்டிப்பார்த்துவிட்டு, ஆபத்தானது; தந்திரமாகப் பயன்படுத்த வேண்டுமென்று தனக்குத்தானே சொல்லிக்கொண்டார். திடீரென்று தன் நினைவுக்கு வந்ததுபோல் அவர் ஏன் புகைப்படங்கள் இன்னும் என் மேஜைக்கு வந்து சேரவில்லையென்று கத்தத் தொடங்கினார்.

ஈகிள் தன் மனதைக் குடைந்துகொண்டிருந்த அரிப்பை உதவியாசிரியரிடம் சொன்னார். போலீஸ் குறுக்கீடு இருக்குமோ என்ற தனது சந்தேகம் அடங்குவதாக இல்லை என்றார் அவர். ஏன் என்று கேட்டார் உதவியாசிரியர். முனிவர் சந்திப்புச் செய்தியை தொலைக்காட்சிகளின் இரவுச் செய்தியில் ஒளிபரப்பவில்லை என்று சொன்ன ஈகிளின் முகம் இறுகிப்போயிருந்தது. விஷயத்தை விசாரித்துத் தெரிந்துகொள்ள வேண்டியதுதானே என்றார் உதவியாசிரியர். தொனி குற்றம் சாட்டுவதுபோல் இருந்தது. செய்தி வந்ததால்தான் சொல்கிறேன் சார் என்றார் ஈகிள். ஒளிபரப்பவில்லையா? ஏன், என்னாயிற்று என்று தனக்குத் தானே கத்தியபடி அந்தச் செய்தியைத் தெரிவிக்க அவர் ஆசிரியர் அறையை நோக்கி ஓடினார்.

ஈகிள் புகைப்படங்கள் கழுவும் அறையை நோக்கி நகர்ந்தார். போகிற வழியில் சந்திக்க நேர்ந்த சக அலுவலர்களைப் பார்த்து சம்பிரதாய விசாரிப்புகள் செய்துகொண்டே போனார். அலுவலகம் முழுக்கத் தொலைக்காட்சியில் முனிவர் சந்திப்புச் செய்தி காட்டப் படவில்லை என்பது ஒரே பேச்சாக இருந்தது. தொலைக்காட்சிகள் விற்பனை செய்யும் கடைகளின் முன்பெல்லாம் தெருவடைக்கக் கூட்டம் காத்துக் கிடந்தது என்று அவர்கள் சொன்னபோது, எல்லோரும் நேரில் பார்த்துத் தொலைத்தவர்கள்தானே என்று பொறுமை இல்லாமல் சொன்னார் ஈகிள். சரிதான் சார், ஆனால் தொலைக்காட்சியில் ஒரே நேரத்தில் பல கோணங்களில் பார்க்க ஒரு சந்தர்ப்பம் கிடைக்கிறதல்லவா? ஒருபோதும் ஜனங்களை முட்டாள்கள் என்று மட்டும் நினைக்காதீர்கள் சார் என்று உபதேசமும் அளித்தார் ஒருவர். மற்றொரு நிருபர், ஈகிளுடன் மனநெருக்கம் கொண்டிருந்தவர், அவர் காதில், சார், போலீஸ் குறுக்கீடு என்ற புரளியை டிவிக்காரர்கள் திட்டமிட்டுக் கிளப்பிவிட்டிருக்கிறார்கள், அதை நான் நம்பவில்லை என்றார். தொடர்ந்து, உங்களுக்குத்

தெரியுமா சார், நம் புகைப்படக்காரர்களும் முனிவர் சந்திப்புக்கு மீண்டும் கிளம்பிப் போயிருக்கிறார்கள் என்றார். ஏன் என்று முகபாவனையில் கேட்டார் ஈகிள். ஏதோ டெக்னிக்கல் பிரச்னை என்கிறார்கள், நிச்சயமாகத் தெரியவில்லை என்றார் அந்த நண்பர்.

ஆசிரியர் குழுக் கூட்டம் ஆசிரியரின் அறையில் நடந்துகொண்டிருந்தது. போலீஸ் நெருக்கடியிருந்தாலும் ஸ்டோரியையும் புகைப்படத்தையும் பெரிய அளவில் முன் பக்கத்திலேயே வெளியிடுவது என்று நீண்ட விவாதத்திற்குப் பின் அவர்கள் தீர்மானித்தனர். இதழாசிரியர்களுக்குரிய தர்மங்களையும் நினைவுகூர்ந்து புதுப்பித்துக்கொள்ள ஒரு சந்தர்ப்பத்தை அவசரக்கூட்டம் அவர்களுக்கு ஏற்படுத்தித் தந்தது. செய்தியிதழ்களுக்குரிய அடிப்படை உரிமையை அவர்கள் விட்டுத்தர முடியுமா? செய்திகளை மறைக்காமல் உடனுக்குடன் தருவதுதானே இதழ்களின் சமூகப் பொறுப்பு?

ஈகிள் புகைப்படங்களைக் கழுவும் அறைக்குச் சென்றபோது அங்கு யாருமில்லை. லாப் அறையின் கதவுகள் ஒருக்களித்திருந்தன. எல்லோரும் அலுவலகக் காரை எடுத்துக்கொண்டு விரைந்திருக்கிறார்கள். ஈகிள் விரைவாகச் சென்று ஆசிரியரிடம் விஷயத்தைச் சொன்னார். அவர் மௌனமாகத் தன் அறையின் கண்ணாடி ஜன்னல் வழியாக வெளியே பார்த்தபடி, இந்த அடைமழையில் அவர்கள் முனிவர் சந்திப்புக்குப் போய்ச் சேர முடியுமா? என்றார். ஈகிள் மௌனமாக இருந்தார்.

ஈகிள் அறையை விட்டு வெளியே வந்து தெருவைப் பார்த்தபோது தான் அவருக்கு மழையின் உக்கிரம் தெரிந்தது. நாலைந்து மணிநேரம் இப்படி மழை பெய்தால் பெருநகரத்தின் நெடுஞ்சாலைகளில்கூடத் தோணியில்தான் போக வேண்டியிருக்கும். ஈகிளுக்கு என்ன செய்வதென்று தெரியவில்லை. மனம் ஏனோ பதைபதைத்துக் கொண்டிருந்தது. அவர் மேல்மாடியை நோக்கிச் சென்றார். ஐந்தாவது மாடிக்குச் சென்று ஜன்னல் வழியாகத் தெருவைப் பார்த்தார். தெருவில் மனித நடமாட்டம் முற்றிலுமாக நின்றுபோய்விட்டிருந்தது. ஓட்டிச் செல்ல முடியாமல் போனதாக இருக்கலாம். ஓரங்கட்டி நிறுத்தப்பட்ட கார்கள் வரிசையாக மழையில் ஊறிக் கூசிக் குறுகி நின்றுகொண்டிருந்தன. ஈகிள் தன் செல்போன் வழியாகத் தன் அலுவலகப் புகைப்பட நண்பர்களைத் தொடர்புகொள்ள முயன்றார். இணைப்புக் கிடைக்கவில்லை. பிற ஊடகங்களில் பணியாற்றும் தன் நண்பர்களை மாறி மாறி அழைத்துப் பார்த்தார். எந்தத் தொடர்பும் கிடைக்கவில்லை. திடீரென்று ஜன்னலை இருள் கவ்விற்று. மின்சாரம் துண்டித்துக்கொண்டுவிட்டது. அவர் அங்கேயே ஏணிப் படியில் உட்கார்ந்துகொண்டார். தன்னைச் சிறிது ஆசுவாசப்படுத்திக் கொள்ள வேண்டிய அவசியம் இருப்பதாக அவருக்குப் பட்டது.

சிறிது இடைவெளிக்குப் பின் அவருடைய செல்போன் கிணு கிணுத்தது. காரில் தாங்கள் போகும் வழியில் பெருநகரச் செய்தி

இதழ்களின் புகைப்படக்காரர்கள் பலரையும் பார்க்க முடிவதாகப் புகைப்படக்காரர்கள் சொன்னார்கள். ஏன் என்றார் ஈகிள். நமக்கு ஏற்பட்ட டெக்னிக்கல் பிரச்னை அவர்களுக்கும் ஏற்பட்டிருக்குமோ என்ற சந்தேகம் வருகிறது சார் என்று பதில் வந்தது. நம் பிரச்னை என்ன என்று கேட்டார் ஈகிள். தயவுசெய்து இப்போது கேட்காதீர்கள் சார், இன்னும் ஒரு நிமிஷத்தில் பிரச்னை தீர்ந்துவிடும், முனிவர் சந்திப்பை நெருங்கிவிட்டோம் என்று பதில் வந்தது. அப்படியென்றால்... என்று ஈகிள் தொடர்ந்து பேச முயன்றபோது தொடர்பு அறுந்துவிட்டது. தொடர்பு அறுபட்டது அல்ல என்றும் முறிக்கப்பட்டது என்றும் அவருக்குச் சந்தேகம் தட்டிற்று.

ஈகிள் ஏணிப்படிக் கைப்பிடியில் தன் கையை வழுக்கவிட்டவாறே படிகளில் பாதங்களைத் தேய்த்து இறங்கினார். முதல் தளத்தை நெருங்கிக்கொண்டிருந்தபோது ஆசிரியரின் கத்தல் கேட்டது. தாங்க முடியாத களைப்பு ஏற்பட்ட பின்பும் நிறுத்தத் தெரியாமல் கத்திக்கொண்டிருப்பது அவரது சுபாவம். அப்போது ஈகிளின் செல்லில் மீண்டும் அழைப்பு வந்தது. குரல் பதற்றமாக இருந்தது. சார், சார் என்று கத்தல் வந்தது. சொல்லப்பா என்றார் ஈகிள். முனிவர் சந்திப்புத் தோற்றம் மறைந்துவிட்டது. ஒன்றுமே இல்லை சார் இங்கு என்றார் புகைப்படக்காரர். மறைந்துவிட்டதா, எப்போது எப்படி என்று கத்தினார் ஈகிள். சார் இங்கு யாருமில்லை. ஒரு பைத்தியம் மட்டும் மழையில் உட்கார்ந்து அழுதுகொண்டிருக்கிறது. அதற்கு மேல் செல் கரகரத்து எதுவும் கேட்காமல் நின்றுவிட்டது.

நல்ல வேளை ஜெனரேட்டர் இயங்கத் தொடங்கிவிட்டது. ஈகிள் புகைப்பட அறையைப் பார்க்கச் சென்றார். அறைக்குள் நுழைந்ததும் சுற்றுமுற்றும் பார்த்தார். நீண்ட மேஜையில் பல புகைப்படங்கள் சிதறிக் கிடந்தன. ஒரு படத்தை எடுத்துப் பார்த்தார். படம் துல்லியமாக இருந்தது. ஆனால் படத்தில் அந்த மங்கையின் மார்புகளைக் காணவில்லை. பரபரப்புடன் கிண்டியபடி ஒவ்வொரு படமாக எடுத்துப் பார்த்தார். எந்தப் படத்திலும் மங்கைக்கு மார்புகள் இல்லை. அவர் பதறியடித்துக்கொண்டு ஆசிரியர் அறையை நோக்கி விரைந்தார்.

மே 2004 கலிஃபோர்னியா

கூடிவந்த கணங்கள்

நான் என் அமெரிக்க நண்பன் மார்ட்டினுடன் அவனு டைய நண்பன் விக்டர் வீட்டிற்குப் போவது என்றாகி விட்டது. உள்ளூர எனக்கு விருப்பமில்லை. நண்பனின் பிரியமான வற்புறுத்தலுக்கு விட்டுத்தந்ததாக சமாதானம் செய்துகொண்டேன். மார்ட்டின் என்னைத் தொலைபேசி யில் வரும்படி அழைத்தபோது, மார்ட்டின், எனக்கு உன் நண்பனைத் தெரியாதே என்றுதான் சொன்னேன். அந்தத் தயக்கமே உனக்கு வேண்டாம். விக்டரிடம் சொல்லியும் ஆயிற்று. அவனுக்கு நீ வருவதில் மிகுந்த மகிழ்ச்சி என்ற மார்ட்டின், வா சேர்ந்து போகலாம் என்று சொல்லிவிட்டுப் பேச்சை அவசரமாக முடித்துக் கொண்டுவிட்டான்.

கலிஃபோர்னியாவில் எல் கெமினோவில் நானும் மார்ட்டினும் பக்கம் பக்கம் இருந்தோம். ஜிம்மில் சந்தித்தது. அவனுடைய ருசிகளும் என்னுடைய ருசிகளும் வடக்கும் தெற்குமாகப் போகிறவை. இருந்தாலும் நாள்பட நன்றாகவே ஒட்டிக்கொண்டுவிட்டோம். இருவருக்கும் நடுவில் நீசத்தன மான சுதந்திரம் உருவாகிவிட்டிருந்தது.

அவன் காரில் நான் ஏறிக்கொண்டதும், மார்ட்டின், விக்டர் வீடு போக எவ்வளவு நேரமாகும் என்று கேட்டேன். விக்டர் வாட்ஸன்வில்லில் இருக்கிறான். மிஞ்சிப்போனால் அரைமணி நேரம். அங்கு உனக்கு ஒரு அதிசயம் காத்திருக் கிறது என்றான். என் பிற்கால மனைவியைச் சந்திக்க

அங்கு வாய்ப்பிருக்கிறதா என்று கேட்டேன். மார்ட்டின் கழுத்தைப் பின் பக்கம் வளைத்து அவன் வழக்கப்படி காரின் கூரையைப் பார்த்தபடி பெரிதாகச் சிரித்தான்.

விக்டரின் வீடு ஆடம்பரமானதல்ல என்பது முதல் பார்வையிலேயே தெரிந்தது எனக்கு ஆசுவாசமாக இருந்தது. பெரிய வீடுகளின் உள்வெளிகளுக்கு நான் கொஞ்சமாக இருப்பதாகத் தோன்றும் கஷ்டம் இங்கில்லை என்ற ஆசுவாசம் அடைந்தேன். விக்டர் நாற்பது வயது முகமும் ஆறரையடியுமாக போர்ட்டிக்கோ வளைவில் தலையை உரசப் போவதுபோல் நின்றுகொண்டிருந்தான். மார்ட்டின் அவனைக் கண்டதும் கார் நிற்பதற்கு முன்பே அவனது பின்னந்தலையை சீட்டில் மோதியபடி அட்டகாசமாகச் சிரித்தான். என்னைப் பார்த்து, உன்னைப்போல் அவனும் ஒரு நட்ஸ் என்றான். கார் போர்ட்டிக் கோவில் நுழைந்ததும் விக்டர் என் பக்கக் கதவைத் திறந்து நான் இறங்கியதும் அவனுடைய மொத்த சந்தோஷமும் கை வழியாக என் உடம்பில் பரவும்படி கை குலுக்கினான்.

முதலில் சிறிது நேரம் வரவேற்பறையில் பேசிக்கொண்டிருந்தோம். மார்ட்டினுக்கு நேர்மாறாக மிக மென்மையான குரலில் வார்த்தை களுக்கு வலிக்காமல் பேசுகிறவன் விக்டர். பூமி அதிராமல் நடந்து, சோபா கசங்காமல் அமர்ந்துகொள்ளக்கூடியவன் என்பதையும் சில நொடிகளிலேயே உணர்ந்துகொண்டேன். மனதிற்குள் விக்டரின் மனைவி வரவேற்பறைக்கு வருவாள் என்ற எதிர்பார்ப்புடன் சுற்று முற்றும் பார்த்துக்கொண்டிருந்தேன். வரும் வழியிலேயே அந்த எண்ணம் வந்து அடிக்கடி மேலெழும் விசாரமாகி இருந்தது. இனி அவள் காட்சி தருவதுவரையிலும் அது மனதைக் குடையும் ஒரு புதிராகத் தொடரும். ஒரு முகம், அதிலும் ஒரு பெண் முகம் என்றால் காத்திருப்பு ஏன் இவ்வளவு பரபரப்பைத் தருகிறது? அவள் வெளிப் படும்போது இதுவரையிலும் பார்க்கக் கிடைத்திராத ஒரு புது வகையில் தோற்றம் தந்து, அதன் பின் சில நிமிஷங்களிலேயே காலங்காலமாக இங்கு நிலைத்து நிற்கும் ஒரு வகையாகத் தன்னை ஸ்தாபித்துக்கொண்டுவிடுவது, முன் அனுபவம் சார்ந்து, வேறு மனைவிகளின் வெளிப்பாடுகள் மூலம் ஆச்சரியங்களின் ஒரு பகுதி யாகத்தான் எனக்கு எப்போதும் இருக்கிறது.

சுற்றிவர ஆற அமரப் பார்த்தேன். ஆவல் மிகுந்த என் பார்வை மார்ட்டினுக்கு சந்தோஷத்தையும் விக்டருக்கு எதிர்பார்ப்பையும் தருவதை என் மன அதிர்வே உணர்த்துவதுபோல் தோன்றியது. ரொம்பவும் அற்புதமாக இருக்கிறது என்று வாய் விட்டுச் சொன்னேன். விக்டரின் மனம் குளிர்ந்தது அவன் புன்னகையில் வெளிப்பட்டது. எல்லாம் என் தாத்தா சேர்த்தவை. என் அப்பா அதில் ஒன்றைக்கூட விற்கவில்லை. நானும் அப்படித்தான் என்றான் விக்டர்.

அவ்வளவும் முற்பட்ட நூற்றாண்டுகளைச் சேர்ந்த பொருட்கள். ஓவியங்கள், அலங்காரப் பொருட்கள், சிற்பங்கள், சிறிய பெரிய

கண்ணாடிப் புட்டிகள், செம்பில் வேலைப்பாடு கொண்ட கிண்ணங்கள், விதவிதமான மண் ஜாடிகள், சிவப்பிந்தியர்கள் பயன்படுத்திய சில ஆயுதங்கள், கன்னங்கரிய மரச் சாமான்கள், நாற்காலிகள் ... ஒரு பழங்காலத்துத் தொட்டிலைத் தடவிப்பார்த்தேன். ஸ்பரிசம் வழியாகவே நான் காலத்தில் பின்னகர்ந்து போவதை உணர்ந்தேன். கன்னங்கரேலென்று ஒரு குழந்தை தன் இரு கைகளையும் வெறியோடு வீசுவதுபோல் ஒரு காட்சி பார்வையில் தெறித்து மறைந்தது. அங்கிருந்த ஒவ்வொன்றும் காலத்தை விழுங்கிவிட்டுப் பார்வையற்ற பேரழிகள் போல் புறம் தெரியாத அமைதியில் உறைந்து கிடக்கின்றன. அவற்றில் ஒவ்வொன்றையும் தழுவிக்கொள்வதன் மூலமே இன்று நான் கொள்ளும் பேருணர்வை அவற்றுக்குத் தெரிவிக்க முடியும் என்று தோன்றிற்று. மார்ட்டின் என்னைப் பார்த்துச் சிரித்தான். நான் சொன்ன அதிசயம் எப்படி என்ற கேள்வி அது. நான் சிரித்து என் ஆமோதிப்பை அவன் முகத்தில் பதிவு செய்தேன். மார்ட்டினுக்கு இப்படிச் சில மனிதர்கள் வித்தியாசமான, ஆனால் அவனால் புரிந்துகொள்ள முடியாத, சில விசித்திர ருசிகளுடன் அவற்றின் ஸ்மரணையிலேயே வாழ்ந்துவருவது தெரியும். எதுவும் புரியாத நிலையிலும் அவனுக்கு அவர்கள்மீது பிரியமும் தன் நண்பர்களாக அவர்கள் இருப்பதில் பெருமிதமும் இருந்தன.

மாடிக்கு வா, மற்றொரு அதிசயம் காட்டுகிறேன் என்று மார்ட்டின் மாடியேறிப் போனான். விக்டர் புன்னகையுடன் எழுந்தான். இரு கட்டைவிரல்களையும் பெல்ட்டுக்குள் விட்டு உடையை அசைத்து வாகாகச் சரி செய்துகொண்டே மாடிப்படி ஏறினான். நான் பின்னால் போனேன்.

வீட்டிற்குள்ளிருந்து அதுவரையிலும் எந்தச் சத்தமும் இல்லை. என் மனம் புதிருக்குக் குஞ்சம் கட்டிக்கொண்டிருந்தது. விக்டருக்கு மனைவியும் குழந்தையும் – அல்லது குழந்தைகளா? – உண்டு என்று மார்ட்டின் சொன்னது நினைவிருக்கிறது. ஆனால் காலோசைகூடக் கேட்கவில்லை. அந்நியன் தன் வீட்டிற்குள் நுழைந்ததும் தம்மைப் படுக்கையறையில் சிலையாக மாற்றிக்கொண்டு விடுகிற பெண்களை எனக்குத் தெரியும். ஆனால் குழந்தைகளுக்கென்ன? புதிய மனிதர்களைப் பார்க்க ஆவல் கொள்கிறவர்கள்தானே அவர்கள்.

மார்ட்டின் நடந்துகொள்வது அவன்தான் அந்த வீட்டின் அதிபதி என்ற தோரணையில் இருந்தது. அதில் விக்டரும் முகத்தில் திருப்தியைக் காட்டியபடி வந்தான். மார்ட்டினே சாவியை எடுத்துப் புராதனமான ஒரு மர அலமாரியைத் திறந்தான். பல விதமான பொருட்கள் உள்ளே தெரிந்தன. விக்டர், இவையனைத்தும் கடந்த இருபது வருடங்களில் மண்ணிலிருந்து பொறுக்கியவை. சொந்தக்காரர்கள் இல்லாத பொருட்கள் என்றான். கிளிஞ்சல்கள், சங்குகள், காலத்தின் நீட்சியில் அற்புத வடிவங்கள் எடுத்துள்ள கற்கள், மரக்கிளைகளின் அரூப ஓவியங்கள், கடலின் அடிவயிற்றில்

வாழும் ஜந்துக்களின் வினோதமான வீடுகள் என்று தட்டுக்கள் நிறையத் தெரிந்தன. அபூர்வங்களை முற்றாக அகற்றிவிட்டு, அபூர்வத் திலும் அபூர்வம் மட்டுமே சேர்க்கப்பட்டிருப்பதாக உணர்ந்தேன்.

என்ன சொல்லி விக்டரைப் பாராட்ட வேண்டும் என்பதே எனக்குத் தெரியவில்லை. நான் அவன் முகத்தைப் பார்த்தேன். என் முகத்தில் நிறைந்திருந்த ஆச்சரியமே அவனுக்கு மிகுந்த திருப்தியைத் தந்துவிட்டதை அவனது புன்னகை காட்டியது. மார்ட்டினின் முகம் மீண்டும் ஒரு விளையாட்டுப் போட்டியில் அவன் வெற்றி வாகை சூடியது போல் இருந்தது.

மார்ட்டினுக்கும் விக்டருக்கும் ஒரு அலுவலை முடிக்க வெளியே போக வேண்டியிருப்பதை மார்ட்டின் என்னிடம் சொன்னான். அவனுடைய திட்டத்தில் முதலிலேயே அந்த யோசனை இருந்திருக் கலாம் என்று நினைத்தேன். நீயும் வருகிறாயா என்று மார்ட்டின் கேட்டான் என்றாலும் நான் எடுக்க வேண்டிய முடிவு பற்றிய சூசனை அவன் குரலில் வெளிப்பட்டது. அவர்கள் அலுவல் நிமித்த மாகப் போகும் போது சேர்ந்துகொள்ள அவசியம் இல்லை என்பது தான் என் எண்ணமுமாக இருந்தது. நான் இங்கு இருக்கலாமா என்று கேட்டேன். எந்தப் பிரச்சினையும் இல்லை என்று உற்சாகமாகச் சொன்னான் விக்டர். மற்றொரு அலமாரியில் சில அபூர்வ நூல்கள் இருக்கின்றன. விருப்பமிருந்தால் பார்க்கலாம் என்றான் அவன். மாடியிலேயே முன் முகப்பு அறைக்கு என்னை அழைத்துச் சென்று இங்கிருந்து பார்த்தால் மறைவே இல்லாமல் அரைவட்டத்திற்கு அடிவானம் தெரியும் என்றான். இருவரும் விடைபெற்றுக்கொண்டு போனார்கள்.

நான் அங்கிருந்த சாய்வு நாற்காலியில் அமர்ந்தேன். ஒரு வித்தியாச மான இதம் உடம்பில் கூடுவதுபோல் இருந்தது. அந்த இருக்கை யாரையேனும் ஒருவரை அணைக்கக் காத்துக் கிடந்திருக்கிறது போலிருக்கிறது. நான் அதன் அரவணைப்புக்கு முழுமையாக என்னை நெகிழ்த்தித் தந்தேன். முதுகு அழுந்தப் பின் பக்கம் சாய்ந்து கொண்டேன். நீண்டு நின்ற நாற்காலியின் திடமான இரு கைகளும் காலைத் தூக்கி மேலே வைத்துக்கொள்ள என்னைக் கெஞ்சின. தூக்கி வைத்துக்கொண்டு என் உடலை மேலும் நீட்டி முழு நீளம் ஆக்கிக்கொண்டேன்.

விக்டரின் வீடு நாற்புறமும் மரங்கள் சூழ்ந்த ஒரு காட்டில் உள்வாங்கியிருந்தது. வட்டக் கண்ணாடி ஜன்னல் வழி பார்வையைச் சுழற்றியதில் அக்கம் பக்கம் எந்த வீடும் தெரியவில்லை. அமைதி சிறுகச் சிறுக என் நெஞ்சில் நிறைவதை உணர்ந்தேன். பேரமைதியை இப்போதுதான் முதல் தடவையாக உணர்கிறேன் என்று தோன்றிற்று. அமைதி என்று இதற்கு முன் நான் எண்ணியது எல்லாம் சத்தத்தை பயங்காட்டி அமுக்கி வைத்திருந்த வெருட்டல்கள்தான். சுற்றிவர நிரம்பியிருந்த பிரகாசம் வெயிலின் அதிகாரத்தைக் காட்டாமல்

சாதுவாகத் தெரிந்தது. ஒவ்வொன்றிலும் உயர்வானவை ஒன்று சேர அச்சாரம் கூட்டுவதுபோல் எனக்குப் பட்டது. மாடியின் வட்டக் கண்ணாடி வழி தெரியும் உலகத்தின் வியாபகத்தைப் பார்த்துத் தீர்க்க என்றும் நம்மால் முடியப்போவதில்லை. பாதி பார்த்துக்கொண்டிருக்கும்போதே பார்த்துக்கொண்டிருப்பது நமக்கு மறந்து போய்விடும். விடாது பார்ப்பது என்ற முடிவுக்கு மனப்பூர் மாக நாம் வரும் நாள் மரணம் பக்கத்தில் வந்து முகத்தில் கரி பூச நிற்பது தெரியும். மனித வாழ்க்கையின் அற்ப அலைச்சல்களையும் சிறுமைகளையும் மனது நினைவுகொள்ளத் தொடங்கியதும் மிகுந்த வருத்தம் ஏற்பட்டது.

அமைதியின் நீட்சியில் மனம் பிரபஞ்சம்போல் விரிந்துகொண்டே போகிறது. இது போன்ற தருணங்களில் பெருமூச்சு விடுவதுதான் சிறிது நிவாரணத்தைத் தருகிறது. மரத்தின் உச்சாணியில் சல்லிக் கிளைகளில் பூப்போல் தெரியும் வெளிறிய தளிர் இலைகள் எவ்வளவு அமைதியாகக் காற்றிற்கு அசைந்து தருகின்றன. விதவிதமான பறவைகளின் காட்டுத்தனமான கத்தல்கள். சிறுத்துப்போனதில் அழகு பெருகும் குருவிகள். சாமரம் போன்ற வால்களைத் தூக்கிப் பிடித்திருக்கும் கொழுத்த அணில்கள் இவற்றுடன் பயந்து பயந்து மறையும் முயல்கள் சருகின் மீது நகரும் ஓசையும் சேர்ந்துகொண்டால் எவ்வளவோ இசைவாக இருக்கும்.

நான் கண்களை மூடிக்கொண்டேன். சலனமற்றிருந்த மனக்கடலின் மேற்பரப்பை இளம் குளிரோடு வரும் தென்றல் உரசியபடியே சென்றுகொண்டிருந்தது. பிரகாசம் மட்டுப்பட்டு நிலா காய்வது போன்ற பிரமை தோன்றியது.

அப்போது மெல்லிய ஓசையொன்று கேட்கத் தொடங்கிற்று. தோல் கருவியொன்றில் காற்றுப் புகாத இறுகிய விரல்கள் நாதத்தைச் சோதித்து நிதானப்படுத்திக்கொள்வது போலிருந்தது அந்த ஓசை. தொடர்ந்து வந்த தப் தப்பென்ற ஓசை மனதில் நிரம்பி அதைத் தன் பக்கம் சுருட்டிக்கொள்கிறது. ஓசையின் திட்பம் ஏறிவந்தபோது சற்றுப் பெரிய பந்து கான்க்ரீட் தரையில் மோதியெழும் ஓசை என்பது தெரிந்தது. சத்தம் துல்லியமாக இடைவெளி விட்டுச் சீராகக் கேட்டுக்கொண்டிருந்தது. மனம் சிதறாமல் நின்றதால் அதைக் காதுகொடுத்துக் கேட்டுக்கொண்டிருக்க முடிந்தது. இதற்கு முன்னும் பல முறை இந்தச் சத்தம் காதில் விழுந்திருக்கிறது என்றாலும் தருணங்களின் ஒத்துழைப்புக் கூடாமல் அதை மதித்து வாங்கிக் கொள்ளத் தெரியாமல் போய்விட்டது. மனம் வாங்கி உணர்வில் கலக்கும் ஓசைகள் ஆடு மாடுகள் போலவும், தோப்புத் துரவுகள் போலவும் மனிதனுக்கு விலை மதிப்பற்ற சொத்துக்கள் என்றெண்ணத் தெரிந்ததை நினைத்து மனம் மிகுந்த களிப்புக் கொண்டது.

வீட்டின் பின் பகுதியிலிருந்து பியானோ இசை மொட்டு விரிவது போல் கேட்கத் தொடங்கிற்று. என்ன இது! யார் இந்த இசையை

எழுப்புகிறார்கள்? விக்டரின் மனைவியா? வரவேற்பறையிலும் மாடி அலமாரியிலும் பார்க்கக் கிடைத்த அபூர்வத்தின் அபூர்வமாகத் தான் இதுவும் இருக்கப்போகிறதா? எல்லா அழகுகளும் ஒரே இடத்தில் மையம் கொண்டால் மனித இதயத்தால் அதைத் தாங்கிக் கொள்ள முடியுமா? உற்றுக் கேட்கும் மனதில் புகுந்துகொள்ளக்கூட இசை அவகாசம் கேட்கிறது. அது என் மனதிற்குள் வந்து சேருவதற் காகக் காத்துக்கொண்டிருந்தேன்.

பந்து எழுப்பிய முதல் ஓசை மனதில் உருவாக்கிய சித்திரம் எழெட்டு வயதான பெண் குழந்தையுடையது. அது அரை நிக்கரும் கைகளற்ற பனியனும் போட்டுக்கொண்டிருக்கிறது. கை பந்தைத் தட்டும் ஒவ்வொரு முறையும் முன்னே சரியும் தன் தலைமயிரை அது தலையை உலுப்பிப் பின்னகர்த்திக்கொள்கிறது. அவளைப் பார்க்க வேண்டும் என்ற ஆவல் மிகுந்ததும் வட்டக் கண்ணாடி ஜன்னல் முன் போய் ஒட்டியபடி நின்றேன். அவளைப் பார்க்க முடியாமல் கட்டடத்தின் முகப்பு மறைக்கிறது. அதற்குமேல் எனக்கு என்னை முன்னால் நகர்த்திக்கொள்ளவும் முடியாது. கால் அங்குலம் நகர்ந்தால்கூட அந்தக் குழந்தை தெரியக் கிடைக்கலாம். அடைய முடியாத குறிக்கோள்கள் பல சமயங்களில் எவ்வளவு குறைவான தூரத்தில் இருக்கின்றன. அந்தப் பெண்ணைப் பார்ப்பது என்றால் இப்போது பார்க்க வேண்டும். ஓசையோ, கை லாவகமோ, தலை மயிரைப் பின்னகர்த்தும் வெட்டலோ இல்லாமல் எனக்கு அவளைப் பார்க்க வேண்டாம். அசைவும் ஓசையும் கூடிய தன் அழகுகளோடு நான் அவளைக் கற்பனையில் பார்த்துக்கொள்ள வேண்டும் என்பதற் காகத்தான் அவள் காட்சி தராமல் இருக்கிறாளோ என்னவோ. அப்படியென்றால் அவளுடைய முடிவை விலை மதிப்பற்றது என்று தான் சொல்வேன்.

பியானோவின் ஓசை இப்போது மேலெழுந்துவிட்டது. அனாயாச மாக வாசிக்கும் விரல்கள். மனதின் சூட்சுமமான தேடல்கள்— எந்த மொழியாலும் உச்சரிக்க முடியாதவை – ஓசை வடிவம் எடுத்து வருகிறபோது மனங்களைப் பின்னிக்கொண்டுவிடுகின்றன. அப்போது இசையில் என் மட்டமான ஞானம் குறித்து வெட்கப்படத் தொடங் கினேன். பேரனுபவங்களைக் கைநழுவ விட்டுக்கொண்டேபோகிறேன். ஆனால் இசை, மேக சஞ்சாரம் கொள்ளும்போது எந்த ஞான சூன்யத்தையும், தன் மார்போடு அணைத்துக்கொண்டுவிடுகிறது. நான் உணர்ச்சிவசப்படத் தொடங்கினேன். இதற்கு முன் இயற்கை எனக்கு எப்போதும் தராத நொடிகளை இப்போது வழங்குகிறது. இனி இதுபோன்ற தருணம் அமையுமா என்பது எனக்குத் தெரிய வில்லை. அமையாவிட்டாலும் நான் இயற்கையில் கூடிவரும் அற்புதங் களுக்கு நன்றிக்கடன் பட்டவனாகவே இருக்க முடியும். என் இருப்புக்கு நான் நன்றி தெரிவிக்க வேண்டும். இழந்தவற்றை எண்ணி ஏங்கும் என் மனதிற்கு நான் நன்றி சொல்ல வேண்டும். சகல ஓசைகளுக்கும் சகல அசைவுகளுக்கும் நான் நன்றி தெரிவிக்க வேண்டும்.

பந்தின் சத்தம் தேய்ந்துகொண்டு வந்தது. விளையாட்டுக்கு விடை கூற அந்தப் பெண் தன்னை ஆயத்தப்படுத்திக்கொள்வதுபோல் உணர்ந்தேன். விளையாட்டு முடிந்ததும் அவள் முன்னகரக்கூடும். அப்போது அவள் பார்க்கக் கிடைக்கலாம். இப்போது எவ்வளவோ முயன்றும் பார்க்க முடியவில்லை. வீட்டின் முகப்புத் தடுத்துவிடுகிறது.

அப்போது – முதல் தடவையாக என்றே சொல்ல விரும்புகிறேன் – முகப்பின் கற்களும் கட்டுமானங்களும் கட்டுமானத்தின் சாய்வுகளும் மனதிற்குள் சென்றன. அந்தத் தூண்கள்! கடவுளே, எதற்கு இவ்வளவு உறுதி அவற்றிற்கு. எதற்கு இந்த அளவுக்குப் பிரயாசை. யானைகள்தான் கொத்தனார்களாக மாறி இதைக் கட்டி முடித்திருக்க வேண்டும். நிலநடுக்கம் வந்தால் அதன் மீது அந்தக் கட்டுமானம் விழுந்து நில நடுக்கத்தையே கொன்று தீர்க்க வேண்டும் என்பதுதான் யோசனையா? எப்படி ஒவ்வொன்றுமே பியானோ இசையாக மாறுகிறது? இசையிலிருந்து எப்படி உருவங்கள் எழும்பி வருகின்றன?

எனக்கு பியானோ இசைக்கும் அந்தப் பெண்மணியின் முகத்தைப் பார்க்க வேண்டாம். அவள் விரல் நுனிகளைத்தான் பார்க்க வேண்டும். என்ன அசட்டுத்தனம். அவளுடைய இசை அவள் விரல் நுனிகளில் இல்லை என்பதுகூட எனக்கு மறந்துபோய்விட்டதா? அந்தப் பெண் – மூட ஜென்மமே, பெண் என்று யார் உன்னிடம் சொன்னார்கள்? – வழியாக வரும் இசையின் ஊற்றுக்கண் எது? ஓசை எப்போது இசையாக மாறுகிறது? தேய்ந்துவரும் இந்தப் பந்தின் சத்தம் எப்படி இசையாக மாறிற்று?

பந்தின் ஓசை நின்றது. அப்போதும் பியானோ இசை மேகத்தைத் தாண்டிப் பிரபஞ்ச வெளியை நோக்கி விரிகிறது. இனி அது தோன்றிய வானவெளியில் மீண்டும் அந்த இசை கரைந்துவிடலாம். ஆனால் நல்ல வேளை! மறைவதற்கு முன், சென்று கடக்க வேண்டிய சஞ்சாரத்தின் தூரம் அதற்குக் கோடிக்கணக்கில் பாக்கி இருக்கிறது.

கார் போர்ட்டிக்கோவில் வந்து நிற்கும் ஓசை கேட்டது. நான் படியிறங்கி போர்ட்டிக்கோவிற்கு வந்தேன். தனிமையை மீண்டும் விரைவில் சென்றடைய என் மனம் துடித்தது. வெற்றுப் பேச்சிற்கு இடமின்றி வாய் கட்டிவிட்டிருந்தது. மௌனத்தை முடிந்த அளவுக்குக் கசங்காமல் வைத்துக்கொள்வதுதான் பெற்ற எழுச்சியைக் கலையாமல் காப்பாற்ற வழி என்று நினைத்தேன். என்னைத் தனியாக விட்டுவிட்டுப் போனதற்காக நான் இருவருக்கும் நன்றி சொல்ல வேண்டும். மனதார அதைச் சொன்னேன். என்னை அவன் தன்னுடன் அழைத்து வந்ததில் பெற்ற சந்தோஷத்தைப் போகும் வழியில் மார்ட்டினிடம் சொல்லிக் கொள்ளலாம். நான் சொல்வது அவனுக்குப் புரியாமல் இருக்கலாம். ஆனால் அவனுக்கு சந்தோஷத்தைப் பகிர்ந்துகொள்ளத் தெரியும்.

ஜூன் 2004 கனக்டிகட்

சுந்தர ராமசாமி

கதவுகளும் ஜன்னல்களும்

வெளியே போவதற்காக உடுத்திக்கொண்டு படபட வென்று அய்யாக்குடம் வாசலுக்கு வந்தார். திண்ணையில் அலி உட்கார்ந்துகொண்டிருந்தான். வாசல் படிகளை ஒட்டி ஒரு சைக்கிள் நிறுத்தப்பட்டிருந்தது.

'தம்பி, உன் சைக்கிளா?'

அலி குல்லாத் தலையை அசைத்தான்.

'அடப்பாவி! சைக்கிள் படிச்சிட்டியா? பாத்து ஓட்டு வாயா டேய்? வாகனங்களிலே விளுந்து சாகுதுக்குன்னே ஒரு கூட்டம் கிளம்பி வந்துகிட்டிருக்கு தெரியுமா?'

அலி தன் பலாச்சுளைப் பற்களைக் காட்டிச் சிரித்தான். அய்யாக்குடம் மாமா சைக்கிள் ஓட்டத் தெரியுமா என்று கேட்டது தன் தன்மானத்தைக் கிள்ளிவிட்டதுபோல் அலிக்குத் தோன்றிற்று.

'சைக்கிள்ளே பால் அடிச்சிக்கிட்டிருக்கேன் மாமா, நாகர்கோவில் கிராமத்துக்கு' என்றான்.

'நீயா?' என்று கேட்டபடி அவன் முகத்தைச் செல்லமாக முறைத்துப் பார்த்தார் அய்யாக்குடம். சைக்கிள் காரியரில் கட்டியிருக்கும் அலுமினியக் கான்களும் ஏறும்போது சமன் குலைந்து வெட்டும் ஹாண்டில்பாரும் சைக்கி ளோட்டி அதைப் பலாத்காரமாக வழிக்குக் கொண்டு வருவதும் அய்யாக்குடத்தின் நினைவில் சித்திரங்களாக வந்தன. கல்லூரியில் இந்த வருடம் சேர்ந்திருக்க வேண்டிய

மறியா தாழுவுக்கு எழுதிய கடிதம்

பையன். பால் அடித்துக் காசு பார்க்க வேண்டும் என்று ஆகிவிட்டது. கான் அண்ணனின் குடும்பம்தான் எப்படி மடமடவென்று சரிந்து போய்விட்டது! வந்திருக்கும் பையனை விசாரிக்கவே அவருக்குச் சில கணங்கள் மறந்துபோய்விட்டது.

'மாமா, உம்மா உங்களை வீட்டுக்கு வர முடியுமான்னு கேக்கச் சொன்னாங்க' என்றான் அலி.

'என்ன விஷயம்?'

'ரயிலு வள்ளியூர் வந்திடிச்சுனு வாப்பா அழுதுகிட்டே இருக்காரு.'

'அட மனுஷா!' என்றார் அய்யாக்குடம்.

கோர்ட்டில் தனக்கு ஒரு அவசர வேலை இருப்பதாகவும் அதை முடித்துக்கொண்டு வருவதாகவும் அவர் சொன்னதும் அலி சைக்கிளில் ஏறி சீட்டில் புட்டியைப் பதிக்காமல் நின்றபடி வெகு வேகமாக மிதிக்கத் தொடங்கினான். அய்யாக்குடம் தனது காரில் வெளியே புறப்பட்டுச் சென்றார்.

○

அய்யாக்குடத்திற்கும் முகம்மது கானுக்கும் நாற்பது வருட சிநேகிதம். அப்போது கானுக்கு இருபத்தைந்து வயதிற்குள்தான் இருக்கும். அய்யாக்குடம் அவரைவிட ஐந்தாறு வயது சிறியவர். அவர் தென்னிந்தியப் பள்ளியில் அப்போது பத்தாம் வகுப்புப் படித்துக்கொண்டிருந்தார். அது பெரிய பள்ளி. அவ்வளவு பெரிய பள்ளி தென்னிந்தியாவிலேயே கிடையாது என்று ஆசிரியர்கள் வகுப்புகளில் பெருமை அடித்துக்கொள்வார்கள்.

ஒரு நாள் காலை அய்யாக்குடம் பள்ளிக்கூடத்திற்குள் நுழைந்தபோது மாடிப்படியோரம் மாணவர்களும் மாணவிகளும் கூட்டமாகக் கூடியிருப்பதைப் பார்த்தார். அவர் பின் வரிசையில் நின்று உன்னிப் பார்த்தபோது ஒரு இளைஞர் முக்காலியில் அமர்ந்து சரசரவென்று மாணவ மாணவிகளுக்குப் பென்சில் சீவித் தந்துகொண்டிருந்தார். பென்சிலைத் தரும் ஒவ்வொரு கைக்கும் ஒரு புன்னகை கிடைத்துக் கொண்டிருந்தது. அவருக்கு வியப்பாக இருந்தது. நேற்றுவரை இல்லாதவர் எப்படி இன்று வந்து முளைத்தார்? விடை அன்றைய வகுப்பிலேயே கிடைத்தது. இந்தியாவிலேயே முதல் தடவையாக நம் பள்ளியில்தான் பென்சில் சீவித் தரத் தனியாக ஒருவரைத் தலைமை ஆசிரியர் ஏற்பாடு செய்திருக்கிறார் என்றார் ஆசிரியர். அவர் முகத்தில் பெருமை வழிந்தது.

அய்யாக்குடத்திற்கு ஆசை பொங்கிற்று. என்ன அருமையான வேலை! கூர்மையான கத்தியால் பென்சில்களை க்றிச் க்றிச் சென்று சீவித் தருவது. வெட்டப்படும் சாயம் பூசிய நகங்கள்போல், ஓரங்களில் மட்டும் வண்ணங்கள் தெரியும்

சீவல்கள் நாலா பக்கமும் தெறித்தபடி இருக்கும். பையன்களைக் கண்டதும் அரண்டதுபோல் ஒதுங்கும் பெண்கள்கூடப் பவுடர் மணம் போதை தரும்படி பக்கத்தில் வந்து நின்று பென்சில்களைச் சீவி வாங்க முண்டியடிக்கும். வகுப்பு நடக்கும்போது ராஜாதான்; ஒரு வேலை கிடையாது. ஒரு வருடம் தலைமையாசிரியர் பொறுத்திருந் தால் நானே இந்த வேலைக்குச் சேர்ந்திருக்கலாமே. அவசரப்பட்டு வழுக்கை மண்டை கெடுத்துவிட்டது.

மறுநாள் அய்யாக்குடம் மணியடித்த பின் பள்ளிக்குள் நுழைந்த தால் முக்காலியில் தனியாக அகமது கான் கம்பீரமாக உட்கார்ந்திருப் பதைப் பார்க்க முடிந்தது. அணிலின் வால் நுனிபோல் புஸ்ஸென்று புருவங்கள். பிசிறில்லாத சவரத்தைக் கவனப்படுத்தும் செழுமையான கன்னங்கள். எடுப்பான நாசி. ஆச்சரியமாக இருந்தது, மஞ்சள் முழுக்கைச் சட்டை போட்டுக்கொண்டிருந்ததுதான். ஆசிரியர்களின், பார்த்துப் புளித்துப்போன வெள்ளைச் சீருடை ஜிப்பாக்கள் கேவலப்பட்டு, ஓரங்களில் வியர்வை அழுக்கு மேலும் அப்பலாக அய்யாக்குடத்தின் மனக்கண்ணுக்குத் தெரிந்தது.

அன்றுதான் அய்யாக்குடத்திற்கும் அகமது கானுக்கும் பரிச்சயம் ஏற்பட்டது. ஒன்றாகக் கூடிக் கலந்துவிடும்படி இருவர் உடல்களிலும் என்ன ரசாயனம் பொதுவாக ஓடிக்கொண்டிருந்ததோ, ஒரு சில நாட்களிலேயே அவர்கள் பரம சிநேகிதர்களாகிவிட்டார்கள். இருவரும் சேர்ந்து ஊர் சுற்றுவது, சினிமா பார்ப்பது, நகரப் பூங்காவின் வாகான மூலைகளில் செடிகள் மறைய உட்கார்ந்து தம் அடிப்பது, வாரக்கடைசி என்றால் ஒருவர் வீட்டிற்கு மற்றொருவர் போவது என்று குலாவல் கும்மாளம்போடத் தொடங்கிவிட்டது. தன் வீட்டில் ஏதாவது பணி யாரம் செய்தால் அதைப் பொட்டலம் போட்டுக்கொண்டு வந்து கானின் முக்காலியின் அடியில் வைத்துவிட்டுப் படியேறித் தன் வகுப்புக்குப் போவார் அய்யாக்குடம்.

நாட்கள் தென்றலாகப் போய்க்கொண்டிருந்தன. அந்த வருடத் தோடு தான் படிப்பை நிறுத்துவதாகவும் மறுவருடம் இருவரும் சேர்ந்து ஒரு பழக்கடை வைக்கலாம் என்றும் அய்யாக்குடம் கானிடம் சொல்லிக்கொண்டே இருந்தார். அய்யாக்குடத்தின் மூத்த பெரியப்பா தான் வடசேரி கனகமூலம் சந்தையை மொத்தமாகக் குத்தகைக்குப் பிடித்திருந்தவர். அதனால் பழங்களை சல்லிசாகக் கொள்முதல் செய்து சல்லிசாக விற்று நாகர்கோவிலில் ஒரு பழப் புரட்சியை உருவாக்கலாம் என்று அய்யாக்குடம் கானிடம் சொல்வார். தன் மனதிற்குள் கான் என்ன நினைத்தார் என்பது தெரியாது. ஆனால் தவறாமல் ஒரு புன்னகையை அய்யாக்குடத்திற்குத் தந்துகொண்டிருந்தார்.

பத்துப் பன்னிரண்டு வருடங்களுக்கு மேல் ஓடிவிட்டன. இருவருக் கும் திருமணங்கள் எப்போதோ முடிந்துவிட்டிருந்தன. ஏகதேசமாக, ஒரு வருடம் விட்டு மறு வருடம் இருவருக்கும் குழந்தைகள் பிறந்து கொண்டிருந்தன. ஒரு வருடம் கானுக்கு இரட்டைக் குழந்தைகள்

பிறந்தன. 'அண்ணேய். அவமானப்படுத்திட்டீங்களே' என்று கத்தினார் அய்யாக்குடம்.

அய்யாக்குடம் சந்தையில் தேங்காய் வியாபாரம் செய்துகொண் டிருந்தார். அவர் மகன் ராஜபாண்டி அந்த வருடமும் வகுப்பில் குட்டி போட்டதால் அவன் காதை முறுக்கித் தன்னுடைய தேங்காய்க் கடைக்கு இழுத்துக்கொண்டு போனார் அய்யாக்குடம். அந்த வருடம் தான் கானின் மூத்த பெண் பாத்திமா பெரிய பெண் ஆனாள்.

ஒரு நாள் கான் சற்றும் எதிர்பார்த்திராத நேரத்தில் அய்யாக்குடம் தனது ஜாவாவின் காரியரில் பாண்டியை வைத்துக்கொண்டு மாலை யில் பள்ளி விடும் நேரத்தில் அவரைப் பார்க்க வந்தார். ஜாவாவின் சீட்டில் அமர்ந்தவாறே, 'அண்ணேய் ஒரு யோசனை. இது வரையிலும் ஒரு லச்சம் பென்சில் சீவியிருப்பீங்களா? ஒரு விழா வச்சிரலாம். என் கிளாஸ் மேட் தாணுமாலையன் பய மந்திரி ஆயுட்டான்' என்றார். 'பென்சில் சீவற வேலைக்கே ஆபத்து வந்துக்கிட்டிருக்கே' என்றார் கான். 'என்னண்ணேய்?' என்று கேட்டார் அய்யாக்குடம்.

ஆபத்து வந்துகொண்டுதான் இருந்தது. மாற்றலாகி வந்திருந்த புதிய தலைமையாசிரியர் இம்மானுவேலுக்கு ஒரு ஆள் முக்காலியில் அமர்ந்து பென்சில் சீவித் தருவது, மற்ற நேரங்களில் அரசாங்கச் சம்பளத்தில் அரைத்தூக்கம் போட்டுக்கொண்டிருப்பது போன்ற அக்கிரமங்களைப் பொறுக்க முடியவில்லை. புதிய தலைமையாசி ரியர் பழைய தலைமையாசிரியருக்கு வலது கை, இடது கையாக இருந்த ஆசிரியர்களை எல்லாம் கூப்பிட்டு விட்டு, 'மாணவ மாணவி களுக்குப் பல் தேய்த்துவிட ஒரு ஆளைப் போடலாம் என்று நினைக் கிறேன். உங்கள் அபிப்பிராயங்கள் எப்படி?' என்று கேட்டார்.

மாடசாமி வாத்தியார், 'சார், கானுக்கு நம்ம 'மனமகிழ் மன்ற'த்தி லிருந்துதான் சம்பளம் போய்க்கொண்டிருக்கிறது. பழைய தலைமை யாசிரியர் சொக்கலிங்கம் சார் அப்பம் எழுதிக் கேட்டதற்கு பென்சில் சீவ ஆள் போட அனுமதி தரவில்லை அரசாங்கம்' என்றார்.

தன்னுடைய இன்றைய முடிவைப் பல வருடங்களுக்கு முன்பே அரசாங்கம் ஆமோதித்திருப்பது தெரிந்ததும் இம்மானுவேல் சாருக்கு உடனடியாகக் காரியத்தில் இறங்கலாம் என்ற ஊக்கம் கிடைத்தது. அன்றே ஏணிப்படியோரம் போடப்பட்டிருந்த முக்காலி, தலைமையா சிரியர் அறைக்கு வந்ததோடு, கானுக்கு விளையாட்டு ஆசிரியரின் எடுபிடியாகவும் 'பதவி உயர்வு' தரப்பட்டது.

அன்று மாலை அய்யாக்குடம் பள்ளிக்கு வந்தபோது ஏணிப்படியின் அடியைத் தோண்டியெடுத்து உருவாக்கப்பட்டிருந்த இருட்டறையில் தலையிடிக்காத பக்கத்தில் தரையில் அமர்ந்து கால் பந்து பிளாடர் களைச் சாக்குப்பொடியால் கான் குளிப்பாட்டிக்கொண்டிருப்பதை அவர் பார்த்தார். 'அடப்பாவி, பிடுங்கிட்டியா? குங்குமப்பொட்டு மாதிரி ஒரு சின்னச் செலவிலே பள்ளிக்கூடத்திற்கே பெருமை தந்துக்கிட்டிருந்த வேலையைக் கெடுத்திட்டியே' என்றார்.

அய்யாக்குடம் சொன்னது சரிதான். சிறிய செலவுதான். எல்லோருடைய வாயிலும் அடிபடக் காரணமாக இருந்த ஒரு தனி அந்தஸ்து அது. புதிதாகப் பொறுப்பை எடுத்துக்கொள்ளும் தலைமையாசியர் தன் அதிகாரத்தைக் காட்டித்தானே ஆசிரியர் களைப் பயமுறுத்தி வைத்துக்கொள்ள வேண்டும் என்பது எப்படி ஒரு தேங்காய் வியாபாரியின் மூளைக்குப் புரியும்?

கான் தன்னுடைய பணிகளைச் சரிவரப் பார்த்துக்கொண்டிருந்தார். போகப் போகப் பள்ளியில் பிறரைப் போல் அவரும் ஒரு ப்யூண் என்றாகிவிட்டிருந்தது. புதிய மாணவர்களுக்கு, கான் ஒரு காலத்தில் பென்சில் சீவித் தந்துகொண்டிருந்த செய்தியே தெரியாது.

விளையாட்டு ஆசிரியருக்கு உதவியாக முன்பிருந்த ப்யூண் அருணாசலம் இப்போது இம்மானுவேல் சாரின் வீட்டிற்குப் போய்க்கொண்டிருந்தான். காலையில் அவன் பள்ளிக்கு வந்து எல்லா வகுப்புகளையும் திறந்து வைப்பான். மாலையில் வந்து சாத்துவான். மிச்ச நேரம் எல்லாம் அவனுக்கு சாரின் வீட்டில்தான் வேலை. குழந்தைகளைக் குளுப்பாட்டுவதிலிருந்து சந்தைக்குப் போவது வரையிலும் எல்லாம் அவன்தான். அதனால் அவனுக்கு இம்மானுவேல் சாரிடமும், அதைவிட அதிகமாகத் திருமதி இம்மானுவேலிடமும் நெருக்கம் உருவாயிற்று.

பள்ளிக்கூட இன்ஸ்பெக்டர் அலுவலகத்திலிருந்து இம்மானுவேல் சாருக்கு ஒரு 'கொரி' வந்தது. அருணாசலத்திற்குப் பள்ளிக்கூடத்தில் முழு நேர வேலையிருக்கிறதா, இல்லையா என்று அதில் கேட்டிருந்தார் கள். ஒரு மொட்டைக் கடுதாசியின் விளைவுதான் 'கொரி' என்பது இம்மானுவேல் சாருக்குத் தீர்மானமாகப்பட்டது. அவருக்கு உடனடி யாக நினைவுக்கு வந்தது கானுடைய முகம்தான். அவனுடைய விஷமமாகத்தான் இருக்க வேண்டும். ராஸ்கல்!

ஒரு நாள் இம்மானுவல் சாரிடம் சுருதி சேர்ந்து பேசிக்கொண் டிருந்தபோது அருணாசலம், பள்ளிக்கூட வேலையையும் வீட்டு வேலையையும் பார்ப்பது தனக்குச் சிரமமாக இருக்கிறது என்றான். 'மனுஷனெ வேலெ வாங்கியே கொன்னுடாதீங்க' என்றாள் சாரின் மனைவி.

மறு நாள் இம்மானுவேல் சார் கானைக் கூப்பிட்டு விட்டார். மிகுந்த அன்புடன், 'விளையாட்டு ஆசிரியருக்கு உதவியாக இருப்பது சிரமமாட்டு இருக்குதோ?' என்று கேட்டார். 'இல்லே சார், இல்லே' என்று பதற்றத்துடன் பதில் சொன்னார் கான். 'பள்ளிக்கூடத்தைத் திறந்து மூடற வேலையை எந்தப் பயலும் பொறுப்பாட்டுப் பாக்க மாட்டேங்கான். பெரிய தலைவலியாட்டு இருக்குது' என்றார் இம்மானுவேல். கான் அதற்கு மௌனமாக இருந்தார். இம்மானுவேல் சார் சட்டென்று தன் குரலை இலேசாக உயர்த்தி, 'உங்களுக்கு மற்ற ப்யூண்களுக்குத் தாற சம்பளம் தந்துக்கிட்டிருக்கோம், தெரியுமா?' என்றார். எதற்கு இதைச் சொல்கிறார் தலைமையாசிரியர் என்பதே

கானுக்கு விளங்கவில்லை. 'நாளையிலேருந்து நீங்க அந்த வேலையெப் பாருங்க' என்றார். 'குளந்தை குட்டிக்காரன், வீட்டு விஷயங்களெப் பாக்க முடியாம முடக்கிப் போட்டுடும்' என்றார் கான். 'புதிசாட்டு ஒரு ப்யூண் வராமலா இருப்பான்? வந்தாம்னா அவன் தலையிலே வச்சுக் கட்டிப்போடலாம்' என்றார் இம்மானுவல் சார். சிறிது இடைவெளிக்குப் பின் உத்தரவு தரும் குரலில், 'நாளையிலேருந்து அந்த வேலையைப் பாருங்க' என்றார்.

இந்த விஷயத்தைக் கான் அய்யாக்குடத்திடம் சொன்னபோது, 'என்னண்ணேய் இது. ஏற்கனவே வாதக்கூறு, பக்கவாதத்திலே கொண்டுபோய் விட்டுப்போடும்னு சொல்லி ஒரே அடியாட்டு நிமுந்திட வேண்டியதுதானே' என்றார். கான் அதற்குப் பதில் சொல்லவில்லை.

வகுப்பறைகள் எழுபதுக்கு மேல் இருந்தன. தொலைவில் இருந்தது ட்ரில் புரை. மற்றொரு கோடியிலிருந்தது சாப்பாட்டுப் புரை. பாதுகாப்பை உத்தேசித்துப் பையன்களின் சாப்பாட்டுப் புரைக்குச் சம்பந்தமில்லாமல் விலகி இருந்தது பெண்களின் சாப் பாட்டுப் புரை. கக்கூசுகள் எண்ணிக்கையில் குறைவுதான். பத்துக் குள்தான் இருக்கும். அவற்றின் பூட்டுக்கள் துருப்பிடித்துப் போய் விட்டதால் அவற்றைத் திறந்து சாத்த வேண்டியதில்லை. அதே மாதிரி நூல் நிலையம். அதற்குள் என்ன இருக்கிறது என்று இது வரையிலும் யாரும் பார்த்ததேயில்லை. ஒரு கிணறுக்கு வலை போட்டுப் பூட்டியிருந்தது. இவை தவிர முன் கேட், பின் கேட். ரைட்டர் அறையிலுள்ளவர்கள் வேலை முடிந்து முன் பின்னாகத்தான் போவார்கள். அதற்குப் பின்தான் அந்த அறையைப் பூட்ட வேண்டும்.

ஒரு நாள் அய்யாக்குடம் தனது காரில், பாண்டி காரை ஓட்டி வர, மாலை பள்ளிக்கூடம் விட்டதும் வந்து சேர்ந்தார். 'தினமும் எழவெடுத்த வேலை என்ன செய்யறீங்கனு தெரிஞ்சுக்கிடலாமில்லா? அதுக்குத்தான்' என்று போர்ட்டிக்கோவிலிருந்து வராண்டாவில் ஏறி வந்தார்.

அவருக்கு முன்னால் தனது வேலையைச் செய்யவே கானுக்குக் கஷ்டமாக இருந்தது. ஒரு சாக்குப் பை நிறைய சாவிக் கொத்துகள், குத்தூசிகள், பிற ஆயுதங்கள். முதல் பாரம் சி டிவிஷன் முன் கதவோடு சேர்த்து வைக்கப்பட்டிருந்தது. அதைத் தூக்கிப் பார்த்தான் ராஜபாண்டி. 'அம்மாடி! தூக்கக் களியலயே' என்றான். 'சீவனத்த பய' என்று சொல்லிக்கொண்டே அய்யாக்குடம் வந்து தூக்கிப்பார்த் தார். அவராலும் தூக்க முடியவில்லை. 'குறுக்கிலெ பிடிச்சுக்கிட்டா சந்தைக்குப் போகக் களியாது' என்று சொல்லியபடியே விலகிக் கொண்டார்.

கான் மௌனமாகத் தன் வேலையைத் தொடங்கினார். ஜன்னல்கள் மிக உயரமானவை. டெஸ்கின் மேல் ஏறி நீண்ட நுனி வளைத்த கம்பியால் கொண்டிகளைத் தட்டிக் கழற்றிவிட்டார். கண்ணாடிக்

கதவுகள் கொண்ட ஜன்னல் கதவுகளை இழுத்துச் சாத்தியபோது கிண்ணங்களை வாரியிறைத்தது போல் சத்தம் கேட்டது. இரண்டு ஜன்னல்ளையும் சாத்திய பின், கதவுகளைச் சாத்தத் தொடங்கினார். கதவுகளின் கீழ்க் கொண்டிகளைத் தரையிலிருந்த தொளைகளில் தள்ள முடியாதபடி பொடி மண் அடைத்துக்கொண்டிருந்தது. அன்றாடம் சேரும் மாணவர்களின் காலடி மண். அதற்குத் தனி ஆயுதம் இருந்தது. சாக்குப் பையிலிருந்து அதை எடுத்தார். ராட்சசச் செவித் தோண்டி போலிருந்தது அது. 'தொரட்டு வேலை கண்ட மேனிக்கு இருக்கும் போலிருக்கே' என்றார் அய்யாக்குடம். 'ம்' என்றார் கான். திடீரென்று கோபம் வந்தவர்போல், பாண்டியைப் பாத்து, 'பாத்துக்கிட்டு நிக்கயா, முட்டாப் பயலே, மாமாவுக்கு தொளைகளைத் தோண்டிக் கொடு' என்றார் அய்யாக்குடம். பாண்டி படபடவென்று வேட்டியை மடித்துக் கட்டிக்கொண்டான். 'சீ சீ அவன் பாட்டுக்கு ஒரு ஓரத்திலே இருக்கட்டும்' என்று ஆவேசத்துடன் வந்த பாண்டியைத் தடுத்து வராண்டாவில் உட்கார வைத்தார் கான்.

'அண்ணேய், சோலியெத் துவக்கதுக்கு முன்னாலே வயத்துக்கு ஏதாவது போட்டீங்களா?' என்று கேட்டார் அய்யாக்குடம். 'இப்பம் சோலி முடிஞ்சிரும். கடைசிப் பையன் போனதுமே சாத்தத் தொணங்கிடணம்னு ஹெட்மாஸ்டர் உத்தரவு' என்றார். 'அண்ணேய், ஒரு நாளைக்கு அவரெச் சாத்தச் சொல்லுங்க' என்றார் அய்யாக்குடம். ராஜபாண்டி சிரித்தான்.

வகுப்பறைகள் எல்லாவற்றையும் சாத்தி முடித்ததும் டார்ச் விளக்கை எடுத்துக்கொண்டு கான் பையன்களின் சாப்பாட்டுப் புரை, பெண்களின் சாப்பாட்டுப் புரை, கிணற்றின் கம்பி வலைக் கதவு, மெயின் கேட்டுகள் இரண்டு எல்லாவற்றையும் பூட்டி விட்டு வரும்போது மணி ஏழு. 'காலையிலே எப்பம் சோலியெத் தோக்கணும்?' என்று கேட்டார் அய்யாக்குடம். 'காலையிலே ஆறு மணிக்கு' என்றார் கான். 'இண்ணையப் பாடு முடிஞ்சிட்டில்லா. வாங்க, போவோம். போயி வயத்துக்குள்ளதெப் பாப்போம்' என்றார் அய்யாக்குடம்.

ஓட்டலிலிருந்து வெளியே வந்ததும், 'காரிலே ஏறுங்க, வீட்டிலே எறக்கிவிடுதேன்' என்றார் அய்யாக்குடம். 'காலைத் தூக்கி வச்சா நாலு எட்டு. நான் போறேன்' என்றார் கான். டிரைவர் சீட்டில் ஏறிய பாண்டி காரை ஸ்டார்ட் செய்தான். 'தம்பி, ஒரு விஷயம். சொல்ல நினைச்சுத் தள்ளிப் போட்டுக்கிட்டே இருக்கேன். என்னைத் தேடிக் காரிலே ஸ்கூலுக்கு வராதிங்க' என்றார் கான். அய்யாக்குடத்திற்குப் புரிந்தது. என்றாலும், 'ஏன்' என்று கேட்டார். கான் மௌனமாக இருந்தார். அய்யாக்குடத்திற்குச் சங்கடமாக இருந்தது. 'சரியண்ணேய், வீட்டுக்குப் போங்க, நாளப் பாக்கலாம்' என்று சொல்லிவிட்டு கார் முன் சீட்டில் ஏறினார் அவர்.

அந்த வருடம் அய்யாக்குடத்தின் மகள் வசந்திபார்வதிக்கு அமோகமாகத் திருமணம் நடந்தது. பையன் எம்.பி.பி.எஸ். முடித்து, தோல் மருத்துவத்தில் எம்.டி.யும் வாங்கியிருந்தான். ஒரு வாரம் லீவு போட்டுவிட்டு, கான் அய்யக்குடம் வீட்டோடு இருந்து உழைத் தார். கல்யாணத்தன்று அவர்தான் ஸ்டோருக்குக் காவலாக நின்றார். தேங்காய் வியாபாரிகள், தென்னந்தோப்புக்காரர்கள், அரசியல்வாதிகள், முனிசிபாலிட்டி ஊழியர்கள் என்று கண்டமேனிக்குக் கூட்டம்.

பாத்திமாவுக்கு 27 வயது தாண்டிவிட்டிருந்தது. கானின் மனைவிக்கு எலும்புருக்கி நோய் வந்ததுபோல் உடல் வற்றிக்கொண்டிருந்தது. அய்யாக்குடம் ஒரு நாள் கானின் வீட்டிற்கு வந்தபோது அடுக்களை வாசலில் நின்ற அவரது மனைவியின் காது பட, 'அண்ணேய் தரம் கிரம் பாத்துக்கிட்டு இருக்கியளா. நாள் ஓடிட்டே இருக்கு' என்றார். 'பாத்துக்கிட்டுத்தான் இருக்கேன். லாறியில போற தண்ணி போடற பய ஐம்பது பவுன் நகையைக் கொண்டா எங்கான்' என்றார். கானின் மனைவியின் கண்கள் நிறைவதை அய்யாக்குடம் பார்த்தார். 'மரியாதைக்காரனா ஒரு பையனெப் பாருங்க. தொழில்லே நேக் இருந்தா போதும். மொதல் போட்டுக் கொடுத்து சந்தையிலே இருத்தியிரலாம்' என்றார் அய்யாக்குடம். அதற்குக் கான் ஒன்றும் பதில் சொல்லவில்லை.

ஒரு நாள் ப்யூண் அருணாசலம் கான் வகுப்பறைகளைச் சாத்திக் கொண்டிருக்கும்போது அங்கு வந்தார். கானுக்கு ஏந்தல்போல் அவரும் இரண்டொரு ஜன்னல்களைச் சாத்தினார். தொளையில் மண்ணெடுத்துக் கொண்டிருந்த கானைப் பார்த்து 'அண்ணேய், ஸ்கூல் உங்களுக்குச் சொந்தமில்லே, மேலாகப் பறண்டிட்டு கொண்டியை உள்ளே அமுக்குங்க' என்றார். அதற்கு முந்திய நாள்தான் சம்பளத் தேதி. 'அண்ணேய், நேத்து என்ன வாங்கினீங்க?' என்று கேட்டார் அருணாசலம். கான் தலையைத் தூக்கிப் பார்க்காமல் கிடைத்த பணத்தைச் சொன்னார். 'புதிய ஹெட்மாஸ்டர் தங்கமான மனுஷன். எனக்குத் தாறதெ உங்களுக்கும் தாறாரு பாத்தீங்களா?' என்றார். அருணாசலம் என்ன சொல்லுகிறான் என்பதே கானுக்குப் புரியவில்லை. தலையைத் தூக்கி அருணாசலத்தைப் பார்த்தவாறே, 'என்னண்ணேய்? என்ன சொல்றீங்கன்னே விளங்கலயே' என்றார். 'அப்பம் அண்ணனுக்கு இண்ணைக்கு வரைக்கும் விசயம் தெரியாதா? மறச்சில்லா வச்சுக்கிட்டிருக்கானுக. அடப் பாவிகளா! கடைத்தேறு வீங்களா?' என்று கத்தினார் அருணாசலம்.

அருணாசலத்திடமிருந்து தெரிந்து கொண்ட விஷயங்கள் கானைக் கதிகலங்க வைத்தன. அவர் அரசாங்க ஊழியரே இல்லை. ஒரு மாதம்கூட அரசாங்கச் சம்பளம் அவருக்கு வந்ததும் இல்லை. கான் சுருண்டுபோய்விட்டார். இரு கேட்டுகளையும் பூட்டிவிட்டுப் போர்டிக்கோ படிக்கட்டில் இருளில் அமர்ந்து மனப்பாரம் தீர அழுதார். அய்யாக்குடத்திடம் சொல்வது பற்றி இரண்டு மனசாக

இருந்தது. உடன்பிறந்த ஜீவனுக்கு மேலானவன். அவனிடம் மறைக்கலாமா? அவனை ஏமாற்றியது போல் ஆகிவிடுமே.

தன் வீட்டுக்கு அய்யாக்குடம் வந்தபோது கான் விஷயத்தை அவரிடம் சொன்னார். 'அப்படியா?' என்றார் அய்யாக்குடம். அதற்கு மேல் அவர் பரபரப்புக் காட்டாதது கானுக்குப் புதிராக இருந்தது. அவர் விடைபெற்றுக்கொண்டு போனார்.

மறுநாள் தலைமையாசிரியர் அறையில் பெரிய கலாட்டாபோல் சத்தம் கேட்டது. அங்குக் கோப்புகளைச் சுத்தம் செய்துகொண்டிருந்த அருணாசலம் வெளியில் வந்து கானிடம், 'அண்ணேய், கெடுத்துப் புட்டீங்களே. அந்த தேங்கா வியாபாரிகிட்டே நான் சொன்னதெ ஏன் அவுத்து விட்டீங்க? அவன் சட்டம்பியில்லா? சாருகிட்டே திண்டுக்கும் முண்டுக்கும் பேசிக்கிட்டு இருக்கானே' என்றார்.

அன்று காலை பள்ளிக்கூடத்தில் முதல் மணி அடிப்பதற்கு முன்னாலேயே புன்னை மரத்தடி நிழலில் நின்று தம்மடித்துக் கொண்டிருந்த அய்யாக்குடம் தலைமையாசிரியர் வருகிறாரா என்று கவனித்துக்கொண்டிருந்தார். முதல் மணி அடித்துச் சில நிமிடங்களில் தலைமையாசிரியர் பள்ளி முன் வாசல் கேட் வழியாக நுழைவது தெரிந்தது. மாஜிஸ்ட்ரேட்டாக வேலை பார்த்துவந்த அவரது மனைவி காரைப் பள்ளி முன் நிறுத்தி அவரை இறக்கி விட்டுவிட்டுப் போனார். காலையில், 'நீராடும் கடலுகுத்த', மாணவர்களுக்கு அசெம்பளியில் உபதேசங்கள், ஆசிரியர்கள் சிலரிடம் செல்லக் கோபம், சிலரிடம் ஆங்காரக் கோபம், ரைட்டர் அறைக்குச் சென்று எல்லோரையும் ஒரு விரட்டல் ஆகியவை முடித்துவிட்டு அவர் தன் அறைக்குள் நுழையப் பத்தரைக்கு மேல் ஆகலாம் என்று கணக்குப் பண்ணினார் அய்யாகுடம்.

தலைமையாசிரியர் தன் அறையில் ஆசிரியர்களின் வருகை நோட்டைப் பார்த்துக்கொண்டிருந்த போது மடாரென்று உள்ளே நுழைந்தார் அய்யாக்குடம். தலைமையாசிரியருக்கு அய்யாக்குடத்தின் முகத்தைப் பார்த்ததுமே ஏதோ விபரீதம் என்று தெரிந்துவிட்டது. தென்னிந்தியப் பள்ளித் தலைமையாசிரியர் அறைக்கு அனுமதியின்றி நுழைய ஒருவருக்கு என்ன தைரியம்! வந்தவருக்கு அரசியல் பின்னணி இருக்கலாம் என்று தோன்றவே, 'உக்காருங்க, ஐயா' என்றார் தலைமையாசிரியர்.

'உக்காந்து பேசுதுக்கு நான் வரலே. கான் அண்ணனுக்கு வயத்தில அடிச்சுப்போட்டீளே, அதுக்கு நியாயம் கேக்க வந்திருக்கேன்' என்றார் அய்யாக்குடம்.

'உக்காருங்க, சொல்லிப் புரிய வைக்கறேன். கவர்மெண்டு பள்ளிக் கூடம். ரிக்கார்டு இருக்கு. சட்டங்கள் இருக்கு. என் இஷ்டத்துக்கு ஆட முடியுமா? முதல்லே நீங்க கானுக்கு எப்படி?'

'அவரு எனக்கு அண்ணன்.'

‘உடன்பிறப்பா?’

‘ஆமா.’

‘உங்க பெயரெப்படியோ?’

‘பால்குடம் நாடார்.’

‘பால்குடம் நாடாரா?’

‘ஆமா.’

‘அப்படீனு சொன்னா . . .’

‘அந்தக் கதெ எல்லாம் உங்களுக்கொண்ணும் தெரிய வேண்டாம். கேட்டதுக்குப் பதில் சொல்லுங்க.’

‘தம்பீ, கானுக்கு, ‘மனமகிழ் மன்றத்தி’லேருந்து சம்பளம். துவக்கத்திலிருந்தே. ஆனா கவர்மெண்டு ப்யூண் வாங்கற சம்பளம்தான் அவருக்கும். அந்தப் பாயிண்டையும் நீங்க கவனிக்கணும்.’

‘அது, சம்பளம் யார் தாறதுனு அவருக்குத் தெரியாம இருக்குதுக்காக. ஏமாத்து.’

‘எதுக்கு அவர ஏமாத்தணும்? பாபத்தை வாங்கிக் கட்டிக்கவா?’

‘அவர்கிட்டே வாங்கிக்கிட்டிருக்க வேலயெ நீங்க கவர்மென்ட் ப்யூண்கிட்டே வாங்கிக்கிட முடியாது. அண்ணனெ ஏமாத்தி அவரெ ஒட்டப் பிளிஞ்சுக்கிட்டு இருக்கீங்க.’

‘தம்பீ . . .’

‘நீங்க என்னெ மொற வச்சு ஒண்ணும் கூப்பிட வேண்டாம். அவரை அரசாங்கப் ப்யூண் ஆக்க ஆக்ஷன் எடுங்க. செய்து முடிக்கலே, தாணுமாலையின்கிட்டெச் சொல்லி இருபத்திநான்கு மணிக்கூறுக்குள்ளே உங்களைத் தண்ணியில்லாக் காட்டுக்கு மாத்திப்போடுவேன், ஜாக்கிரதை’ என்று சொல்லி விட்டு வெளியேறினார்.

மூன்று நாட்களுக்குப் பின் கானின் வீட்டிற்குச் சென்ற போதுதான் அவர் வேலைக்கே செல்லவில்லை என்பது அய்யாக்குடத்திற்குத் தெரிந்தது. வீட்டிற்கு மூத்த குழந்தை இறந்துபோன மாதிரி வெளி விழுந்து கிடந்தது வீடு.

‘கவலைப்படாதேங்க அண்ணேய், அவன் ஆர்டர் வாங்கித்தரலைன்னா அவன் சங்கைக் கலக்கிப்போடுவேன்’ என்றார் அய்யாக்குடம்.

‘அய்யாக்குடம், நீ இல்லே; குடியரசுத் தலைவர் நெனச்சாலும் இனிமே எனக்கப் பேப்பரை சரி செய்ய முடியாது. என் தலையெளுத்து அவ்வளவுதான்’ என்றார் கான்.

நாலு நாட்கள் அலைந்து திரிந்து பல வக்கீல்களையும் அரசியல்வாதிகளையும் சந்தித்துப் பேசிய பின், கான் சொன்னதுதான் சரியென்ற முடிவுக்கு அய்யாக்குடம் வந்தார்.

சுமார் ஒரு வாரத்திற்குப் பின் தலைமையாசிரியரின் வலது கையும், மாநில ஆசிரியர் சங்கத்தின் துணைத் தலைவருமான சண்முகவடிவேலு சார் கானைப் பார்க்க அவர் வீட்டிற்கு வந்தார். அவர் கையில் ஒரு ஹார்லிக்ஸ் பாட்டிலும் இருந்தது.

'உடம்பு சரியில்லை பாத்துட்டு வான்னு ஸார்தான் அனுப்பி வச்சாரு. மாநில அளவிலே உங்களுக்கு ஒரு நிதி திரட்டித் தர ணும்னு ஸார் சொல்லிக்கிட்டிருக்காரு. ஆசிரியர் சங்கம் பலரையும் தூக்கி விட்டிருப்பது வரலாறு' என்றார் வடிவேலு.

'நான் இனி வேலைக்கு வரலே' என்றார் கான்.

மிக மெதுவாகத்தான் அவர் சொன்னார் என்றாலும் இனி எந்த சக்தியாலும் அவரது முடிவை அசைக்க முடியாது என்பது வடிவேலு சாருக்குத் தெரிந்துவிட்டது.

○

அய்யாக்குடம் காரை ஓட்டியபடி கானின் வீட்டைப் பார்த்துப் போகும்போது, என்ன பாடு பட்டாலும் சரி, எவ்வளவு லஞ்சம் கொடுத்தாலும் சரி, அலிக்கு ஒரு அரசாங்க வேலையெடுத்துத் தர வேண்டும் என்று தீர்மானத்துடன் போனார்.

கான் ஒரு படுக்கையில் படுத்திருந்தார். கட்டில் பக்கமிருந்த முக்காலியில் அய்யாக்குடம் உட்கார்ந்ததும் கான் பெரிதாக அழ ஆரம்பித்தார்.

'மனசத் தளர விடாதீங்க, அண்ணே. ஒரு வளி பொறக்காமலா போகும்' என்றார் அய்யாக்குடம்.

'ரயிலு வள்ளியூரு வந்திடிச்சு தம்பீ. இனி அவ்வளவுதான்' என்றார் கான்.

'இப்படியேதான் நாலு நாளாப் பொலம்பிக்கிட்டு இருக்காரு, மாமா' என்றான் அலி.

அய்யாக்குடத்திற்கு வாய் கட்டிவிட்டது.

ஒரு நாள் விட்டு மறுநாள் அய்யாக்குடம் போனபோது, 'தம்பீ, ரயிலு நாகர்கோவில் வந்தாச்சு, அவுட்டரிலே கெடக்கு' என்றார் கான். அவர் கன்னங்களில் கண்ணீர் வழிந்தபடி இருந்தது.

'மாமா, வாப்பா கிட்டெ உள்ளங்கையைக் காட்டச் சொல்லுங்க' என்றான் அலி.

அப்போதுதான் கையை கான் மறைத்து வைத்துக்கொண்டிருப்பது தெரிந்தது.

'கையெக் காட்டுங்கண்ணே' என்றார் அய்யாக்குடம்.

கான் உள்ளங்கையை விரித்துக் காட்டினார். இரு உள்ளங்கை களிலும் குத்தப்பட்ட குண்டூசிகள் எழும்பி நின்றுகொண்டிருந்தன.

வலது கையின் இடதோரத்திலும் இடது கையின் வலதோரத்திலும் ஊக்குகள் தொங்கிக்கொண்டிருந்தன. கான் கைகளை இலேசாக அசைத்துக் காட்டினார். ஊக்குகள் பெண்கள் காதின் தொங்கட்டான் போல் அசைந்தன.

'அண்ணே, உங்களுக்கே இது நல்லா இருக்கா?' என்றார் அய்யாக்குடம். அவர் குரல் தேய்ந்துவிட்டிருந்தது.

'உம்மாதான் இப்பொ சோறு ஊட்டி விடறாங்க, மாமா' என்றான் அலி.

'நீ செய்து காட்டு பாப்போம். ஒரு வலியில்லே. ஒரு சொட்டு ரத்தமில்லே. கையிலே தளும்பேறணும்னா அதுக்குண்டான வேலையைச் செய்யணும். தேங்காயெ எண்ணிப் போட்டுக் கிட்டிருந்தாப் போதாது' என்றார் கான்.

பூரிப்பதுபோல் அவர் சிரித்ததை அய்யாக்குடத்தால் சகிக்க முடியவில்லை.

'அண்ணனுக்கு என் மேலே எள்ளுப் போல அன்பு இருந்தா, இந்தக் கண்றாவியெப் பிடுங்க விடுங்க' என்றார் அய்யாக்குடம்.

'என் உசிரே நீதானே தம்பீ. பிடுங்கிடுதேன். ஒரு உபகாரம் மட்டும் செய், காரிலே போய் கைகாட்டி அவுட்டரிலே விளுந்துட்டான்னு மட்டும் பாத்திட்டு வந்திரு. அது போதும்' என்றார் கான்.

ஜூன் 2004 கலிஃபோர்னியா

மறியா தாமுவுக்கு எழுதிய கடிதம்

அன்புள்ள மிஸ்டர் தாமு,

முதலிலேயே சொல்லிவிடுகிறேன். நீங்கள் எதிர்பார்த் திராத ஒரு நிமிடத்தில் உங்களை அணைத்து, உதடுகளில் முத்தமிட்டதற்காக வருத்தம் தெரிவிக்கவோ மன்னிப்புக் கேட்கவோ நான் இந்தக் கடிதம் எழுதவில்லை. என்னி லிருந்து வேறுபட்ட கலாச்சாரப் பின்னணி கொண்டவர் நீங்கள். மேற்கத்திய வாழ்வின் நிழல்கள் தன்மீது பட்டுவிடக் கூடாது என்ற எண்ணத்தோடு இங்கு வாழ்ந்துவருகிறீர்கள். நான் நடந்துகொண்ட விதம் உங்களுக்கு அதிர்ச்சியாகவும் புதிராகவும் இருந்திருப்பது இயற்கைதான். அப்போது சிவந்துபோய்விட்டிருந்த உங்கள் முகமே உங்கள் மனவோட் டங்களை எனக்கு உணர்த்தின. எனக்கு உங்கள் முகத்தைப் பார்க்கவே கூச்சமாக இருந்தது.

அதன் பின் எங்கள் வீட்டு வரவேற்பறையில் இருந்து வெளியேறி, முதுகு குனிய உங்கள் அவுட் ஹௌசிற்குள் சென்று வாசல் கதவையும் சாத்தித் தாளிட்டுக்கொண்டீர் கள். நீங்கள் உங்கள் படுக்கையில் கவிழ்ந்து படுத்துப் பொறுமிக்கொண்டிருப்பது போன்ற சித்திரம் என் மனதில் வந்தது. அன்றிரவு வழக்கம்போல் லூதரைத் தேடிக் கொண்டு நீங்கள் வரவில்லை. லூதர் வெகு நேரம் காத்துக் கொண்டிருந்தார். 'ஏன் தாமுவைக் காணோம்?' என்று கேட்டார். அவுட் ஹௌசின் வாசலுக்கு ஒன்றிரண்டு முறை வந்து பார்த்தார். அவரது தவிப்பு என் மனதை நெருடிற்று.

மறுநாள் காலையில் நீங்கள் பணிக்குப் போகும்போது வழக்கம் போல் கொட்டடிக்கு வந்து இரண்டொரு வார்த்தைகள் என்னுடன் பேசிவிட்டுப் போக வேண்டும் என்னும் எதிர்பார்ப்பு எனக்கு இருந்தது. அதேசமயம் வராமல் போய்விடுவீர்களோ என்று என் மனது அடித்துக்கொண்டும் இருந்தது. வராமல் போய்விட்டால் அது வரவிருக்கும் விபரீதங்களுக்கு அறிகுறி என்று தீர்மானம் செய்துகொண்டிருந்தேன்.

அன்று காலை என் வளர்ப்புப் பிராணிகளை வழக்கம்போல் என்னால் கவனிக்க முடியவில்லை. மனம் எதிலும் பதிய மறுத்ததால் யந்திரம்போல் வேலைகளை முடித்துவிட்டு வீட்டிற்குள் போய்ப் படுத்துக்கொண்டேன். பகல் முழுக்க மனம் நிலைகொள்ளாமல் தவித்தது. இது போன்ற நெருக்கடிகளில் இரவு சோதனையாகத்தான் இருக்கும். அன்றிரவு இருளின் கருமையும், அதன் அமைதியும், காற்றின் ஊளையும், மரக்கிளைகளின் கள் வெறி கொண்ட ஆட்டமும் என் உளைச்சல்களை முடுக்கி, வருத்தங்களுக்கு விமோசனமில்லை என்று நான் தீர்மானிக்கும்படிச் செய்தன.

நீண்ட இரவென்றாலும் சரி இருள் வெளிறித்தானே ஆக வேண்டும் என்று படுக்கையில் புரண்டுகொண்டே கிடந்தேன். எப்போதும் போல் அன்றும் விடியலின் ஊடுருவல் என் மனதில் சிறிது நம்பிக்கைப் பொறியை உருவாக்கிற்று. காலையில் நீங்கள் என்னைச் சந்தித்துவிட்டுத் தான் செல்வீர்கள் என்று நம்பினேன். ஆனால் உங்கள் மோட்டார் சைக்கிள் இயக்கத்தின் முதல் ஓசை வெடிப்புகள் மாடியில் எனக்குக் கேட்டன. அவை தொலைவில் தேய்ந்து அமைதியில் கரைந்துவிட்ட போது மீண்டும் என் மனம் சோர்ந்துபோயிற்று.

இக்கடிதத்தை எழுதும் இந்த நேரத்தில் பல எண்ணங்கள் வந்து என் மனம் நிம்மதியில்லாமல், லூதர் தவிர வேறு எவரும் எனக்கு நினைக்க இல்லையே என்று நீண்ட காலம் உள்ளூர வருந்தியிருக்கிறேன். அப்போது என்னை மதித்து நீங்கள் என்னுடன் உறவுகொண்டது எனக்கு உற்சாகத்தைத் தந்தது. அதன் பின் என் வாழ்க்கைக் குறிக் கோள் மீதும் நீங்கள் மதிப்புக் கொள்வதை நான் உணர்ந்தேன். இம்மாற்றங்களுக்கு எல்லாம் சூழல் தந்த உந்துதல்தான் முக்கியக் காரணம் என்றாலும், உங்கள் மன வார்ப்பிற்கும் பெரிய பங்குண்டு என்றுதான் நினைக்கிறேன். நாள்பட என் வளர்ப்புப் பிராணிகள்மீது நீங்கள் காட்டத் தொடங்கிய சிரத்தைதான் எனக்கும் உங்களுக்குமான உறவை மேலும் நெருக்கிற்று. என்மீது கொண்ட கவனமாக மட்டுமே உங்கள் அக்கறை நின்றுபோயிருந்தால், உங்கள்மீது ஆவேசமான அன்புகொள்ள எனக்குத் தோன்றியிராது என்றுதான் நம்புகிறேன். என் பிராணிகள்மீது எனக்கு நிகரான அக்கறை நீங்கள் கொண்டது மிகப் பெரிய விஷயம். எனக்கு வாய்த்த உறவுகள் ஒன்றிலிருந்துகூட நான் இந்த ஆதரவைப் பெற்றதில்லை. இப்படிப் பார்க்கும்போது நம் உறவு நெருங்கியதற்கு உங்களிடம் நாள்பட ஏற்பட்ட மனமாற்றம் தான் காரணம் என்று நான் கருதுவதில் தவறுண்டா?

நீங்கள் மிகுந்த சிரத்தையுடன் இக்கடிதத்தைப் படிக்க வேண்டும் என்பது என் ஆசை. ஒரு சமயம் நீங்கள் என் கடிதத்தைப் பார்க்கவே விரும்பவில்லை என்றாலும்கூட நான் இதைத் தொடர்ந்து எழுதிக்கொண்டுபோக வேண்டும் என்றே தீர்மானித்திருக்கிறேன். ஏனெனில் இந்தச் சந்தர்ப்பத்தில் நான் என் வாழ்க்கையைத் திரும்பிப் பார்த்துக்கொள்ள வேண்டும் என்று எனக்குத் தீர்மானமாகப் படுகிறது.

என்னைச் சிறு வயதிலிருந்தே ஒரு ஏமாற்றம் தொடர்ந்து விரட்டிக் கொண்டுவருகிறது. சிக்கலும் மாயத்தன்மையும், புகைமூட்டமும் நிறைந்த ஏமாற்றம் அது. அதை என்னால் தெள்ளத் தெளிவாக உணரவோ, உணர்ந்ததைக்கூடச் சரிவரச் சொல்லவோ முடியாது. எல்லோருடனும் நான் அன்பாக நடந்துகொள்ளும்போதும் பிறர் ஏன் என்னை வெறுக்கிறார்கள் என்பது என் மனதில் பூதாகரமான கேள்வியாக உருவாகி என்னைச் சதா சங்கடப்படுத்திவருகிறது. இந்தச் சிக்கலை நான் புரிந்துகொள்ள எவ்வளவோ முயன்று பார்க்கிறேன். காலம் போகப் போக, முன்னைவிட கவனமாகவும் பரிவுடனும் பிறரிடம் நடந்துவரும்போதும் முடிச்சு இறுகிக்கொண்டுபோகிறதே தவிர சிறிதும் நெகிழவில்லை. மீண்டும் மீண்டும் எனக்கு வந்து சேரும் இந்த அனுபவத்தை இளமையிலிருந்தே நான் ஆண்டவரிடம் புகாராகக் கூறிவருகிறேன். நாள் போகப்போக எனக்குச் சுய அலுப்பு மிஞ்சிவருகிறது.

இதிலிருந்து என்னை நான் உலகம் கண்டிராத உத்தமி என்றும், பிறரை அற்ப ஜென்மங்களாக மதிக்கிறேன் என்றும் நீங்கள் கருதிவிடக் கூடாது. என்னிடம் பலவீனங்கள் இருக்கின்றன. அவற்றில் பலவற்றை நானே அறிந்திருக்கிறேன். நான் அறியாத பலவீனங்கள் இன்னும் எவ்வளவோ இருக்கும். ஆனால் இந்த அளவு எனக்குச் சங்கடத்தை ஏற்படுத்தும்படி பிறரை நான் துன்புறுத்துவதாக என்னைப் பற்றி நினைக்க முடியவில்லை.

உலகத்தின் போக்கைத் திட்டவட்டமாகப் புரிந்துகொள்ள வேண்டும் என்று ஆசைப்படும் அளவுக்கு நான் படிப்பாளியோ கூர்மையான சிந்தனை கொண்டவளோ அல்ல. ஆனால் என் அனுபவங்கள் வழியாக இந்த உலகத்தைப் பற்றி எனக்குச் சிறிய புரிதலேனும் ஏற்பட்டிருக்கக் கூடாதா? இந்த மனிதர்களின் உயர்வை என் அனுபவத்தின் வழியாகவே அறிந்து எந்தெந்த நேரங்களில் மனம் நெகிழ்ந்துபோயிருக்கிறேனோ அப்போதெல்லாம் விரைவிலேயே என் முடிவு அபத்தமானது என நானே நினைக்கும்படி ஒரு கசப்பான அனுபவம் ஏன் எனக்கு ஏற்பட வேண்டும்?

வாழ்க்கைமீது நம்பிக்கை இருந்தால் வாழ வேண்டும். இல்லை யென்றால் விடை பெற்றுக்கொண்டுவிட வேண்டும் (என் அம்மாவின் முடிவை அவளே தீர்மானித்துக்கொள்ளவில்லையா?). வாழ்க்கைமீது சிறிதும் மதிப்பில்லாமல் நாட்களைத் தள்ளிக்கொண்டுபோவது வாழ்க்கையை அழுக்காக்குவதுதான். அதை நான் ஒரு நாளும் செய்ய விரும்பவில்லை.

மறியா தாழுவுக்கு எழுதிய கடிதம்

அன்புள்ள தாமு, உங்களுக்கு என் மீது கோபமோ, வருத்தமோ, வெறுப்போ ஏற்பட்டிருந்தால், அதை என்னிடம் கோடி காட்டி விடுங்கள் போதும். அதன் பின் உங்கள் வழிக்கே நான் வர மாட்டேன். மூன்று ஆண்டுகள் நாம் நண்பர்களாக இருந்திருக்கிறோம் அல்லவா? அந்தக் காலத்தில் எனக்குக் கிடைத்த இனிய அனுபவங்களை யார் நினைத்தாலும் என்னிடமிருந்து இனி தட்டிப் பறிக்க முடியாது. அவை என்றும் என் மனதிலேயே இருக்கும்.

ஆனால் தயவுசெய்து நான் இந்தக் கடிதத்தில் எழுதுவதை நம்புங்கள். எனக்காகவும் நான் எழுதிக்கொள்ளும் கடிதத்தில் என்னையே நான் ஏமாற்றிக்கொள்ள முடியுமா? என் மனமும் என்னை இழிவாக நினைக்கத் தொடங்கிவிட்டால் அதன் பின் எதை நம்பி நான் வாழ முடியும்?

நம் பேச்சு என் வாழ்க்கையைச் சுற்றிப் படர்ந்த ஒரு நாள், என் நிறை குறைகளை நான் தெரிந்துகொள்ள விரும்புகிறேன் என்று உங்களிடம் சொன்னேன். அதற்கு நீங்கள் மிக லகுவாக, 'பிறர் நம் நிறைகளைச் சொல்ல வேண்டும் என்பதற்காகத்தான் குறைகளையும் தெரிந்துகொள்ள விரும்புவதாக நாம் அவர்களிடம் சொல்லுகிறோம்' என்றீர்கள். ஏற்கனவே யோசித்து வைத்திருந்தவர்போல் நீங்கள் அதைச் சொன்னது என் மனதைக் கவர்ந்தது. இதுபோல் பல அடிப்படையான உண்மைகளை, முக்கியமான உண்மைகளைச் சொல்கிறோம் என்ற உணர்வே இல்லாமலே சொல்லியிருக்கிறீர்கள். ஆனால் உங்கள் முகம் எதையும் சிந்திப்பதில் நம்பிக்கை இல்லாதவர் என்ற எண்ணத்தைதான் முதலில் எனக்கு ஏற்படுத்திற்று. உங்களுடைய அறிவு ஒரு தேசத்தின் பொதுச் சொத்திலிருந்து வேர் பிடித்து வளருவதாக இருக்கலாம்.

என் இன்றைய மனநிலை பற்றி யோசித்துப் பார்க்கிறேன். லூதர் என்னை விட்டு விலகிச் செல்கிறாரோ என்ற கவலையும் அரிக்கிறது. இதை லூதருக்கே தெரியாமல் நான் மறைத்து வைத்துக்கொண்டிருக்கிறேன். மறைத்து வைத்துக்கொண்டிருப்பதால் இல்லையென்று ஆகிவிடுமா? துரதிருஷ்டவசமாக நாங்கள் இணைந்து செய்யும் காரியம் எதுவுமே இன்று இல்லாமல் ஆகிவிட்டது. நான் இங்கு என் மாட்டுக்கு வைக்கோல் வைத்துக்கொண்டிருக்கும்போது அவர் அவரது மருத்துவமனையில் கடினமான மூளை ஆப்பரேஷன் ஒன்றைச் செய்துகொண்டிருக்கிறார். நான் அவருக்கு ஏற்ற மனைவிதானா என்று என்னையே நான் கேட்டுக்கொள்ளும்போது, ஆமாம் என்ற விடை எனக்குக் கிடைப்பதில்லை. இது என்னைச் சங்கடத்தில் ஆழ்த்துகிறது. என்னைச் சுற்றியிருப்பவர்கள் என்னை விட்டு விலகிய வருத்தமும் இத்துடன் சேர்ந்துகொள்கிறது. அப்போதெல்லாம் எனக்கு என்மீதே பச்சாதாபம் ஏற்படும். சங்கடம் சிறுகச் சிறுக என் மனதில் தேங்கி மனம் வெடித்துவிடும் என்ற நிலையில் அணைக்கட்டு உடைப்பெடுத்ததுபோல் மனம் சிதறும்படி அழுகிறேன். அந்த

அழுகை அப்போதைக்கு ஒரு நிம்மதியைத் தந்தாலும் அது நீடிப்ப தில்லை. அதை நீடிக்க விடாதபடி மீண்டும் ஒரு சங்கடத்தை உருவாக்கி என்னைக் குலைப்பதில் வாழ்க்கை வெகு குறியாக இருக்கிறது.

என் தோழிகள் எவரும் இப்போது என்னைத் தொடர்புகொள் வதில்லை. தற்செயலாக காஸ் ஸ்டேஷனிலோ, ஜிம்மிலோ, மாலிலோ, ஃபார்மர்ஸ் மார்க்கட்டிலோ அவர்களைச் சந்தித்தாலும்கூட அவர் களுடன் பேசுவதில் என் மனம் எந்த சந்தோஷத்தையும் அடைவ தில்லை. அவர்களுடைய விசித்திரமான சாதனைகளைப் பற்றி அவர்கள் என்னிடம் பீற்றிக்கொள்கிறார்கள். அவை கூச்சமோ, தயக்கமோ இன்றி அவர்கள் வாரியிறைத்த பணத்திற்கான நிரூபணம் போலவே என் மனதில் பதிகின்றன. உலகெங்கும் ஒவ்வொரு நிமிஷத்திலும் இல்லாமையில் கசங்கி உயிரையே இழக்கும் ஜீவன்கள் கோடிக்கணக்கில் இருக்கும்போது எப்படி இவர்களால் இவ்வளவு தடித்தனத்தோடு பணத்தை வாரி இறைக்க முடிகிறது? இது நான் வந்து சேர்ந்து வாழ்ந்துகொண்டிருக்கும் தேசம் என்றாலும் எனக்கு இந்த மக்களோடும், இங்குள்ள விலங்குகள், ஜீவராசிகள், காட்டாறுகள், இலையுதிர்க்கும் மரங்கள், செடி கொடிகள், குளிர், குளிரைத் தாக்குப் பிடிக்கும் உள்ளாடைகள் எல்லாவற்றின் மீதும் மட்டற்ற காதல் இருக்கிறது. இருந்தாலும் இந்த மக்கள் வீணடிக்கும் செல்வங்களைப் பற்றி நினைக்கும்போது இந்த தேசம் அதன் சுய நலத்தால் அழிந்து போகும் காலம் வந்துதான் தீரும் என்று தோன்றுகிறது.

ஒரு சமயம் என் பசு ஒன்று நிறைமாதத்துடன் இருந்தது. அதன் கறுப்புடலின் எண்ணெய் மினுமினுப்பு நம் பார்வையை ஈர்க்கும். இளம் வெயிலில் அதற்கென்று ஒரு தனி அழகு கூடும். மை தீட்டப்பட்ட அதன் நீண்ட கண்கள் குளுமையைப் பரப்பியபடி இருக்கும். அவளைக் கறுப்பழகி என்று அழைத்துவந்தேன். என் சிநேகிதி மெலின்டாவை ஒரு நாள் ஒரு பழைய புத்தகங்கள் விற்கும் கடையில் பார்த்தபோது 'கறுப்பழகிக்குப் பிரசவம் ஆகிவிட்டதா?' என்று கேட்டாள். இவ்வாறு என் அக்கறைகளைத் தொட்டு யார் விசாரித்தாலும் அதில் கிண்டல் தொனி இருக்கிறதா என்றுதான் என் மனம் ஆராயும். மெலின்டாவின் குரலில் இல்லையென்று படவே, 'ஆகிவிட்டது' என்றேன். 'ஒற்றையா அல்லது இரட்டையா' என்று கேட்டாள். அப்போதுதான் அவள் மனதிலிருப்பது கிண்டல் என்பதை நான் உணர்ந்தேன். 'உன்னுடைய ஆசையை எல்லாம் என் மாட்டின்மீது ஏற்றிச் சொல்லாதே' என்றேன். எனக்கும் அவளுக்கும் பெரிய சண்டையே வந்துவிட்டது. 'வேறு எந்தப் பணியும் செய்யத் தெரியாததால்தான் நொண்டிக் குதிரை யையும் குருட்டு நாயையும் வைத்து மாரடித்துக்கொண்டிருக்கிறாய்' என்று அவள் சொல்லிவிட்டுக் காரில் ஏறினாள். 'அவற்றிற்கு உன்னைப் போல் ஆணவம் கிடையாது' என்று நான் திருப்பிக் கத்தினேன். என் உறவுகளை நூலின் மேல் நடப்பதுபோல் கவனமாகப் பேணி வரும்போதுகூட எதோ ஒரு நொடியில் தோற்றுப்போய்விடுகிறேன்.

மற்றொரு சமயம் நானும் என் தூரத்து உறவுக்காரியான சாராவும் ஸ்கை பார்க்கில் அமர்ந்து பேசிக்கொண்டிருந்தோம். சுற்று முற்றும் குழந்தைகள் பல்வேறு விளையாட்டுக்கள் விளையாடிக்கொண்டிருந்தன. ஒரு மூலையில் மாணவ மாணவிகள் கராத்தே கற்றுக்கொண்டிருந்தனர். சாரா மாதவிலக்கு நின்ற பின், வரிசையாக அவளைப் பயமுறுத்திவரும் உபாதைகளை அளவுக்கு அதிகமாக விரித்தும் சிறிது ரசாபாசமாயும் சொல்லிக்கொண்டிருந்தாள். என் கையில் வெளிறிய ரத்தம் பூசப்படுவதுபோல் எனக்கு அருவருப்பாக இருந்தது. பார்க்கில் நாங்கள் சிறிய குழந்தைகள் விளையாடும் பகுதியில் இருந்தோம்.

அப்போது எங்களைப் பார்க்க ஏகதேசமாகப் பதிமூன்று வயதிருக்கும் ஒரு பெண் கட்கத்தில் இடுக்கியிருந்த ஊன்றுகோல்களின் துணையுடன் முன்னகர்ந்து தன் இடது காலை மட்டும் மண்ணில் ஊன்றியபடி நடந்து வந்துகொண்டிருந்தாள். அவளுக்கு வலது முட்டு மடங்கி இறுகிப்போயிருந்ததால் அது பூமியில் படாமல் ஒரு அங்குலம் மேலே நின்றது.

என்னைப் பார்த்து அந்தப் பெண், 'நான் இங்கு உட்காரலாமா ஆன்டி?' என்று கேட்டாள். 'தாராளமாக' என்று நான் சொன்னேன். அந்தப் பெண்ணைப் பார்க்க நேர்ந்ததும், அவள் என் பக்கத்தில் வந்து அமர்ந்ததும் ஒரு இன்ப உணர்ச்சியை என் உடலில் பரப்பிற்று. என்றும் அவள் என்னுடனேயே இருக்க வேண்டும் என்ற ஆசை ஏற்பட்டது. கடவுளின் படைப்பில் அவள் எந்த மாதிரியானவள் என்பதை அறிய ஆசையாக இருந்தது. அவள் நான் இன்றுவரையிலும் பார்த்திராத ஒரு பூவின் மொக்குப் போல் தோன்றி, அவளுடன் உறவுகொள்ளும்போது அவளுடைய இதழ்கள் எப்படி விரியும் எனபதை அறிய ஆவலாக இருந்தது. இந்த உலகம் இதுவரையிலும் கண்டிராத ஒரு உலகத்தை அவள் விரிப்பது அதிசயமானதுதானே? அவளுடைய மணமும் எனக்குப் பிடித்திருந்தது. வாஷிங் மிஷினில் காய்ந்து முறுமுறுக்க இருக்கும் துணிகளை மடிக்கும்போது வரும் நெடி அது. பொதுவாக ஏழைக் குடும்பங்களில் வயதுக்கு வந்த பெண்கள் இந்த மணம்தான் கொண்டிருக்கிறார்கள். என் வலது கையால் அவளுடைய தோளைத் தொட்டேன். அவள் என்னைப் பார்த்துச் சிரித்தாள். பற்களைச் சரி செய்வதற்கான கம்பிக் கட்டுகள் அவள் வாய்க்குள் ஏகமாகத் தெரிந்தன.

அப்போது, 'பற்கள் ஒழுங்காக இருந்துவிட்டால் மட்டும் போதுமா?' என்று சாரா என் காதில் முணுமுணுத்தாள். எனக்கு அவளுடைய கன்னக் கதுப்பைக் கடித்து ரத்த விளாறாக்க வேண்டும் என்று தோன்றியது. கடவுளே! என்ன விஷம் உடம்பில்! இவர்கள்தான் நம் நாகரிகமான மக்களா? நினைத்துப் பார்க்கவே வெட்கமாக இருந்தது. குழந்தைகள் விதவிதமான ஊஞ்சல்களில் ஆடுவதும் கம்பி வளையங்களில் தொங்கிக் கரணம் அடிப்பதும் சறுக்குகளில் சறுக்குவதும் ஏணியில் ஏறிப் பெரிய குகைகள் வழியாக வெளியே

வருவதும் அலுப்புத் தராத காட்சிகளாக இருந்தன. குழந்தைகளின் உடல் அசைவுகள். அதிலும் சின்னஞ்சிறு குழந்தைகளின் தள்ளாட்டங்கள். இந்தக் குழந்தைகளின் அசைவுகள் ஏன் இந்தளவுக்கு நம் மனதைக் கவர வேண்டும் என்ற யோசனையில் ஆழ்ந்துபோனேன்.

சாரா குழந்தைகளின் பெற்றோர்களை ஒரு உளவுப் பணியாளி போல் கூர்ந்து பார்த்துக்கொண்டிருந்தாள். அவள் முகபாவம் எனக்கு வெறுப்பை ஏற்படுத்திற்று. 'அவர்களில் யார் யார் மாதவிடாய் நின்று அவஸ்தைக்கு ஆளாகிக்கொண்டிருக்கிறார்கள் என்று யோசிக்கிறீர்களா ஆன்டி?' என்று நான் கேட்டதும், ஆன்டி என்னைத் தன் மார்போடு அணைத்தபடி, 'எப்படி நான் நினைத்துக்கொண்டிருப்பதை அப்படியே சொல்கிறாய்? எப்போது மனவோட்டங்களை வாசிக்கக் கற்றுக்கொண்டாய்?' என்று உரக்கக் கேட்டாள்.

நான் அந்தப் பெண்ணுடன் சிறிது பேச்சுக் கொடுத்தேன். அவள் தன்னுடைய தம்பி தங்கைகளைப் பார்க்கிற்கு அழைத்து வந்திருக்கிறாள். கூட்டமாக விளையாடும் குழந்தைகளின் மத்தியில் தன் தம்பி தங்கைகளை எனக்குக் காட்டித்தர மிகுந்த முயற்சி எடுத்துக்கொண்டாள். நான் தவறாகக் கண்டுகொள்ளக் கூடாது என்னும் நினைப்பில் ஒரு குழந்தைக்கே பல அடையாளங்கள் சொன்னாள். இந்த முயற்சியிலேயே தன் தம்பி தங்கைகள்மீது அவள் மிகுந்த அன்பு வைத்திருப்பவள் என்பதை எப்படியோ நான் உணர்ந்தேன். அவளுடைய அன்பு ஒரு சகோதரிக்குரிய அன்பு மட்டும் அல்ல, ஒரு தாய்க்கும் உரியது என்று தோன்றிற்று. அப்போது எனக்கே சொந்தமான என் குழந்தை எனக்கு வேண்டும் என்ற அவசரம் மனதை நிறைத்தது.

நானும் அந்தப் பெண்ணும் எங்கள் உணர்வுகள் கலக்கும்படி பேசிக்கொண்டிருந்தது, தானும் அவளுடன் பேச வேண்டும் என்ற எண்ணத்தை ஆன்டிக்கு ஏற்படுத்திற்று போலிருக்கிறது. தனக்கென்று எதுவும் இல்லாமல் பிறர் ஆசையாகச் செய்யும் காரியங்களில் எல்லாம் தான் பெற வேண்டிய லாபத்தைக் கோட்டைவிட்டுக் கொண்டிருப்பதாகப் பதைப்பவள் ஆன்டி.

அந்தப் பெண்ணின் முகத்தைப் பார்த்து ஆன்டி, 'இரண்டு கால்களுக்கும் ஏன் செருப்புப் போட்டுக்கொண்டிருக்கிறாய்? அவசியம் இல்லையே' என்றாள். எனக்கு ரத்தம் தலைக்கேறிற்று. நான் பெஞ்சில் இருந்து எழுந்து நின்று, 'உங்களுக்குக் கொஞ்சமேனும் அறிவிருக்கிறதா? அந்தக் குழந்தையைப் பார்த்து எப்படி இவ்வளவு குரூரமான கேள்வியைக் கேட்கலாம், வெட்கமாக இல்லையா உங்களுக்கு?' என்று கத்தினேன். அந்தப் பெண், எங்கள் சண்டையைச் சமரசம் செய்யும் தோரணையில், 'டாடி ஜோடியாகத்தான் வாங்கித் தந்தார், ஆன்டி' என்று உரக்கச் சொல்லிற்று. அவளுடைய வெகுளியான சுபாவம் மேலும் சாராவின் மீது எனக்குக் கோபத்தை ஏற்றியது. ஆன்டி, உடனடியாகத் தன் பேச்சை மிகத் தந்திரமாகத் திருப்பினாள்.

‘மறியா, உன்னை மனதில் வைத்துத்தான் நான் அந்தக் கேள்வியை அவளிடம் கேட்டேன். உனக்கு எதற்கு அனாதைப் பிராணிகளை வளர்க்கும் வேலை? அது மண்ணைத் தொடாத காலுக்குச் செருப்புப் போட்டுக் கொள்வதுபோல்தான்’ என்றாள். நான் என் காலில் அணிந்திருந்த செருப்பைக் கழற்றி அவள் முகத்தில் அடிக்கப்போனேன். அந்தக் குழந்தை, ‘சண்டை வேண்டாம். நான் ஒற்றைச் செருப்பையே போட்டுக்கொள்கிறேன்’ என்று கத்திற்று. இந்த நாயை அடிப்பதைவிட இந்தக் குழந்தையை அணைத்துக்கொள்ளலாம் என்று நான் அந்தப் பெண்ணை அணைத்துக்கொண்டேன்.

மறுநாள் நான் வளர்க்கும் பிராணிகளிடம் வெகு நேரம் புலம்பினேன். அவ்வாறு புலம்பும்போதெல்லாம், உங்களைவிட மேலான நண்பர்கள் எனக்கு வேறு யாரும் இல்லை என்று அவற்றிடம் வாய்விட்டுச் சொல்வேன். என்னுடன் என்றும் இதே உறவுடன் இருக்க வேண்டும் என்று கெஞ்சுவேன். ‘எனக்கு என்ன கஷ்டம் வந்தாலும் சரி, உங்களை அனாதைகளாக விட்டுவிட்டு ஒரு நாளும் போக மாட்டேன்’ என்று அவற்றுக்கு உறுதி அளிப்பேன். நான் சொல்கிற ஒவ்வொரு சொல்லும், மனிதர்களுக்குப் புரிகிறதோ இல்லையோ, கடவுளுக்குத்தான் வெளிச்சம்; எனது நான்கு கால் நண்பர்களுக்குப் புரிகிறது என்பதில் எனக்குச் சந்தேகம் வந்ததில்லை.

அன்புள்ள தாமு, துரதிருஷ்டவசத்தால் நீங்கள் என் உறவை உதற நேர்ந்தாலும் எங்கள் அவுட் ஹௌசிலிருந்து குடிமாறிப் போகவோ, லூதருக்கு உதவியாக நீங்கள் பணியாற்றுவதை நிறுத்திக்கொள்ளவோ கூடாது என்று உங்களைக் கேட்டுக்கொள்கிறேன். நீங்கள் எங்கள் வீட்டின் ஜன்னல் வழி பார்த்தால் தெரியும்படி இருப்பது லூதருக்கு மிகுந்த நம்பிக்கையையும் திருப்தியையும் தந்துகொண்டிருக்கிறது. இன்று தொழில் சார்ந்த தனிமை அவரிடமிருந்து மறைந்துவிட்டது. லூதர் அவரது மருத்துவ அறையை விட்டுப் பொழுதோடு வீடு திரும்பிவிட்டால் – உங்களுக்குத்தான் தெரியுமே, அப்படி அவர் வருவதற்கான வாய்ப்பு மிக அபூர்வம் – உங்கள் வருகையை எதிர்பார்த்து வரவேற்பறையில் காத்துக்கொண்டிருப்பார். அத்துடன் சில நோயாளிகளின் சிக்கலான உடல்நிலை பற்றி உங்களுடன் விவாதிப்பது தனக்கு மிகவும் உபயோகமாக இருக்கிறது என்று அவரே என்னிடம் பல முறை சொல்லியிருக்கிறார். உங்கள் வயதிற்கு நரம்பியல் நோய்கள் பற்றி நீங்கள் கொண்டிருக்கும் அறிவு ஆச்சரியமானது என்றும் அவர் நினைக்கிறார். உங்களால் இப்போது பெற்று வரும் நிம்மதியை அவர் எந்தக் காலத்திலும் இழக்கும்படி ஆகிவிடக் கூடாது. நானே அது போன்ற துரதிருஷ்டம் நிகழக் காரணமாகிவிட்டால் என்னால் அதைத் தாங்கிக்கொள்ள முடியாமல் போய்விடும்.

லூதர் தன் தொழிலில் என்னிடமிருந்து எதிர்பார்க்கக்கூடிய உதவி என்று இன்று எதுவும் இல்லை. கலிஃபோர்னியாவில் கணவர்கள் டாக்டராக இருந்தால் அவர்களுடைய மனைவிமார்களில்

அதிகம் பேரும் தங்கள் கணவருடைய அலுவலகத்திற்குச் சென்று, டாக்டரைச் சந்திக்கத் தொலைபேசியில் தொடர்புகொள்ளும் நோயாளிகளுக்கு நேரம் நிச்சயித்துத் தரவோ, வரவேற்பறைகளில் பணியாற்றவோ, நல்ல அனுபவம் கொண்டவர்கள் என்றால் ஆயுள் காப்பகத்திலிருந்து சிகிச்சைக்குரிய பணத்தை விரைவில் பெறுவதற்கான முயற்சிகளில் ஈடுபடவோ செய்வார்கள். ஆனால் இது போன்ற எந்த உதவியும் அவர் என்னிடமிருந்து எதிர்பார்க்க முடியாத இடத்திற்கு நான் இப்போது வந்துவிட்டேன்.

நானும் லூதரும் காதல் வாழ்க்கையில் ஈடுபட்டிருந்த காலத்தில் அவர் நரம்பியியலில் எம். டி. தேர்ச்சி பெற்று, தனது இறுதித் தேர்வில் மிகச் சிறப்பான வெற்றியையும் ஈட்டியவர் என்பதை அறிந்ததும் மிகுந்த மகிழ்ச்சி அடைந்தேன். நான் உணவளிப்பவளாக வேலை பார்த்த ரெஸ்டாரண்டில் என்னுடன் பணியாற்றிவந்த எல்லாப் பெண்களுக்கும் நான் லூதரை அறிமுகம் செய்து எங்கள் காதலைப் பற்றியும் அவர்களிடம் சொன்னேன். அப்போது ஒருத்தி பாக்கியில்லா மல் எல்லோருமே என் அதிருஷ்டத்தை எண்ணி வியந்ததுடன், இது போன்ற ஒரு ஆளைப் பிடிப்பதற்கு எங்கு தூண்டில் போட்டாய் எனக் கேட்டுக் கேலியும் செய்திருக்கிறார்கள்.

அப்போது லூதர் பார்க்க மிக அழகாகவும் கண்ணியமான தோற்றம் கொண்டவராகவும் இருந்தார். அவரைப் பார்த்த உடனேயே அற்பத்தனம் அவரது நிழலைக்கூடத் தொடாது என்று என் மனதிற்குப்பட்டது (அந்தக் கணிப்பு இன்று வரையிலும் சரியாகவே இருக்கிறது). அவர் என்னை விரும்புவது எனக்குச் சற்றுப் புதிராகவே இருந்தது. பல சமயம் அவரது புகைப்படத்தை என் கைகளில் வைத்தபடி அவர் முகத்தை என் முகத்தோடு கண்ணாடியில் நீண்ட நேரம் ஒப்பிட்டுப் பார்த்திருக்கிறேன். அவர் பின்னால் ஏமாற்றம் அடைந்துவிடக் கூடாது என்பதற்காக என் குடும்பப் பின்னணி, படிப்பு, என் இனம், மதம், நான் பார்த்த பணிகள் பற்றியெல்லாம் அவரிடம் நினைவு வரும் அளவில் அவ்வப்போது சொல்லிக்கொண்டேவந்தேன். நான் என் தாய்க்கு ஒரே குழந்தை என்றும், தந்தையைப் பார்த்த நினைவு எனக்கில்லையென்றும், வீடுகளைச் சுத்தம் செய்யும் பணியிலிருந்த என் தாய் என் பதினைந் தாவது வயதில் தற்கொலை செய்துகொண்டார் என்றும், நான் மெச்சிக்கோவிலிருந்து சரியான தஸ்தாவேஜுகள் எதுவுமில்லாமல் காட்டு வழியாக நடந்து என் தாய் மாமன்களால் கலிஃபோர்னியா வுக்கு அழைத்து வரப்பட்டவள் என்றும் அவரிடம் சொன்னேன்.

நான் என்னைப் பற்றி, வாய்த்த சந்தர்ப்பங்களில் எல்லாம் குவித்த தகவல்கள்மீது அவர் சிறிதும் கவனம்கொள்ளவில்லை. என்னை மட்டுமே கருதி அவர் காதலிப்பதை நினைத்துப் பூரித்துப் போனேன். அவரது அந்த முடிவு என் மனதிற்குள்ளிருந்த லட்சிய வேகத்தைத் தூண்டிற்று. உலகில் போற்றத் தக்கவர்கள் இல்லாமல் ஆகிவிடவில்லை.

இன்றும் அவர்கள் அபூர்வமாகவேனும் காணக் கிடைத்துக் கொண்டுதான் இருக்கிறார்கள் என்று நம்பிக்கை கொண்டேன்.

அந்த நாட்களில் என் மனதில் விவரிக்க முடியாத ஆவேசம் பொங்கிக்கொண்டிருந்ததே தவிர எந்தத் திசையைப் பார்த்து அது குவியப்போகிறது என்பது எனக்குத் தெரியாமல் இருந்தது. இவ்வாறு பிராணிகளைக் கவனிப்பதிலேயே என் முழுக் கவனமும் கவியும் என்பதோ, அதைத் தவிர வேறு நோக்கங்கள் எதுவும் இல்லாமல் போகும் என்றோ நான் நினைத்துக்கூடப் பார்த்ததில்லை.

நினைவிருக்கிறதா, ஒரு தடவை நீங்கள், 'மறியா, தவறாக எடுத்துக் கொள்ளாதீர்கள், இவ்வாறு பிராணிகளுடன் இணைந்து தானும் அவற்றில் ஒரு ஜீவனாக உழல்வது உங்கள் ஆரோக்கியத்தைச் சீரழித்துவிடுமோ என்று அஞ்சுகிறேன்' என்று சொன்னீர்கள். அதற்கு நான், 'என் மனதிற்கு விருப்பமான இந்தப் பணி என்னுடைய ஆரோக்கியத்தை மேம்படுத்துமே தவிர ஒரு நாளும் சீர்குலைக்காது' என்று சொன்னேன். அதற்கு நீங்கள், 'அது சரிதான், ஆனால் பிராணி களிடமிருந்து உங்களுக்கு மோசமான நோய்கள் வர வாய்ப்பிருக்கிறது' என்றீர்கள். அப்போது நான், 'லூதரும் இதையேதான் சொல்லுகிறார். ஆனால் தாமு, எந்தத் தவறும் செய்யாத பச்சிளம் குழந்தைக்கு அதன் தாயே எய்ட்ஸ் நோயைத் தந்துவிடுகிறாளே, அதற்கு என்ன சொல்கிறீர்கள்?' என்றேன். அப்போது உங்கள் முகத்தில் ஒரு வறண்ட சிரிப்பு வெளிப்பட்டது. சிலர் பட்டால்தான் உண்மையை உணர்ந்து கொள்வார்கள் என்று நினைக்கிறீர்களோ என்று எண்ணினேன்.

இந்தக் காலங்களில் உங்கள் மனதில் என் அனாதைப் பிராணி களைப் பற்றிய நினைவு அறவே இல்லாமல் இருந்தது எனக்கு ஒரு குறையாக இருந்தது. என் குறிக்கோளைதான் நீங்களும் கொண்டிருக்க வேண்டும் என்று நினைக்கும் அளவுக்கு நான் அறிவு கெட்டவளாகி விட்டேனா என்று என்னையே கேட்டுக்கொள்வேன். லூதருக்குத் துணையாக இங்கு பணிக்கு வந்து கணிசமான காலம் ஓடிய பின்பும் என்னுடைய நாய்களையோ, பூனைகளையோ, குதிரைகளையோ, ஒட்டகத்தையோ, பசுக்களையோ ஒரு முறைகூட நீங்கள் கையால் தொட்டுக்கூடப் பார்க்கவில்லை. அவற்றின் முகத்தை ஏறெடுத்துப் பார்த்தீர்களா என்பதுகூட சந்தேகம்தான்.

உங்கள் கண் முன்னாலேயே அவை புண்கள் ஆறாமல் அவதிப் பட்டிருக்கின்றன. வாரக் கணக்கில் காய்ச்சலில் துன்பப்பட்டிருக் கின்றன. ஒரு நாய் கண் நோய் குணமாகாமல் அதன் பார்வையை இழந்தது. அதன் நோயைப் பற்றியும் அது பார்வையற்றுப்போனது பற்றியும் டாக்டர் என்பதால் உங்களுக்குச் சில அபிப்பிராயங்கள் தோன்றியிருக்கும். அதை என்னிடம் சொல்ல வேண்டுமென்றுகூட உங்களுக்குப்படவில்லை.

லூதர், என் வளர்ப்புப் பிராணிகள் அவஸ்தைப்பட நேர்ந்த நோய்கள் பற்றிச் சில விளக்கங்களை அவ்வப்போது என்னிடம்

சொல்லியிருக்கிறார். நான் அவரிடம், என் பிராணிகளின் சிகிச்சையில் உதவும்படி பல முறை கேட்டுக்கொண்டிருக்கிறேன். தேர்ச்சி பெறாத ஒரு துறையில் நுழைவது தன் நம்பிக்கைகளுக்கு எதிரானது என்று சொல்லி அவர் மறுத்துவிட்டார்.

நான் விக்டர் என்று அழைத்து வந்த அந்த நாய் பார்வையற்றுப் போனது பற்றி எனக்குக் குற்றவுணர்வு இருக்கிறது. என்னளவில் நான் அதை நன்றாகத்தான் கவனித்தேன். ஆனால் என் கவனிப்பு மருத்துவ விஞ்ஞானப்படி அமையவில்லையோ என்ற சந்தேகம் இன்றும் மனதை அரித்துக்கொண்டிருக்கிறது. ஒரு நாள் அதன் பார்வை பற்றி எனக்கு மிக மோசமான சந்தேகம் வந்தது. அன்று அதற்குப் பால் தர வேண்டிய நேரத்தில் வெற்றுக் கிண்ணத்தை அதன் முன்னால் வைத்தேன். அந்தக் கிண்ணத்தை அது வெகு நேரம் நக்கியதைப் பார்த்ததும் மிகுந்த அதிர்ச்சி அடைந்தேன். மிருகங்கள் பார்வையை இழந்துவிட்டால் அதன் பின் அவற்றிற்கு என்ன பாதுகாப்பிருக்கிறது?

ஒரு நாள் என் சிறிய தோட்டத்திற்குத் தண்ணீர் பாய்ச்சிக்கொண்டிருந்தேன். அசப்பில் மேலே பார்த்தபோது விக்டர் மாடி பால்கனியின் அரைச்சுவரில் ஏறி நின்றுகொண்டிருப்பதைப் பார்த்தேன். பதற்றத்தில், ‘விக்டர்’ என்று அழைத்தேன். அது உள்ளே பார்த்துக் குதிக்காமல் என்னைப் பார்க்கக் குதித்துக் கீழே கிடந்த கற்சுவரில் தலைமோதி இறந்தது. நான் கூப்பிட்டபோது அதன் உடலசைவில் வெளிப்பட்ட சந்தோஷம் என் மனதில் இன்றும் இருக்கிறது.

விக்டர் என்பது என் மாமனாரின் பெயர். அவர் மத்திய வயதிலேயே காலமாகிவிட்டிருந்தார். ஒரு வருடம் மதர்ஸ் டேக்கு என் வீட்டிற்கு வந்திருந்த என் மாமியார், தான் தன் கணவரைச் செல்லமாக விக் என்று அழைத்து வந்ததாகச் சொன்னதும் நானும் அந்த நாயின் பெயரை விக் என்று மாற்றிக்கொண்டேன். அதன் பின் அதை அழைக்கும் போதெல்லாம் நான் பார்த்திராத என் மாமனாருக்கு நான் என் மனதில் தந்த கற்பனை உருவம் நினைவுக்கு வரும். விக் மாடியிலிருந்து விழுந்து அந்தரத்தில் வந்துகொண்டிருந்த போது அதன் உருவம் பான்ட் கோட்டுடன் மாறி மிகவும் அழகான மனிதர் ஒருவர் கல்லில் தலைமோதி ரத்த வெள்ளத்தில் இறந்து கிடப்பது போன்ற சித்திரம் என் மனதில் வந்தது.

நான் என் வாழ்க்கையைப் பற்றி நிறைய உங்களிடம் சொல்ல வேண்டும் என ஆசைப்பட்டிருக்கிறேன். என் மனம் சதா பதற்றத்தில் நிம்மதியற்ற புறாவின் சிறகடிப்புப் போல் தோன்றும்போதும் உங்கள் மனம் அலைகளே அற்ற தடாகம் போல் எனக்குத் தோன்றும். உங்கள் மன நிலையை நான் அடைய உங்களுடனான நெருக்கம் எனக்கு உதவும் என்று நம்பினேன். எப்போது என்னை முழுமையாகவும் கூச்சமில்லாமலும் உங்களிடம் வெளிப்படுத்திக்கொள்ளலாம் என்ற நம்பிக்கை வந்ததோ அதன் பின் அதிக நாட்கள் கழிவதற்கு முன்

நீங்கள் என் மீது மனத்தாங்கல் கொள்ள நேர்ந்துவிட்டது எனக்குப் பெரிய துரதிருஷ்டம்தான்.

நம் உறவு நம் இருவர் மனங்களிலுமே கவர்ச்சியோ பரபரப்போ இல்லாமல்தான் ஆரம்பமாயிற்று என்பது உங்களுக்கு நினைவிருக் கலாம். அது முதலில் வெறும் தொழில் சார்ந்த உறவு போல் வெகு நாட்கள் வறட்சியாக இருந்தது. நீங்கள் யாரிடமும் ஆரம்ப உறவு தரும் சந்தோஷத்தில் விழுந்து பழகக்கூடியவரும் அல்ல. அந்தக் காலங்களில் என்னை உங்கள் மனதில் எந்த இடத்தில் வைத்திருந்தீர்கள் என்ற கேள்வி அடிக்கடி என் நினைவில் வரும். ஒரு டாக்டராக உங்களைப் பற்றி லூதர் பாராட்டிப் பேசப் பேச என் மனதில் உங்கள் மீதான மதிப்பு உயர்ந்துகொண்டேபோயிற்று. அந்த மதிப்பிலிருந்துதான் உங்கள்மீது கொண்ட அன்பு வேர்விட்டது. நான் உங்கள்மீது நீங்கள் நினைத்திருந்ததை விடவும் ஆவேசமான அன்பு கொண்டுவிட்டேன் என்றால் அதற்கு ஒரு வகையில் நீங்கள்தான் பொறுப்பு. நாள் போகப்போக உங்களிடம் எவ்வளவோ மாற்றங்கள் ஏற்பட்டன. உங்கள் நம்பிக்கைகளில் ஏற்பட்ட மாற்றங்கள் என்னைக் கவர்ந்தது தவறு என்று நான் நினைத்ததே இல்லை.

நான் சிறு வயதிலேயே நொந்துபோனவள் என்பதைப் பல முறை துண்டுத் துணுக்காகவேனும் உங்களிடம் கோடிகாட்டியிருக் கிறேன். ஆனால் என் கடந்த கால வாழ்க்கையை விரிவாகப் பேசத் தொடங்கினால் துக்கம் தாளாமல் அழுது புலம்பத் தொடங்கி விடுவேனோ என்ற பயம் எனக்குண்டு. சில நாட்களில் நீங்கள் மருத்துவ அறையிலிருந்து பொழுதோடு திரும்பி வந்துவிடுவீர்கள். அப்போதெல்லாம் என்னுடன் பேசிக்கொண்டிருக்க வேண்டும் என்ற ஆசையினாலோ (இப்படித்தான் நேற்றுவரையிலும் நினைத்து வந்திருக்கிறேன்) அல்லது அவுட் ஹவுசில் தனியாக இருப்பதில் சலிப்பு அடைவதாலோ நான் இருக்கும் இடம் தேடி வந்திருக்கிறீர்கள். சில நாட்களில் நீங்கள் கொட்டடிக்கு வரும்போது, 'மறியா, இன்னும் கொட்டடியலா இருக்கிறீர்கள், பகல் உணவை முடித்துக்கொண்டு விட்டீர்களா?' என்று உரிமையுடன் கேட்டபடி வருவீர்கள். இவ்வாறு நீங்கள் கேட்பது என் மனதிற்கு மிக முக்கியமாகப் பட்டிருக்கிறது.

ஒரு நாள் எனக்கு என் தோழி ஜெசிக்காவிடமிருந்து ஒரு போன் வந்தது: 'மறியா, நாம் நேற்றுப் பேசிய பணியை இன்றே ஆரம்பிக்க வேண்டும் என்பது ஆண்டவனின் சித்தம் போலிருக்கிறது. சான்டா க்ரூஸ் நூல் நிலையத்தின் அருகே தெருவில் ஒரு நாய் விபத்தில் அடிபட்டுக் கிடப்பதாக எனக்குச் செய்தி வந்திருக்கிறது' என்றாள். அவளுடைய சொற்கள் என் காதில் விழுந்த மாத்திரத்திலேயே நான், 'ஜெசி, இதோ வந்துவிட்டேன்' என்று சொல்லிவிட்டுக் கட்டியிருந்த ஆடைகளோடு அப்படியே புறப்பட்டுப் போனேன். காரில் போகும் போது காத்திருந்த தருணம் கூடிவிட்டது என்றும், எவ்வளவு பெரிய தியாகத்திற்கும் நான் என்னைத் தயார்படுத்திக்கொள்ள

வேண்டும் என்றும் மனதிற்குள் சொல்லிக்கொண்டேன். ஜெசி போனில் சொன்னதுபோல் காஸ் ஸ்டேஷனில் காத்துக்கொண்டிருந் தாள். என் முகத்தை அவள் கவனித்ததும் அவள் இரு கரங்களையும் தன் கன்னத்தோடு சேர்த்து வைத்தபடி தன் உடலை நெளித்தாள். அது அடிப்பட்ட நாய் எவ்வளவு மோசமான நிலையில் இருக்கிறது என்பதை எனக்கு உணர்த்திற்று. அவள் பின்னால் போனேன்.

அந்த நாய் ரத்தத்தில் தோய்ந்து கிடந்ததைப் பார்த்ததுமே நான் என் கண்களை இரு கைகளாலும் பொத்திக்கொண்டேன். என்னால் பக்கத்தில் வந்து பார்க்க முடியாது என்று உரத்த குரலில் கத்தத் தொடங்கினேன். நாயின் குரல் கத்தி ஓய்ந்த நிலையில் ஈன சுரத்தில் தேய்ந்துகொண்டிருந்தது. கதறியழும் கைக்குழந்தைகள் தூங்குவதற்கு முன் சுருதி இறங்கி முனகுவதுபோல் அது முனகிற்று.

ஜெசி என் கைகளை என் கண்களிலிருந்து அகற்ற முயன்றாள். நாயின் வலது கால் துண்டாக முறிந்து, முறிந்த பகுதி அதன் சருமத் தில் முறுகிப் பை போல முதுகுக்கு மேல் கிடந்தது. வலி பொறுக்காமல் அது ஒரு தடவை புரண்டபோது பை மேலும் தொள தொளத்து முதுகிலிருந்து நழுவி மண்ணில் விழுந்தது. ‘ஜெசி, நாம் என்ன செய்ய வேண்டும்?’ என்று பதற்றத்துடன் கேட்டேன். என்னால் எதிர்கொள்ள முடியாத ஒரு காரியத்தில் தலையைக் கொடுத்துவிட்டது போல் பதறத் தொடங்கிவிட்டேன். நல்ல வேளை ஜெசிக்கா சற்றுத் தைரியமாக இருந்தாள். அவள் முன்யோசனையுடன் ஒரு அட்டைப் பெட்டியைக் கொண்டுவந்திருந்தாள். திடீரென்று என் லட்சியம் வீறுகொண்டு நிமிர்ந்தது. அந்த நாயை அந்த அட்டைப் பெட்டியில் வைத்தோம். அப்போதும் அது ஈனசுரத்தில் முனகியபடி இருந்தது.

நாங்கள் கால்நடை மருத்துவமனைக்குச் சென்றோம். முன் டெஸ்கிலிருந்த பெண், ‘டாக்டரின் சந்திப்புக்கு நேரம் பெற்றிருக்கிறீர் களா?’ என்றாள். எங்களுக்கு எதிரான ஒரு மனோபாவம் அவளிடம் வெளிப்படுவதுபோல் எனக்குத் தோன்றியது. அப்போது டாக்டர் அவரது அறையிலிருந்து, ‘ஏன் அந்த நாய் இப்படி அழுகிறது?’ என்று கேட்டார். அதற்கு அந்தப் பெண், ‘தெரு விபத்தில் சிக்கிய நாய், மதிய உணவுக்கு உங்களுக்கு நேரமாகிவிட்டது அல்லவா?’ என்றாள். டாக்டர் அவள் பேச்சைக் காதில் வாங்கிக்கொள்ளாதது போல் வெளியே வந்து நாயைப் பார்த்தார். காலை எக்ஸ்ரே எடுக்கச் சொன்னார். அதற்குப் பின் சுமார் இரண்டு மணி நேரம் அதற்கு அறுவைச் சிகிச்சை நடந்தது. ஸ்டெச்சரில் வெளியே கொண்டு வந்தபோது அதன் காலில் மாவு போட்டுக் கட்டியிருந்தது. அதற்குப் பிரக்ஞை திரும்பியிருக்க வில்லை. அதன் மொட்டை வால், போர்த்தியிருந்த துணிக்கு வெளியே தெரிந்தது. ஒரு வாரம் அதைக் கவனித்துக்கொள்ள வேண்டும் என்றும் அதன் பின் தன்னைப் பார்க்கும்படியும் டாக்டர் சொன்னார்.

ஜெசிக்கா நாயைத் தூக்கிக்கொண்டு காருக்குப் போய்விட்டிருந் தாள். நான் கட்ட வேண்டிய பணத்தைக் கட்டிவிட்டு வரும்

போது, டாக்டர், 'உங்கள் நாய்தானா அது?' என்று என்னிடம் கேட்டார். அவரது சாந்தமான முகத்தில் மெல்லிய புன்னகை அரும்பிற்று. நான், 'இல்லை' என்று சொன்னேன். 'அனாதைப் பிராணிகளுக்கு ஆதரவு தந்துவருகிறீர்களா?' என்று கேட்டார். 'ஆமாம்' என்றேன். 'நல்ல பணி, பாராட்டுகிறேன்' என்றார். நான் நன்றி தெரிவித்துவிட்டுக் காரை நோக்கி விரையும்போது பெரிய சிரிப்பலை பின்னால் கேட்டது.

திரும்பிப் பார்த்தபோது உதவி டாக்டர் ஒருவர் ஒரு தனி தினுசாகச் சிரித்துக்கொண்டிருந்தார். பெரிய டாக்டர் என்னைக் கேலி செய்திருக்கிறார் என்றும் அதற்குத்தான் உதவி டாக்டர் சிரிக்கிறார் என்றும் எனக்குத் தோன்றியது. நகைச்சுவை கருதிச் சிறிதும், டாக்டரைத் திருப்திப்படுத்த அதிகமாகவும் அவர் சிரிக்கிறார் என்றும் நினைத்தேன். நான் திரும்பிப் பார்ப்பதைக் கவனித்ததும் பெரிய டாக்டர் ஏதோ கவலையில் ஆழ்ந்திருப்பவர்போல் தன் முகத்தைக் கடுமையாக மாற்றிக்கொண்டார்.

அப்போது நானும் லூதரும் வின்ஸென்ட் தெருவில் ஒற்றைப் படுக்கையறை கொண்ட அபார்ட்மென்டில் குடியிருந்தோம். மூன்றாவது மாடி. ஜெசிக்கா, என் கையைப் பிடித்தவாறு, 'மறியா, நீ இதைக் கொண்டுபோனால் பல விதங்களிலும் சங்கடப்படுவாய். உனக்கு புறா போன்ற மனது. என் வீட்டில் போதிய இடம் இருக்கிறது. நர்ஸ் பணியில் சிக்கலான மனிதர்களைச் சமாளித்துவரும் எனக்கு இது ஒரு பொருட்டல்ல' என்று காரில் போகும்போது சொன்னாள். நான் செய்ய விரும்புகிற பணிக்கு உற்ற சிநேகிதி கிடைத்திருப்பதை எண்ணி அப்போது மிகுந்த சந்தோஷம் அடைந்தேன். 'மறியா, நான் இதை என் குழந்தைபோல பார்த்துக்கொள்வேன்' என்றாள் ஜெசிக்கா. 'நீ அவ்வப்போது வந்து பார்த்துவிட்டுப் போ, போதும்' என்றாள். அத்துடன், 'மறியா, எந்தப் பெயரில் இதை அழைப்பது? அதன் பழைய பெயரை அதற்குச் சொல்லத் தெரியுமா? மறியா, நாய்களின் பெயர்களைத் தொகுத்திருக்கும் புத்தகம் ஒன்று என்னிடமிருக்கிறது. அதிலிருந்து ஒவ்வொரு பெயராக அழைத்து அதன் பெயரைக் கண்டுபிடித்துச் சொல்கிறேன் பார்' என்று சந்தோஷம் பொங்கச் சொன்னாள்.

ஜெசியின் வீட்டை அடைந்ததும் என்னை வரவேற்பு அறையில் இருக்கச் சொல்லிவிட்டு அவள் உள்ளே சென்றாள். காலடியிலிருந்த காகிதப் பெட்டியை மூடியிருந்த துணியை இலேசாக விலக்கிப் பார்த்தேன். நாய் நிம்மதியாகத் துங்கிக்கொண்டிருந்தது எனக்கு ஆறுதலாக இருந்தது. அதன் முகத்தைப் பார்த்து அதன் ஜாடையைத் தெரிந்துகொள்ள வேண்டுமென்று தோன்றிற்று. ஆனால் முகம் தெரியவில்லை. அது ஆண் நாய். அதன் வால் துண்டிக்கப்பட்டிருந்ததால் மனிதத் தொடர்பு அதற்கு இருந்திருக்க வேண்டும் என்று நினைத்துக்கொண்டேன்.

வீட்டின் பக்கவாட்டறையில் ஜெசியும் அவளது கணவரும் தங்கள் குரல்களை பலாத்காரமாகத் தணித்தவாறு பேசிக்கொள்வது கேட்டது. அவர் பேசியதில் வெளிப்பட்ட பதற்றம் என்னைத் தொற்றிக் கொண்டது. போகப் போக அவர்கள் குரல்கள் தடிக்கத் தொடங்கின. ஒரு குறிப்பிட்ட நொடியில் பேச்சில் தீப்பற்றிக்கொண்டுவிட்டது. நா கூசும் கெட்ட வார்த்தைகளை மாறி மாறி வீசிக்கொள்வது கேட்டது.

நான் காகிதப்பெட்டியுடன் போர்டிக்கோப் படிகளில் இறங்கி நின்றேன். ஜெசி அழுதுகொண்டே வந்தாள். நான் அவளிடம், 'ஜெசி, நான் இதை எங்கள் வீட்டிற்கே கொண்டுபோகிறேன். நாளை உனக்கு போன் செய்கிறேன், அழாதே' என்றேன். அவளால் பேச முடியவில்லை. 'மறியா, மறியா' என்று என் கைகளைப் பற்றி அவற்றைத் தன் கண்களின் ஈரத்தில் தேய்த்துக்கொண்டாள். என்னைத் தன் மார்போடு அணைத்து என் காதோடு, 'உனக்கு எல்லா உதவிகளும் நிச்சயம் செய்வேன்' என்றாள். அவள் ரொம்பவும் உணர்ச்சிவசப்படுவதுபோல் எனக்குத் தோன்றவே, 'கவலைப்படாதே ஜெசி, நாம் சேர்ந்தே இந்தப் பணியைச் செய்யலாம்' என்றேன். 'ஜெசி, உன் கஷ்டத்தை நான் சரிவரப் புரிந்துகொண்டிருக்கிறேன்' என்றும் சொல்லிவிட்டு வந்தேன்.

என் வீட்டிற்குள் மிகுந்த பதற்றத்துடன் நுழைந்தேன். லூதர் வேறு எதைச் சொல்லாவிட்டாலும் வீட்டின் இடவசதிக் குறைவை நினைவுகூர்ந்தாலே சங்கடப்படத் தொடங்கிவிடுவேன் என்று தோன் றியது. அவர் எதுவும் சொல்லவில்லை. நாயின் காலைப் புறங்கையால் தொட்டுப்பார்த்து விட்டு, 'மறியா, கவலைப்படாதே, சரியாகி விடும். காலை அதிகம் அசையாமல் பார்த்துக்கொள்' என்றார்.

அந்த நாய்க்கு என்னை கலிஃபோர்னியாவுக்கு அழைத்து வந்த என் தாய் மாமனின் பெயரை வைத்தேன். அவர் பெயர் சாண்டி யாகோ. ஒவ்வொரு நாளும் அதன் கால் குணமாகிவருவதை அதன் முகத்தைப் பார்த்தே என்னால் உணர முடிந்தது. பக்கத்தில் அமர்ந்து அதன் முதுகைத் தடவித் தந்துகொண்டிருப்பேன். தன் கண்களில் நன்றி வழிய அது என்னைப் பார்த்தபடி இருக்கும். கையை அகற்ற எனக்கு மனமே வரவில்லை. கையை அகற்றினால் அதன் மீதான பிரியத்தைக் குறைத்துக்கொண்டு விட்டேனோயென அது சந்தேகப்படும் என்று கற்பனை செய்துகொள்வேன். அது எகிறிக் குதித்தும், முகத்தை என் கைகளில் தேய்த்தும், விரல்களை நக்கியும் அதன் பிரியத்தை வெளிப்படுத்தும். அதனிடம் மொத்தம் எவ்வளவு பிரியம் இருக்கும் என்று யோசிப்பேன். அதன் வால் மொட்டையாக இருந்தாலும் எந்த அளவுக்கு எந்த வாலை அசைக்க முடியுமோ அந்த அளவுக்கு அசைத்துத் தன் அன்பை வெளிப்படுத்தும்.

ஒரு நாள் அதன் பக்கம் நான் போனபோது ஈரம் ததும்பிய தன் கண்களால் அது என் இதயத்தைத் துழாவுவதுபோல் இருந்தது. 'சாண்டி, என்ன சொல்ல வேண்டும் உனக்கு, என்னிடம் தயங்காமல்

சொல்லு' என்றேன். 'நன்றாகக் குணமாகிவிட்ட சந்தோஷம்தானே?' என்று கேட்டேன். 'கண்ணே, செல்லமே' என்று அதைக் கொஞ்சினேன். அதன் பின் எந்தப் பொருளுமில்லாத ஒரு மொழியை என் மனம் உருவாக்க, அந்தப் பேத்தலை அலுப்பில்லாமல் சொல்லிக்கொண்டே இருந்தேன். என் அன்பை அது மனப்பூர்வமாக ஏற்றுக்கொண்டது. சிரமத்துடன் பெட்டிக்கு வெளியே தன் தலையை நீட்டி என் கையை முகர்ந்துகொண்டிருந்தது. அப்போது அது அடைந்த உற்சாகத் தாலோ என்னவோ எழுந்து நின்று தன் இரு கால்களையும் தூக்கி என் தோள் மீது வைத்தது. அதன் உடல்நிலை முற்றிலும் குணமாகி விட்டது என்பது சந்தேகமில்லாமல் புரிந்தது.

அன்று மாலை மீண்டும் அதை ஆஸ்பத்திரிக்கு எடுத்துச் சென்றேன். டாக்டர், 'கால் நன்றாக ஒட்டிக்கொண்டுவிட்டது' என்று சொல்லி எஃகுக் கவசம்போல் இறுகியிருந்த மாக்கட்டையை மின்சார வாளால் அறுத்துவிட்டார்.

நான் மிகுந்த மகிழ்ச்சியுடன், 'லூதர், லூதர்' என்று அழைத்தபடியே எங்கள் வீட்டுக்குள் ஓடி வந்தேன். லூதர் சாண்டியாகோவைப் பார்த்த மாத்திரத்தில் சந்தேகக் கண்ணோடு அதன் வலது காலைக் கூர்ந்து கவனித்தார். 'மறியா, நாயைக் கீழே விடு' என்றார். அது நின்றபோது அதன் புட்டி ஒரு பக்கமாகத் தாழ்ந்து கிடந்தது. ஒவ்வொரு எட்டு வைக்கும் போதும் அதன் புட்டி அரைவட்டத்தில் சுழலுவது என் உடம்பைக் கூச வைத்தது. லூதர் முகத்தைப் பார்த்தேன். அவர் ஆயாசமாக மூச்சு விட்டபடியே, 'மறியா, இனி ஒன்றும் செய்வதற்கில்லை' என்றார். அதன் வலது பின்னங்கால் கால் அங்குலம் கட்டையாகிவிட்டது. அந்தக் கால் மண்ணைத் தொடாமல் அந்தரத்தில் காய்ந்த விறகுபோல் இருந்தது. மூன்று காலில் அது குதித்து நடக்கத் தொடங்கியபோது அந்தக் காட்சியை என்னால் சகித்துக்கொள்ளவே முடியவில்லை.

மறுநாள் டாக்டருக்கு போன் செய்தேன். 'டாக்டர், நாய் ஊனமுற்றிருப்பதே உங்களுக்குத் தெரியாதா?' என்று கேட்டேன். 'நேரில் பார்க்கிறேன், ஒரு சமயம் மற்றொரு அறுவைச் சிகிச்சை தேவைப்படலாம்' என்றார். 'அப்போதேனும் அது ஊனமில்லாமல் ஆகிவிடுமா?' என்று கேட்டேன். 'உறுதி தருவதற்கில்லை, மறியா, முடிந்த வரையில் பார்க்கலாம்' என்றார். லூதருக்கு விருப்பமில்லை. 'எந்த நன்மையும் இல்லாமல் அதை மேலும் சங்கடப்படுத்தாதே' என்றார். 'லூதர், அது நடப்பதைப் பார்ப்பவர்கள் அதன் மீது தீராத வெறுப்புக்கொள்ள மாட்டார்களா?' என்று கேட்டேன். 'மறியா, நான் ஒரு மருத்துவ விஞ்ஞானி. மூளைகளை ஆப்பரேஷன் செய்வது என் தொழில். ஆனால் மூளைகளை நான் முற்றாகப் புரிந்துகொண்டவன் அல்ல என்பது எனக்கு நிச்சயமாகத் தெரிகிறது' என்றார்.

ஜெசிக்காவுக்கு போன் செய்து விஷயத்தைச் சொன்னேன்.

‘மறியா, கலங்காதே, நாளை அவசியம் உன் வீட்டிற்கு வருகிறேன்’ என்றாள். சொன்னது போல் அவள் வரவில்லை. அதன் பின் அவளுடன் போனில் பேசுவதுகூட எனக்குச் சாத்தியமில்லை என்று ஆகிவிட்டது. அழைக்கும் போதெல்லாம் அவள் இல்லை யென்ற பதில்தான் யந்திரத்தனமாக வந்தது. பின்னால் ஜெசியை இத்தனை வருடங்களில் நான் ஒரு முறைகூடப் பார்க்கவில்லை. ஆனால் என் மனதிற்கு மிகுந்த நிறைவைத் தந்துகொண்டிருக்கும் இந்தப் பணியில் என்னை ஈடுபடத்தியவள் என்பதால் அவள் பெயரை ஒரு பூனைக்கு வைத்து அழைத்துவருகிறேன்.

நாய்களுக்குப் பெயர் வைப்பது பற்றி ஒரு நாள் நாம் பேசத் தொடங்கினோம். மருத்துவ அறையிலிருந்து அவசர அழைப்பு வரவே நீங்கள் புறப்பட்டுச் சென்றுவிட்டீர்கள். அதன் பின் பல சமயம் அது பற்றி யோசித்திருக்கிறேன். அவற்றிற்குப் பெயர் வைக்கும் போது, நீங்கள் எங்களுக்கு இணையான ஜீவராசிகள் அல்ல என்ற செய்தியைத்தான் வெளிப்படுத்திக்கொள்கிறோம். என் வக்கீல் சிநேகிதி யான மிலின்டாவிடம் உயர்ந்த ஜாதி நாய்கள் மூன்று இருக்கின்றன. ஒவ்வொன்றும் கொழு கொழுவென்று காட்டுப் புலிகள் போல் இருக்கும். அந்த மூன்று நாய்களுக்குமே அவள் மனிதகுலத்தையே உருக்குலைத்த மூன்று சர்வாதிகாரிகளின் பெயர்களை வைத்திருக் கிறாள். அந்தக் கொடுங்கோலர்களுக்கும் இந்த நாய்களுக்கும் என்ன சம்பந்தம் என்று நான் கேட்டேன். அவள் அதற்கு, ‘மறியா, அதைப் பற்றி நான் யோசித்துப் பார்த்ததே இல்லை’ என்றாள். அதே நேரத்தில் கூர்மையாக எனக்கு என்ன பதிலடி தரலாம் என்று அவள் யோசிப்பது போல் தோன்றிற்று. ‘தந்தை, மேரி, ஜீஸஸ் என்றெல்லாம் வைத்திருக்கலாமே’ என்று நான் சொன்னேன். அவளுக்குத் தாங்கிக் கொள்ள முடியாத கோபம் வந்துவிட்டது. அவள் வீட்டிற்குள் திரும்பி, ‘நோயல் டியர், மறியா சொல்வதைக் கேளுங்கள்’ என்றாள். அவர் கணவர் குட்டையாக, அகலமாக, புறச்சக்தியொன்று அவரைக் கயிற்றால் கட்டி இழுப்பதுபோல காலைத் தேய்த்தபடியே வந்தார். சோபாவில் தொந்தியுடன் முழங்காலை மடக்காமல் சரியப் போனவர் தன் மனைவியின் பேச்சு காதில் விழுந்ததும் தானாகவே உயரம் அதிகரித்ததுபோல் நிமிர்ந்து நின்றார். சுய உணர்வின்றி நானும் எழுந்து நின்றேன். அவர் மிக மென்மையான குரலில், ‘மறியா, நீங்கள் இங்கிருந்து வெளியேறலாம். அத்துடன் இனி இங்கு வருவதை யும் தயவுசெய்து நிறுத்திக்கொண்டுவிடுங்கள்’ என்றார்.

நான் வளர்க்கும் எல்லாப் பிராணிகளுக்குமே, என் தந்தை, என் தாய், என் பள்ளித்தோழிகள், என் உணவக சிநேகிதிகள், ஆசிரியர்கள், ஆசிரியைகள் ஆகியோரின் பெயர்களைத்தான் வைத்திருக்கிறேன். நான் ஆறாவது படிக்கும்போது என் வகுப்பு ஆசிரியை மீது எனக்குக் கண்மூடித்தனமாக பிரியம் – காதல் என்றே சொல்லலாம் – ஏற்பட்டு விட்டது. அல்லது அதை ஒரு விதப் பைத்தியம் என்றும் சொல்லலாம்.

வெனிசா டீச்சர் வயதில் மிகச் சிறியவர். எங்களுடன் அவரும் சேர்ந்து கூடைப் பந்து விளையாடும்போது அவரை எங்களில் சற்றுப் பெரியவர் என்று தோன்றுமே தவிர ஆசிரியை என்று தோன்றவே தோன்றாது. அவரிடம் நாங்கள் ஒரு கேள்வி கேட்டு, அதற்குப் பதில் சொல்ல அவருக்கு யோசிக்க வேண்டியிருந்தால், அவருடைய கண்கள் இடுங்கி, தாடை தானாகவே உயர்ந்து கூரையும் சுவரும் இணையும் இடத்தை வெறித்துப் பார்க்கத் தொடங்கிவிடும். அப்போது எனக்கு அவர் மீது மேலும் பிரியம் பொங்கும். அவரை அப்படியே அணைத்து முத்தமிட வேண்டுமென்று தோன்றும். அவர் கூரையைப் பார்க்கும் பொருட்டு எனக்கு விடை தெரிந்த கேள்விகளைக்கூட அவரிடம் கேட்பேன்.

ஒரு விபத்தில் மிகக் கோரமாக உருக்குலைந்து வெனிசா டீச்சர் இறந்துபோய்விட்டார். அவருடைய பெயரைப் பல வருடங்களுக்குப் பின் நான் என் ஆட்டுக்குட்டிக்கு வைத்தேன். அந்த ஆட்டுக்குட்டியை என் ஆசிரியையாகவே கற்பனை செய்துகொண்டிருந்தேன். என் கற்பனையோ என்னவோ தெரியாது, அதன் உடலசைவு, மினுமினுக்கும் அதன் சர்மம், சில சமயம் அது நாசூக்காக இருமுவது இவையெல்லாம் டீச்சரை நினைவுபடுத்துவதுபோலவே இருக்கும்.

வெனிசாவின் மரண நினைவு நாளன்று அவர்களது குடும்ப இடுகாட்டிற்கு நானும் போவேன். பிற்பகலில் திரும்பும்போது கழுவிவிட்ட மனதுடன் மிக இலேசாக வீடு திரும்புவேன். வெனிசாவின் குடும்பத்தினரும், அவருடைய பாய் ஃபரண்டாக இருந்த பீட்டரும், ஆச்சரியப்படும்படி ஒவ்வொரு வருடமும் உயரமாகிக்கொண்டேபோன அவரது பிள்ளைகளும், அழகு வேகமாக அழிந்துகொண்டிருக்கும் அவருடைய மனைவியும் அங்கு வருவார்கள். வெனிசாவின் தாய் ராபினின் முகத்தில் காலம் உழுதிருக்கும் கோடுகள் என் மனதை மிகவும் தாக்கும்.

அவர்கள் வரும் நேரத்தில் நானும் வர வேண்டும் என்று அவர்கள் ஆசைப்பட்டார்கள். நான் தவறாமல் அவர்களுடன் கலந்துகொள்வதில் அவர்கள் எல்லோருக்கும் மிகவும் சந்தோஷம் இருந்தது. வெனிசாவின் நினைவும், அவளுடைய கள்ளங்கபடற்ற தன்மையும், அவை ஆட்படுத்தும் உணர்ச்சியும் அந்த நேரத்தை ஆத்மீகமான தளத்துக்கு உயர்த்தும். வெனிசாவின் தாயும் நானும் பார்த்துக்கொண்ட மாத்திரத்திலேயே எங்கள் கண்கள் கலங்கிவிடும். அவர் என்னை அணைத்து என் காதில், ‘கண்ணே, நீதான் இன்று என் மனதில் வெனிசா’ என்பார். அவர்கள் வந்த காரியங்கள் முடிவதுவரையிலும் அவர்களுக்கு உதவிகள் செய்வேன். வெனிசாவின் பாய் ஃபரண்ட் கல்லறையின் மீது பூக்களை வைக்கும்போது அடக்க முடியாமல் பொருமுவார். அப்போது அவர் மனைவியும் அழுதபடி தன் கணவனை அணைத்துக்கொள்வார். கடைசியில் நான் என் கையிலிருக்கும் உதிரிப்பூவைக் கல்லறை மீது தூவுவேன்.

ஒரு வருஷம், வெனிசாவின் தாய் ராபின், 'என் அன்பான வெனிசா, நீ வரும் ஒவ்வொரு முறையும் எதற்காக இந்த ஆட்டையும் இழுத்துக்கொண்டு வருகிறாய்?' என்று கேட்டாள். அவர் மிகுந்த அக்கறையோடுதான் அந்தக் கேள்வியைக் கேட்டார் என்றாலும், அவர் பயன்படுத்திய, இழுத்துக்கொண்டு என்ற சொல் என் மனதைப் புண்படுத்திவிட்டது. நான் என்ன சொல்வது என்று யோசித்தேன். அவரது கேள்வி எங்கள் பிணைப்புக் கயிற்றின் இழைகள் அறுபடப்போவதின் ஆரம்பமோ என்று சந்தேகப்படத் தொடங்கினேன். குப்பைத்துணி எரியும்போது எழும் தீய்ந்த மணம் நாசியைத் தாக்கிற்று. மௌனமாக இருப்பதுதான் புத்திசாலித் தனமானது என்று, 'ஆன்டி, உங்களுக்கு நான் வெனிசாவாக இருப்பது போலவே, எனக்கு அந்த ஆடுதான் வெனிசாவாக இருக்கிறது' என்று அவரது கண்களைப் பார்த்துச் சொன்னேன். 'ஒரு ஆட்டை மனதில் வைத்தா எங்கள் கண்மணியைப் பார்க்கிறாய்?' என்று அவர் தாள முடியாத வருத்தத்தில் கேட்டார்.

மறு வருஷம் வெனிசாவின் நினைவு நாளைக்கு முன் தினம் ராபி ஆன்டியிடமிருந்து எனக்கு ஒரு செய்தி வந்தது. 'மறியாக் கண்ணே, வழக்கம்போல இந்த வருடமும் உன்னைச் சந்திக்க விரும்புகிறோம், உன்னை மட்டும்' என்று அவர் எழுதியிருந்தார். நான் எதிர்பார்த்தது மற்றொரு விதத்தில் நடந்திருப்பதுபோல் பட்டது. இடுகாடுகளில் அல்ல, மனிதர்களின் மனங்களில்தான் நினைவுகள் உயிர்கொண்டு வாழ்கின்றன என்று நான் சொல்லிக் கொண்டேன். இருந்தாலும் அழுகை வருவதைத் தடுக்க முடியவில்லை. அந்த அழுகையின் நடுவே, 'ஆன்டி, உங்கள் அன்பை நான் ஒரு நாளும் மறக்கமாட்டேன்' என்று புலம்பியது நினைவிருக்கிறது.

இந்தக் காலகட்டத்தில் என் உடல் நிலை பாதிக்கப்பட்டு நான் படுக்கையில் விழுந்தேன். என் நடமாட்டத்தை முடக்குவது மூலம்தான் என் ஆயுளை நீடிக்கச் செய்ய முடியும் என்று என் உடலறிவு செய்த ஏற்பாடுபோல் இது தோன்றிற்று. லூதர் விரும்பினாரோ இல்லையோ, என் வளர்ப்புப் பிராணிகளைப் பார்த்துக்கொள்ளும் சுமையும் அவர் தோளில் விழுந்தது.

அவர் வெளியே காட்டிக்கொள்ளக்கூடியவர் அல்ல என்றாலும் உள்ளூர அவர் உற்சாகமாக இருந்த நாட்கள் அல்ல அவை. அதற்கு முக்கியக் காரணமாக இருந்தது அவருடைய தொழில் அன்றிருந்த நிலைதான். நீங்கள் பணிக்குச் சேர்ந்திராத காலம் அது. தொழிலில் அவர் கடினமாக உழைத்தும்கூட முன்னேற்றம் இருக்கவில்லை. வருமானம் போதாமல்தான் இருந்தது. எளிமையான வாழ்க்கையைப் பின்பற்றினோம். குழந்தை இல்லை. அப்படியிருந்தும் பற்றாக்குறை இருந்தது.

அந்தக் காலத்தில்கூட அவர் தன் வாழ்க்கையைப் பற்றிக் குறை பட்டுக் கொண்டதில்லை. வளர்ப்புப் பிராணிகளைக் கவனிக்கும்

பணியைக் கைவிட்டால் சிறிது மிச்சம் பார்க்கலாமே என்று என்னிடம் சொன்னதில்லை. அவ்வாறு அவர் சொல்லாமல் இருந்தது எனக்கு ஏமாற்றத்தையும் வருத்தத்தையும்தான் தந்தன. என் சிநேகிதிகளான டாக்டர்களின் மனைவிமார்களிடம் அவ்வப்போது விசாரித்திருக்கிறேன். லூதரைப் பற்றி அவர்களுடைய கணவர்களுக்கு என்ன அப்பிராயம் என்று தெரிந்துகொள்வதில் அளவுக்கதிகமான ஆர்வம் இருந்தது. எல்லோருக்கும் லூதர் திறமையானவர் என்ற எண்ணம்தான் இருந்தது. இருந்தாலும் நோயாளிகளின் மனதில் அவருக்குத் தனியாக ஒரு படிமம் உருவாகவில்லை. தொழிலை வளர்க்கும் இயல்புகள் இயற்கையாகவே அவரிடம் இல்லாமல் இருந்தன. அவர் அடிக்கடி சிரிப்பவரோ, கலகலப்பாகப் பேசக்கூடியவரோ அல்ல. அவர் திறமையாகச் செயல்பட்டு நோய்களுக்குத் தீர்வு காணும்போதும் தனது பங்கை அவர்களுக்குச் சொல்லிப் புரியவைக்கக்கூடியவர் அல்ல. எந்த நேரத்திலும் அவர் தன்னைத் தவிர்க்க முடியாதவர் என ஆக்கிக்கொண்டதே இல்லை.

நோய்க்குச் சிகிச்சை செய்வது என் பொறுப்பு, ஆனால் என் மருத்துவத் திறனைப் பற்றி அவர்களிடம் சொல்வது என் வேலையல்ல என்பார் அவர். ‘மறியா, நீ மற்றொன்றையும் புரிந்துகொள்ள வேண்டும். நோயாளிகள் என் விருந்தாளிகள் அல்ல. நான் செய்வது வணிகப் பணியல்ல. நான் கற்ற கல்வியை அவர்களது நன்மைக்காகப் பயன் படுத்துகிறேன்’ என்பார்.

வெளிப்படையாகச் சொல்கிறேன், திருமணம் முடிந்து சில வாரங்களுக்குள்ளாகவே உள்ளூர எனக்கு அவர்மீது ஏமாற்றம் வருவதை உணர்ந்தேன். நான் சிறு வயதில் கிராமத்தில் வளர்ந்தவள். எங்கள் கிராமத்தில் ஒருவர்கூட நக்கலோ, கிண்டலோ, குறும்போ, குத்தலோ இல்லாமல் பேச மாட்டார்கள். ஒருவர் வாயைத் திறந்தால் அவர் வாக்கியத்தை முடித்ததும் சுற்றியிருப்பவர்கள் சிரிக்காமல் இருக்க மாட்டார்கள். வெகு காலத்திற்கு முன் வாழ்ந்த ஒருவரின் வக்கணையான பேச்சை பல ஆண்டுகளுக்குப் பிறகும் யாரேனும் சொல்லிப் பெரும் சிரிப்பு மூட்டிவருவார்கள். மிக மோசமான சங்கடத்தில் இருக்கும்போதுகூட அவர்களிடமிருந்து கிண்டலும் கேலியுமாகத்தான் பேச்சு வரும்.

இந்த இயல்புகள் அறவே இல்லாதவர் லூதர். நான் விளையாட்டுக்கு அவரைக் கேலி செய்வதற்காகக் கோணலாகப் பேசினாலும் அவர் அதை நேராக எடுத்துக்கொண்டுதான் பதில் சொல்வார். எப்போதும் தீவிரமான மனநிலையில் இருப்பார். வெளியே போவதற்கான சந்தர்ப்பங்கள் எங்களுக்கு மிகக் குறைவு. நினைத்த பொருட்களை எல்லாம் வாங்கிக் குவிக்கும் எண்ணம் இருவருக்குமே இல்லை. விதிவிலக்காகக்கூட ஆசை சார்ந்து ஏதேனும் வாங்க வசதியும் இல்லை. கிளாசிக்கல் சங்கீதத்தில் மட்டும் அவருக்கு ஈடுபாடு உண்டு. கிடைக்கும் நேரத்தில் எல்லாம் அதை ஆசையோடு கேட்பார்.

இசையில் ஆழ்ந்த பற்றுக் கொண்டிருந்த அவருடைய தாயாரிடமிருந்து அவர் பெற்ற சொத்து அது. ஆனால் நவீன இசைக் கலைஞர்களின் பெயர்கள்கூட அவருக்குத் தெரியாது. இது தவிர மிச்ச நேரத்திலெல் லாம் அவர் நரம்பியல் சிகிச்சை சார்ந்த புதிய புத்தகங்களைப் படித்துக்கொண்டிருப்பார். இரவு மூன்று மணி நேரம் படித்தும் புதிய கண்டுபிடிப்புகளை முழுமையாகத் தெரிந்துகொள்ள முடியாத நிலையிலேயே தான் இருப்பதாகவும் சொல்வார். அறியாமை காரண மாகக் குறையான சிகிச்சை செய்வது இழிவு. அது என் மேல் படியக் கூடாது என்பார்.

நான் பகல் முழுக்கக் கடுமையாக வேலை செய்கிறேன். உடலை முறிக்கும் வேலை. அதனால் லூதர் வீட்டிற்கு வரும்போது களைத்துப் போயிருக்கும் நாங்கள் இருவருமே எங்களுக்குப் புத்துணர்ச்சி ஊட்டிக் கொள்ள வேண்டும். ஆனால் இது போன்ற யோசனையே லூதருக்கு இருப்பதில்லை. இதையாவது அவருடைய இயற்கை என்று என்னால் பொறுத்துக்கொள்ள முடிந்தது. ஆனால் ஒரு சந்தர்ப்பத்தில்கூட என் வளர்ப்புப் பிராணிகளைப் பற்றி, நான் வலிந்து சொல்லாத வரையிலும் அவர் கேட்டதேயில்லை. இதை நினைத்தாலே எனக்கு நெஞ்சை அடைத்துவிடுகிறது. காலையிலோ, மாலையிலோ அல்லது வாரக் கடைசியிலோ என் கொட்டடிக்கு வந்து அந்தப் பிராணிகளைப் பார்க்க வேண்டும் என்று அவருக்குத் தோன்றியதில்லை. என் குறையை நான் சொல்ல அவர் தெரிந்துகொண்டு அதைத் தீர்க்க முயல்வதை நான் விரும்பவில்லை. என் குறையை அவரிடம் பகிர்ந்துகொள்ள வேண்டாம் என்ற வீம்பு எனக்கு வந்துவிட்டது. ஆனால் அதை மறந்துவிட்டு இருப்பது எனக்கு ஒருநாள்கூடச் சாத்தியப்பட்டதும் இல்லை.

வெளித் தொடர்புகள் அநேகமாக எனக்கு அறுந்து போனபின் லூதரை விட்டால் நான் பார்க்கும் மற்றொரு முகம் உங்களுடையது மட்டும்தான். உங்கள் வருகையின் மூலம் எனக்கு ஒரு தோழமை கிடைக்கும் என்று நான் நினைத்தேன். நான் எதிர்பார்த்ததுபோலவே எனக்கு அது கிடைக்கவும் செய்தது. ஆனால் லூதரைப் போலவே நீங்களும் என் பணிகளில் சிறிதும் அக்கறை காட்டாதது எனக்கு ஏமாற்றத்தைத் தந்தது. நான் செய்யும் காரியத்திற்கு யாரும் உதவி செய்யாவிட்டால்கூடப் பொறுத்துக்கொள்ள முடியும். எந்த ஜீவனும் அக்கறை காட்டாவிட்டால் என்னால் எப்படி அதைப் பொறுத்துக் கொள்ள முடியும்? இவ்வளவும் எழுதியபோது லூதர்மீது தவறான எண்ணம் கொண்டுவிடுவீர்களோ என்ற சந்தேகம் எனக்கு வருகிறது. என்மீது அவருக்கு ஆழ்ந்த அன்பு உண்டு. அதை ஒரு நாளும் நான் மறக்க மாட்டேன். நான் விரும்பும் சுதந்திர வாழ்வை லூதர் மதிப்பதுபோல் எத்தனை பேர் அவர்களுடைய மனைவிமார்களின் சுதந்தரத்தை இந்தத் தேசத்தில் மதிக்கிறார்கள் என்று யோசித்துப் பார்க்கிறேன். நாங்கள் சேர்ந்து வாழ்வதில் எனக்குக் குறையாகப் பட்டது வாழ்க்கை உருவாக்கும் சுழற்சியின் இறுக்கம் மட்டும்தான்.

என் வாழ்க்கை எப்போதும் நான் கணிக்கக்கூடியதாகச் சுருளவிழ்வது எனக்கு அலுப்பைத் தருகிறது. எங்கள் வாழ்க்கையில் அற்புதமான ஒழுங்கு இருக்கிறது. ஆனால் கொண்டாட்டம் இல்லை. நாங்கள் கடகடவெனச் சிரித்து எங்கள் வீட்டுச் சுவர் கேட்டதே இல்லை. இவ்வாறு யோசிக்கும் எனக்குப் பிறக்க வேண்டிய குழந்தையின் நினைவு இயற்கையாகவே வருகிறது. அந்தக் குழந்தையின் முகமும் தலைமயிரும் சிரிப்பும் விளையாட்டும் என் மனதில் அடிக்கடி வந்துவிடுகிறது. ஒரு குழந்தை வளர்ந்து ஆளான பின்பும்கூட அந்தக் குழந்தையின் இளம் பருவம் அதன் தாய்க்கு நினைவுக்கு வந்து எண்ணற்ற கனவுகளும் சித்திரங்களும் அவள் மனதில் ஓடிவருமல்லவா? அது போல்தான் எனக்கு வந்துகொண்டிருக்கிறது. இது, அலுப்பைச் சிறிது குளிர்விக்க என் மனம் கண்டுபிடித்த உபாயமாக இருக்கலாம். ஒரு குழந்தையின் வருகை எங்கள் வாழ்க்கைக்கு ஒரு புத்துணர்வை நிச்சயம் ஊட்ட முடியும். என் அலுப்பைத் தீர்த்துக்கொள்ளக் கடவுள் எனக்கு இரட்டைக் குழந்தைகளைத் தர வேண்டியிருக்கும்.

'மார்னிங் ஸ்டார்' நாளிதழில் நீங்கள் தந்திருந்த விளம்பரத்தைப் பார்த்துவிட்டு 'உங்களைப் பணிக்கு எடுத்துக்கொள்ளலாமா' என்று நான் லூதரைக் கேட்டபோது, 'என்னுடைய வருமானத்தில் எப்படி அவருக்குச் சம்பளம் தர முடியும்?' என்று கேட்டார். நியாயமான கேள்வி அது. 'அது சாத்தியப்படும், என்னை நம்பி இதைச் செய்யுங்கள்' என்று நான் சொன்னேன். உங்களுடைய திறமையை வெளிப்படுத்துவதுடன், அவருடைய திறமையையும் பிரகாசிக்கச் செய்ய முடியும் என்று நான் நம்பினேன். லூதர் என் தோளில் கை வைத்துத் தன் உடலோடு என்னை அணைத்தவாறு, 'எதுவுமே அவரைப் பற்றித் தெரியாத நிலையில் எப்படி நாம் நம்பிச் செயல்பட முடியும்?' என்று கேட்டார். லூதருக்கு மனதிற்குள் சந்தேகமாகத்தான் இருந்தது.

என்னிடம் உங்களைச் சந்தித்துப் பேசச் சொன்னார். நினைவு வைத்திருப்பீர்கள். ஒரு வெள்ளிக்கிழமை மருத்துவ அறையைச் சாத்தும் நேரத்தில் லூதரின் அறையில் சந்தித்துக்கொண்டோம். உடல் நிலை சரியில்லாமல் இருந்தது என்று சொன்னேன் அல்லவா? அந்த நாட்களில்தான் இந்தச் சந்திப்பு நிகழ்ந்தது. எதையும் பொருட்படுத்தாமல் அன்று வந்தேன். உங்களைப் பார்த்ததும் எனக்கு ஏமாற்றமாகவே இருந்தது. மேல் வரிசைப் பற்கள் உயர்ந்திருப்பவர்கள் சிரிப்பதைப் போல் நீங்கள் சிரித்தீர்கள். பரிதாபமான ஒரு களை உங்கள் முகத்தில் இருந்தது. நாங்கள் தேடிய நபர் நீங்கள் அல்லவோ என்ற சந்தேகம் வந்தது. உங்கள் வாழ்க்கைக் குறிப்பை மனப்பாடம் செய்து வைத்திருந்தேன். நான் கேட்கும் கேள்வியை வைத்து என்னைக் குறைவாக மதிப்பிட்டு விடக்கூடாதே என்ற கவலையுடன் இருந்தேன். எங்களுடன்

இணைந்துகொள்வதன் மூலம் பெரிய வருமானம் இல்லாமல் போனாலும் மரியாதைக்குரிய வாழ்க்கை கிடைக்கும் என்ற உண்மையையேனும் உங்கள் மனதில் ஆழமாகப் பதிய வைக்க வேண்டுமென எண்ணினேன். நான் சொல்லி முடித்ததும் மேற்கொண்டு எந்தக் கேள்வியும் கேட்காமலும் சிறிதும் யோசிக்காமலும் நீங்கள் சொன்ன பதில் என் மனதில் ஆழமாகப் பதிந்தது. கடைசியில் விடைபெறும்போது பெரிய திறமைகள் லூதரிடமும் சிறியவை என்னிடமும் இருப்பதாகச் சொல்லி விட்டுச் சென்றீர்கள். இந்தப் பதில் எப்படிச் சுலமாக வெளிப்பட்டது என்று யோசித்தபடியே இருந்தேன்.

உங்களைப் பற்றி இன்று நாங்கள் – முக்கியமாக நான் – நினைப்பதையும் சொல்ல வேண்டும். தாமு, நீங்கள் பணியில் சேர்ந்ததனால்தான் எங்களுடைய ஆசைகள் ஓரளவேனும் நிறைவேறின. லூதரின் தொழில் நிலைபெற்றுவிட்டது என்னும் எண்ணம் எனக்கு வந்தபோது நான் அறியாமலே என் லட்சியமும் விரியத் தொடங்கிற்று. காலம் போகப் போக என் பொறுப்பில் வந்து சேர்ந்த அனாதைப் பிராணிகளின் எண்ணிக்கை கூடிக்கொண்டேபோயிற்று. தனியாக ஒரு கொட்டடியை உருவாக்க வேண்டும் என்பது தவிர்க்க முடியாத ஒரு காரியமாகிவிட்டது.

இதனால்தான் ஸ்காட்வாலியை விட்டு நாங்கள் இந்தக் காட்டுக்கு வரத் தீர்மானித்தோம். இங்கு நிலம் மலிவாக இருந்தது. தண்ணீருக்கும் பஞ்சமில்லை. அக்கம் பக்கம் குடியிருப்பு என்று ஒன்றும் கிடையாது. அன்று இங்கு மின்சாரமும் வந்திருக்கவில்லை என்பதால் மெழுகுவத்திகளையே பயன்படுத்திவந்தோம்.

எங்கள் வீட்டையும் கொட்டடியையும் கட்டி முடித்தோம். நாங்களேதான் வேலை செய்தோம். கட்டுமானம் பற்றிப் படிக்கவும் அடிப்படை ஆயுதங்களைச் சேர்க்கவும் லூதருக்கு அவரது கடுமையான பணியின் நடுவில் ஆறுமாத காலம் ஆயிற்று. ஒரு குருவி தன் வீட்டைக் கட்டுவதுபோல் மிகுந்த பொறுமையுடன் இதைச் செய்தார். அவருடைய வைராக்கியம் என்னை மலைக்க வைத்தது. கற்றுக்கொள்வதில்தான் என்ன உறுதி! இந்தக் காலங்களில் மௌனம் கண்ணுக்குத் தெரியாத நிழல்போல் அவரைப் பின்தொடர்ந்து வந்துகொண்டிருந்தது. எனக்கு அவரைப் பற்றி ஒரு அதிசயமே மனதில் வந்துவிட்டது. இந்த உடலா நாம் நினைத்தால் அணைத்துக்கொள்ளும்படி நம் பக்கத்திலேயே இருக்கிறது என்று பல தடவை நினைத்திருக்கிறேன். இரவு ஒன்பது மணியிலிருந்து மறுநாள் காலை இரண்டு மணிவரையிலும் நாங்கள் சந்திர ஒளியை நம்பி வேலை செய்வோம். பிறை தேய்ந்து வரும் நாட்களில் எங்கள் வேலையும் குறைந்துவிடும். மிகச் சிரமமான நாட்கள் அவை. கவனிப்பும் உணவுமின்றி பிராணிகள் மெலிந்துபோய்விட்டன. அப்போது எங்களிடம் கார் இல்லை. லூதர் தன் பணிக்குப்

போகும் பொருட்டு ப்ளூ ஹவுண்டு பஸ்ஸைப் பிடிக்கக் காலை ஆறு மணிக்கு ஹைவேயை நோக்கி நடக்கத் தொடங்குவார். இரண்டு மணி நேரம் அவர் நடக்க வேண்டியிருக்கும். மெலிந்து போன தன் உடம்புடன் அவர் நடந்து போவதைப் பார்த்துப் பல சமயம் கண் கலங்குவேன்.

அதன் பின் நாட்கள் நன்றாகப் போய்க்கொண்டிருந்தன. எங்கள் காட்டில் நாங்கள் இருந்துகொண்டிருந்தோம். இப்போது எங்கள் பெரியம்மாவைப் பற்றி என் அம்மா அடிக்கடி சொல்வது நினைவுக்கு வருகிறது. மெக்ஸிக்கோவில் ஒரே ஏழைகளின் கூட்டம். அதிலும் நாங்கள் பரம ஏழைகள். ஏழைகளுக்கு வந்து சேரும் துக்கங்களைப் பற்றி வார்த்தைகளால் சொல்ல முடியுமா? குடும்பத்தில் தாங்க முடியாத கஷ்டம் ஏற்படும்போது என் பெரியம்மா மாதாகோவிலுக்குச் சென்று மாதாவின் அருகில் படுத்துக்கொண்டு விடுவாளாம். மூன்று நாட்கள் நான்கு நாட்கள் ஆகிவிட்டால் அம்மா போய் அவளைக் கைத்தாங்கலாகக் கூட்டிக்கொண்டு வருவாளாம். இதை எதற்குச் சொல்லவந்தேன் என்றால் இந்தக் காட்டிற்குள் எவருடைய வாழ்க்கையிலும் குறுக்கிடாது, நாங்கள் – என் பிராணிகளையும் சேர்த்துச் சொல்கிறேன் – இங்கிருப்பதுகூடத் தெரியாமல் வாழ்வது பெரியம்மா கோவிலில் மாதாவின் அருகில் விழுந்து கிடப்பதைப் போன்ற ஒரு காரியம்தான் என்பதைச் சுட்டவே.

அம்மாவின் நினைவு அடிக்கடி வருகிறது. அவள் பெயர் க்ரிஸ்டீனா. ஏழை மெக்ஸிக்கோப் பெண்கள் இன்றுவரையிலும் அனுபவித்திருக்கும் சகல துக்கங்களையும் ஒரு சிற்பி ஒரே முகத்தில் வடித்தெடுத்ததுபோல் இருக்கும் என் அம்மாவின் முகம். அவள் ஒரு வேலைக்காரியின் வயிற்றில் வேலைக்காரியாகப் பிறந்தாள். அவள் அனுபவித்த கஷ்டங்கள் பற்றி என்னால் சொல்ல முடியாது. அவள் அது பற்றி எதுவுமே என்னிடம் சொன்னது இல்லை. அவள் வசதியான ஒரு அமெரிக்கப் பெண்மணியிடம் 'நானி'யாக வேலை பார்த்தாள். காலையில் போனால் இரவுதான் திரும்பி வருவாள். அந்த அமெரிக்கப் பெண்மணி தனது கரேஜில் போட்டிருக்கும் எந்தப் பொருளையும் – தனது கார்கள் நீங்கலாக – எடுத்துக்கொண்டு போகலாம் என்று சொல்லிவிட்டாள். கரேஜில் இல்லாத பொருளே இல்லை என்பதுபோல இருந்ததாம். குளிர்சாதனப் பெட்டிகள், மிக்சிகள், சலவை யந்திரம், பாத்திரம் கழுவும் யந்திரம், சோபாக்கள், மேஜைகள், நாற்காலிகள் என்று ஏகப்பட்ட பொருள்கள். எப்படி என் அம்மாவால அவள் விரும்புகிறவற்றை எங்கள் வீட்டிற்குக் கொண்டுவந்து சேர்க்க முடியும்? காரியர்கள் கேட்கும் பணத்தை எங்களால் நினைத்துக்கூடப் பார்க்க முடியாது. என் அம்மா அந்த அமெரிக்கப் பெண்மணி வீட்டுப் பணிக்கு வரும் கான்டிராக்டர்களிடம் எல்லாம் கெஞ்சிக்கொண்டிருந்தாள். கடைசியில் எங்கள் வீட்டிற்குப் பக்கத்திலிருந்து அங்கு வேலைக்குச் சென்றிருந்த காண்டிராக்டர்

ஏற்றி இறக்குபவர்களுக்கான சம்பளத்தை மட்டும் வாங்கிக்கொண்டு அந்தச் சாமான்களை எங்கள் வீட்டிற்குக் கொண்டுவந்து சேர்ந்தார். ஒரு குளிர்சாதனப் பெட்டியை அது போய்ச் சேர வேண்டிய மூலைக்கு நானும் அம்மாவும் காலையில் நகர்த்தத் தொடங்குவோம். சுமார் ஒரு அங்குலம் நகர்த்தியதும் அம்மாவுக்கு வேலைக்குப் போக வேண்டிய பஸ் புறப்படும் நேரம் ஆகிவிடும். அதன் பின் மறுநாள் ஒரு அங்குலம் நகர்த்துவோம். எங்கள் வீட்டைப் பார்த்தால் வேடிக்கையாக இருக்கும். போதுமான அளவுக்குக் கரண்டிகள், போர்க்குகள், கத்திகள் கிடையாது. மறுபக்கம் குளிர்சாதனப் பெட்டி, மிக அழகான டைனிங் டேபிள், நாற்காலிகள் என்று பல பொருட்கள். நான் என் இளமைக் காலத்தில் ஸ்நாக்ஸ் சாப்பிட்டது கிடையாது. என் பள்ளித் தோழிகள், தோழர்கள் தந்தவைதான். நான் மூன்றாவது வகுப்போ அல்லது நாலாவது வகுப்போ படிக்கும்போது மார்ட்டின் என்ற பையன் எனக்கு நிறைய இனிப்புகள் தருவான். இனிப்பைத் தரும்போது, 'ஏன் தருகிறேன் தெரியுமா? நான் உன்னைக் காதலிக்கி றேன், அதுதான்' என்பான். நானும், 'உன்னைக் காதலிக்கிறேன்' என்று அவனிடம் சொல்வேன். அவன் தந்த இனிப்புகளின் ருசி இப்போதும் என் நினைவில் இருக்கிறது. நான் வாக்களித்திருந்தும் அவனை மணந்துகொள்ளாதது என் தவறுதான்! ஆண்டவர் என்னை மன்னிப்பாராக!

அமெரிக்காவுக்கு வந்த பின் மிகப் பெரிய வசதியைத் தேடிக் கொண்டவளும் அபூர்வ குணங்கள் கொண்டவளுமான என் சிநேகிதி அனுசூயா வீட்டில் நடந்த சம்பவத்தைப் பற்றியும் நான் எழுத விரும்புகிறேன். ஒரு சமயம் நீங்கள் இப்போது இருக்கும் குழம்பிய மனநிலையில் இதையெல்லாம் படிப்பது ஒரு தண்டனையாகக்கூட இருக்கலாம். என் மனதைச் சிதற அடித்த ஒரு சம்பவம் என்பதால் அதைப் பற்றி யோசித்துப் பார்க்க வேண்டும் என்று தோன்றுகிறது.

அனுசூயா என் பள்ளித் தோழி. நானும் அவளும் ஹை ஸ்கூலில் ஒன்றாகப் படித்தோம். அவளுக்கு இயற்பியலில் அளவு கடந்த ஈடுபாடு இருந்ததால் அவள் மேற்கொண்டு படித்து பிஎச்.டி. பட்டம் பெற்று கலிஃபோர்னியாப் பல்கலைக்கழகத்தில் பேராசிரிய ராகப் பணியாற்றும் வாய்ப்பைப் பெற்றாள். அவளது கணவர் சரத்சந்திரர் யேல் பல்கலைக்கழகத்தில் சட்டம் பயின்று மிகுந்த வருமானம் ஈட்டக்கூடிய வக்கீலாக இருந்தார். அவர்கள் இருவருமே வங்காளிகள். அவர்கள் ஆசைப்பட்டபடி அவர்கள் இருவரையும் வங்காளியில் அக்கா, அண்ணா என்று அழைத்துவந்தேன். அவர்கள் எங்கள் உற்ற நண்பர்களாகிவிட்டிருந்தனர். அனுசூயாவைத் தெரிந்தவர் கள் அவளுடைய கலைத்திறனுக்காக அவளுடைய நட்பைப் பெரிதும் விரும்பினார்கள். பல்கலைக்கழக நாடகங்களில் ஒரு இயக்குனராகவும் நடிகையாகவும் அவள் வெளிப்படுத்திய ஆற்றல் தேசிய மரியாதைக் குரியது என்றுகூடச் சொல்வேன். ஒருமுறை பல்கலைக்கழகத்தில்

ராமாயண நாடகத்தில் அவள் மண்டோதரியாக நடித்ததை யாராலும் மறக்க முடியாதுபோனதுடன் பல்கலைக்கழக வட்டங்களில் அது அவளுக்குப் பெரும் புகழையும் ஈட்டித் தந்தது.

அனுசூயா தம்பதியர் லிவர்மூர் டௌன்டவுன் பக்கம் மூன்று படுக்கையறைகள் கொண்ட ஒரு காண்டோவை வாங்கினார்கள். அவர்களுடைய நீண்ட நாள் கனவு அது. அதைக் கொண்டாட ஒரு பார்ட்டிக்கு ஏற்பாடு செய்து அவசியம் வர வேண்டும் என்று எங்களை அழைத்திருந்தார்கள். லூதருக்கு நேரம் ஒத்துவரவில்லை. நான் பார்ட்டிக்குப் போகும்போது அனுசூயா விரும்பும் வேலைப்பாடு மிகுந்த பரிசுப் பொருள் ஒன்றை வாங்கிக்கொண்டு போக வேண்டு மென்று ஆசைப்பட்டேன். அந்த நேரத்தில் எங்கள் கையில் போதிய பணம் இல்லை. நினைவிருக்கிறதா, உங்களிடமிருந்துதான் – எதற்கு என்று சொல்லாமல் – கைமாற்று வாங்கிக்கொண்டு போனேன்.

என் வீட்டிலிருந்து அனுசூயாவின் வீட்டிற்கு ஒரு மணிநேரம் தூரம். காரில்தான் போயாக வேண்டும். பஸ் வசதிகூட இல்லை. மேலும் நான் சாண்டியாகோவை வீட்டில் விட்டுவிட்டுப் போக விரும்பவில்லை. நான் இல்லாத நேரத்தில் அது ஏதேனும் ஆபத்தில் சிக்கிக்கொண்டுவிடும் என்ற கவலை எனக்கு. அதே சமயம் அதற்கு வெளியே போவதற்கான வாய்ப்பே இல்லாதிருந்ததும் எனக்குக் குறையாக இருந்தது. எப்படிப் போய்விட்டு வரப்போகிறேன் என்று மலைத்துக்கொண்டிருந்தபோது அனுசூயாவின் சிநேகிதியும் மனநோய் மருத்துவத்தில் கலிஃபோர்னியாவில் பரவலாகத் தெரிய வந்திருந்த வளுமான தாரா பானர்ஜிடமிருந்து எனக்கு ஒரு போன் வந்தது. அனுசூயாவின் பார்ட்டிக்குத் தான் போகவிருப்பதாகவும் என்னையும் தன் காரில் அழைத்துச் செல்வதாகவும் பார்ட்டி முடிந்ததும் திரும்பக் கொண்டு விட்டுவிடுவதாகவும் பானர்ஜி சொன்னாள். இது அனுசூயா வின் ஏற்பாடு என்பதை நான் உடனடியாகப் புரிந்துகொண்டேன். இது தாராவுக்கு எவ்வளவு அசௌகரியம் என்ற எண்ணம் என்னை உறுத்திற்று. அனுசூயா தாராவிடம் தனக்கு இருக்கும் உரிமையிலும் சுதந்திரத்திலும் இது போன்ற உதவியைக் கேட்கலாம் என்று எனக்குச் சமாதானம் சொன்னாள். புதிதாக வருபவர்களுக்கு எங்கள் குடியிருப் புக்கு அடையாளம் சொல்வது மிகவும் சிரமமானது. எங்கள் வீடு தவிரச் சுற்றியிருந்தவை எல்லாம் மரங்கள். மரங்களின் இடையினூடே வீடுவரையிலும் மண்பாதை. சுமார் மூன்று மைல் தூரம். பாதையில் சந்தேகம் வந்து விசாரிக்க அவசியம் ஏற்பட்டால் மரங்களிடம்தான் விசாரிக்க வேண்டும்.

ஆச்சரியமாக இருந்தது. எப்படியோ சட்டர்ஜி சொன்ன நேரத்திற்கு வந்துசேர்ந்துவிட்டாள். காரில் இருந்தபடி செல் போனில், ‘ஒரு மெலிந்த ஒட்டகம் தெரிகிறது மறியா, அது உன் வீடுதானே?’ என்று கேட்டாள். ‘நேராக வாருங்கள், இரண்டு மெலிந்த ஒட்டகங்கள் தெரியும்’ என்று நான் சொன்னேன். கொட்டகையின் கூரை

தொலைவில் தெரிந்ததே என்று பானர்ஜி கூறும்போதே கார் மேட்டில் முதல் கியரில் ஏறும் அடித்தொண்டைச் சீறல் போனில் கேட்டது. அவள் சொன்னதை அப்படியே எடுத்துக்கொள்ளாமல், நேரில் பார்த்ததும், 'வீட்டைக் கண்டுபிடிக்கச் சங்கடப்பட்டீர்களா?' என்று கேட்டேன். தாரா வறட்சியாகச் சிரித்தாள். 'மறியா, முழுக் காட்டையும் சுற்றிப் பார்க்க முடிந்தது; மிக அபூர்வமான இடத்தைத் தேர்ந்தெடுத்திருக்கிறாய்' என்றாள். அவளுடைய நகைச்சுவை நான் விரும்பும் வகையைச் சேர்ந்ததுதான். அன்று ஏனோ அது எனக்கு உவப்பாக இருக்கவில்லை. அத்துடன் அனுசூயா என்னைத் தாராவிடம் அறிமுகப்படுத்திப் பேசும்போதே, கேலியாகச் சில சொற்களையும் சேர்த்துச் சொல்லியிருக்கலாம் என்ற கற்பனை என் மனதில் ஓடியது. யார், வேறு யாரிடம் என்னை அறிமுகப்படுத்தினாலும் அவர்கள் பேச்சில் என்னைப் பற்றிச் சில கேலிச் சொற்களும் இடம்பெற்றிருக்கும் என்று நினைப்பு எனக்கு மனதில் உறுதியாக இருக்கிறது. இவ்வாறு ஒருவர் மற்றொருவரைப் பற்றிச் சொல்லும் எதிர்மறையான விஷயங்கள் எக்காலத்திலும் மங்காமல் ஏன் நம் மனதில் இடம் பிடித்துக்கொள்ள வேண்டும்? பிறரைப் பற்றித் தாழ்வாக நினைப்பதுதான் நம் மனதிற்கு உவப்பான விஷயமாக இருக்கிறதா? இனி என்னைப் பற்றித் தாராவிடம் கேலி கலக்காத ஒரு நேர்மையான பேச்சை, அனுசூயாவால்கூடக் கேட்க முடியாது என்று நினைத்துக்கொண்டேன்.

மனதில் படரத் தொடங்கியிருந்த இலேசான கசப்பு தாராவின் ஒப்பனையை அவளுக்குத் தெரியாமல் கவனிப்பதில் ஒரு சந்தோஷத்தைத் தந்தது. தாராவுக்கு அறுபது வயதுக்குக் குறைவில்லை. தலையின் முன் பக்க நரையைப் பேருக்கு விட்டுவைத்து, கணிசமான பகுதிக்குப் பிசிறில்லாமல் கருமை பூசியிருந்தாள். அந்த முயற்சியில் குறைந்தது பத்து வயதையேனும் குறைக்க முடித்திருக்கும் என்பதில் சந்தேகமில்லை. படுக்கைக்குப் போவதை விட்டு, முன் தினம் இரவே அவள் தன் வயதைக் குறைத்துக்கொள்ளத் தொடங்கியிருக்கலாம்.

தாராவின் காரின் முன் சீட்டில் ஏறி அமர்ந்த நொடியிலிருந்து சாண்டியாகோவுக்கும் அவளுடைய நாய்க்கும் ஒத்துவரவில்லை. அவற்றின் உறவு கிறீச்சிடத் தொடங்கியது. தாரா தன்னுடைய நாயை, 'கமாண்டோ' என்று அழைப்பதாகவும் அது ஜெர்மனியின் உயர்ந்த குடிப்பிறப்பில் தோன்றிய நாயின் மகள் வழிப் பேத்தி என்றும் சொன்னாள். தன் யஜமானியின் காரில் சாண்டியாகோ போன்ற ஒரு அற்பம் ஏறி கமாண்டோ பார்த்திருக்க சந்தர்ப்பம் அமைந்திராது என்று நினைத்தேன். சாண்டியாகோவின் இருப்பைப் பொறுத்துக்கொள்ள முடியாமல் அடிவயிற்றிலிருந்து ஆங்காரம் தாங்காமல் அது குரைக்கத் தொடங்கிற்று. தாரா கமாண்டோவைச் செல்லமாக அதட்டினாள். 'எல்லோரிடமும் பிரியமாக இருக்க வேண்டும் என்று எத்தனை முறை உன்னிடம் சொல்லியிருக்கிறேன்?'

என்று கமாண்டோவிடம் கேட்டாள். அது அவளுடைய உலகப் பார்வையை வெளிப்படுத்தக்கூடியதாக ஒரு காலத்தில் இருந்து, இப்போது சாயம்போன சம்பிரதாயமாகத் தேய்ந்துபோயிருப்பதுபோல் எனக்குப் பட்டது. காய்ந்த ரொட்டி மட்டுமே தின்று வளரும் நாய்களுக் குரிய மணம் சாண்டியாகோவிடம் வெளிப்பட்டுக் கார் முழுக்கப் பரவியது கமாண்டோவின் வயற்றைக் குமட்டிற்றோ என்னவோ.

அனுசூயா பார்ட்டிக்குப் பெரிய ஏற்பாடாகச் செய்திருந்தாள். வாசலில் நின்று சிநேகிதிகளுக்குச் சிரித்து, அவர்களை அணைத்து, கன்னத்தில் முத்தமிட்டு வரவேற்றாள். அவளுடைய உழைப்பும் ருசியும் எளிமையான ஆடம்பரமும் அவள் உடம்பில் பூசிக்கொள்ளும் அலாதியான நறுமணமும் என் மனதில் அவள்மீது நான் கொண்டிருந்த பிரியத்தை என் உடலெங்கும் பரவச் செய்தது. உயர்வு தாழ்வு பார்க்கக்கூடியவள் என்ற சந்தேகம்கூட எவர் மனதிலும் நிழலாடாமல் அணைப்பையும் சிரிப்பையும் விசாரிப்பையும் சமவிகிதத்தில் கலந்து விநியோகிக்கப் பெரும்பாலும் அவளால் முடிந்தது. அத்துடன் காரியங்களின் சுழற்சியில் அவள் தனது பங்கைப் பட்டுக்கொண்டும் சில சமயம் பட்டுக்கொள்ளாமலும் செய்துகொண்டிருந்தாள். அவளுடைய சுறுசுறுப்பும் லாவகமாகக் காரியங்களைக் கவனிக்கும் ஆற்றலும் எல்லோர் மனங்களையும் கவர்ந்தன. அவளுடைய கணவர் சரத்சந்திரருக்கு முந்திய தினம் சற்றும் எதிர்பார்க்காமல் உடம்புக்கு வந்துவிட்டது. அவர் ஒரு போர்வைக்குள் அவரது கம்பளிக் குல்லாவுடனும் அதிகப்படியாக வந்து சேர்ந்த இந்தியக் களையுடனும் ஒரு சாய்வு நாற்காலியில் உட்கார்ந்துகொண்டிருந்தார்.

பெரும்பான்மையான பெண்களும் சில ஆண்களும் மாடி வரவேற்பறையில் உட்கார்ந்திருக்க, நிறைய ஆண்களும் ஒரு சில பெண்களும் இளம் நீலக் கண்ணாடியால் கூரை போட்டிருந்த டெக்கில் அமர்ந்திருந்தனர். பிஞ்சு வெயில் இருந்ததால் டெக்கின் கீழ் அமர்ந்திருந்தவர்கள் வெளிர் நீல நிறத்தில் காட்சி அளித்தனர். செய்யப் பாக்கியிருந்த பணிகளின் சுமை மனதின் பின் பகுதியி லிருந்து அனுசூயாவை அழுத்திய வண்ணமிருந்தது. இருந்தாலும் அவள் எந்தப் பதற்றமும் இல்லாததுபோல் சிரித்துக்கொண்டிருந்தாள். அவள் அவசியமற்ற நேரங்களிலும் சிரித்தது அவளது பதற்றத்தை எனக்கு உணர்த்திற்று. அனுசூயா தன் நகைச்சுவைத் திறனால் எல்லோரையும் மகிழ்விக்க முயன்றுகொண்டிருந்தாலும் அவளது திறனை அறிந்திருந்த எனக்கு அன்று பார்த்து அவள் திறன் அவளைக் கைதூக்கிவிட மறுப்பதாகத் தோன்றியது. பார்ட்டிக்கு வந்திருந்த எல்லோருடனும் பேசியதாக இருக்க வேண்டும் என்பதற்காகப் பரக்கப் பரக்கப் பாய்ந்தாலும் சிலருடன் பேச அவளுக்கு விட்டுப் போய்க்கொண்டுதான் இருந்தது. பேசியவர்களுடனும் பிறரது குறுக்கீடு களால் பேச வேண்டியவற்றைப் பேசவும் முடியவில்லை.

118 சுந்தர ராமசாமி

பலரும் வீட்டைச் சுற்றிப் பார்த்துக்கொண்டிருந்தனர். விசாலமான கூடமும் தம்பதியர் நித்திரை கொள்ளும் மாஸ்டர் அறையும் அந்த வீட்டின் மகுடங்களாக இருந்தன. சமயலறையை ஒரு தொழிற்சாலை என்றே சொல்லிவிடலாம். வீட்டைச் சுற்றிப் பார்த்தவர்களுக்கு மாஸ்டர் அறை, சமயலறை, டாய்லட்டுகள் ஆகியவற்றின் மீதுதான் அக்கறை இருந்தது. நான் பேருக்குப் பின்னால் போனேன். மாஸ்டர் அறையில் புராதனத் தோற்றம் கொண்ட மிக அகலமான கட்டில். அந்தக் கட்டிலைப் பார்த்தவர்கள் அனுசூயாவையும் சரச்சந்திரரையும் அந்தப் படுக்கையில் பொருத்திப் பார்ப்பதுபோல் எனக்குத் தோன்றியது. எனது கெட்ட புத்தியாகக்கூட இருக்கலாம்.

பெரிய கூடத்தில் முக்கியமான விருந்தினர்கள் சற்று அசட்டையாக, ஒருவரின் தோள் மற்றொருவர் மீது உரசுவது போல் நெருக்கமாக அமர்ந்திருந்தனர். இந்தியர்களைவிட அமெரிக்கர்கள் எண்ணிக்கையில் அதிகம் தென்பட்டார்கள். அனுசூயா பல பேராசிரியர்களையும் மாணவ மாணவிகளையும் அழைத்திருந்தாள். அங்கு வந்திருந்தவர் களில் அதிகம் பேரும் வாழ்க்கையைவிடக் கலைகளில் ஈடுபாடு கொண்டவர்களாகத் தங்களைக் கற்பனை செய்துகொண்டிருந்தவர்கள். இனிப்புகளுக்கும் சரி, காரவகைகளுக்கும் சரி கலையின் தனிப்பெரும் உலகில் என்ன ஸ்தானம் இருக்க முடியும் என்ற அலட்சியத்தில், எதைப் பற்றியுமே அக்கறைப்படாமல் முகத்தில் அலட்சிய பாவத்துடனும் இருக்கைகளில் உடலைக் கசக்கிப் போட்டுத் தொளதொளப்பாகக் கிடந்தனர்.

தாமு, சாண்டியாகோ என் பின்னால் வரவில்லை என்பதையே நான் சில நிமிடங்களுக்குக் கவனிக்கத் தவறிவிட்டேன். நான் உள்ளே நுழைந்ததும் என் சமூக சேவையை எல்லோரும் பாராட்டிப் பேசினார்கள். ஏனோ சமூக சேவை என்பது நான் விரும்பாத சொல்லாக இருந்தது என்றாலும் அவர்கள் அப்படித்தான் அழைக்க விரும்பினார்கள். அவர்களது பாராட்டு எனக்கு மிகுந்த அருவருப்பு உணர்வைத் தந்தது. பெண்களும் குழந்தைகளும் பிறர் கேட்க விரும்புகிறார்களோ இல்லையோ கத்திப் பேசியும் பிறர் பேச்சுக்களில் குறிக்கிட்டும், சிரித்தும், தாங்கள் சொல்ல நினைப்பதை முழக்குவதில் குறியாக இருந்தார்கள். அதே நேரத்தில் மனதைப் பிழியும் அழுகையும் முனகலும் கலந்த ஒரு பெண் குரலும் என் காதில் விழுந்து கொண்டிருந்தது.

என்னை அறியாமலேயே டெக்குக்குப் போனேன். விலையுயர்ந்த கறுப்பு நிறத் தோலால் புஸ்ஸென்று புடைத்துக்கொண்டிருந்த மெத்தை தைக்கப்பட்டிருந்த ஒரு சாய்வு நாற்காலியில் பதினைந்து அல்லது பதினாறு வயது கொண்ட ஒரு பெண் தலையை இருபுறமும் மாறி மாறி மோதியபடி தேசல் வார்த்தைகளும் ஈன சுரமும் வெளிப்பட அழுதுகொண்டிருந்தது. அது மனதைக் கசக்கிப் பிழிவதாயும் இருந்தது. அந்தக் குழந்தை அனுசூயாவின் குடும்பத்திற்கு

மிக நெருக்கமான குடும்பத்தைச் சேர்ந்த பெண்ணாக இருக்க வேண்டும். அந்தக் குழந்தையின் பக்கத்தில் மட்டும்தான் ஒரு நாற்காலி காலியாக இருந்தது. நான் அந்தக் குழந்தைமீது என் கவனம் பதியாததுபோல் விரைவாகச் சென்று அந்த நாற்காலியில் உட்கார்ந்தேன்.

குழந்தை ஏதோ நரம்பு மண்டலக் கோளாறால் நோயுற்று வாழ்நாள் முழுக்க அவதிப்படுவதாகத் தோன்றியது. நோயில் அந்தக் குழந்தையின் ஜீவன் உருக்குலைந்துவிட்டது. மறுநாள் அமாவாசை இருளில் மறைந்துபோகவிருக்கும் பிறைக் கீற்றுப்போல் தேய்ந்து விட்டிருந்தது. வாயிலிருந்து எச்சில் வழிந்தபடி இருந்தது. கண்களை ஒட்டிய சதைகள் கீழ் நோக்கி இழுத்துக் கட்டப்பட்டதுபோல் இருந்ததால் விழிகளின் அடிப்பக்கங்கள் அறுத்து வைத்த மாம்பழக் கீற்றுப் போல் தெரிந்தன. அந்தக் குழந்தையைக் கவனித்துக்கொள்ளும் பெண்ணிடம் இலேசாகப் பேச்சுக் கொடுத்தேன். அது தன்னுணர் வின்றி மலமும் சிறுநீரும் கழித்துவிடும் என்பதால் அதற்கேற்ற உடை அணிவிக்கப்பட்டிருப்பதாகச் சொன்னாள்.

தொலைவிலிருந்து ஒரு பெண் என்னை விடாது பார்த்தபடி விரைந்து வந்தாள். பருவத்தின் வீச்சில் உடலெங்கும் திரண்ட பின்னும், மிச்சமிருந்த சதை, மார்புகளாகக் கால் பந்துபோல் திரண்டு கொண் டிருந்த அந்தப் பெண், 'மன்னிக்க வேண்டும், எங்கே உங்கள் நாய்?' என்று என்னிடம் கேட்டாள். சாண்டியோகாவின் நினைவிலிருந்து நான் சுய உணர்வின்றிக் கழன்றுபோயிருந்தது அப்போதுதான் என் நினைவைச் சுட்டது. கடைசியாக என் முன்னால் அது ஏணிப்படியை முகர்ந்தபடியே புட்டி அசையப் படியேறி வந்தது என் நினைவுக்கு வந்தது. அந்தப் பெண், தான் கூறியது என் காதில் சரிவர விழவில்லை யென்ற நினைப்பில் சொன்னதையே மீண்டும் உரக்கச் சொன்னாள். நான் ஒரு நிமிஷம், யோசனை எதுவுமில்லாமல், 'தாராவின் கமாண்டோ இங்கிருக்கிறதா?' என்று ஆவேசமாகக் கேட்டபடியே கூடத்தின் குறுக்காக மாழப்படி வழியே கீழே இறங்கி தெரு வழி யாக ஓடத் தொடங்கினேன். கூடத்தில் எனக்குத் தெரியவந்திராத ஒரு பரபரப்பு உருவாகியிருப்பதை என் முதுகு உணர வெளியேறி ஓடினேன். நான் கூடத்தைத் தாண்டிவரும்போது பலரும் பின்னால் என்னைத் துரத்திக்கொண்டு வருவதுபோல் தோன்றியது. அவர்களுடைய காலடிச்சுவடுகள் பெரும் புழுதிப்படலத்தைக் கிளறும் கற்பனை மனதில் எழ பின் திரும்பிப் பார்க்காமல் ஓடினேன்.

'மறியா, மறியா' என்று கத்தியபடி அனுசூயா என் பின்னால் ஓடி வந்தாள். அவளது காலோசைகள் மாழப்படியில் முரட்டுத்தன மாகக் கேட்டன. அவள் கத்தல் காதில் விழாததுபோல், 'சாண்டி, சாண்டி' என்று கத்தியபடி ஓடினேன். எனக்கு எதிராக ஏதோ சதி உருவாகிறது என்றும் அந்தச் சதியை ஆணவத்தோடு முறியடிக்க

120 சுந்தர ராமசாமி

வேண்டும் என்றும், அந்த முறியடிப்பில் என் உயிர் பிரிந்தால் அதுவும் எனக்குப் பெருமையே என்றும் நினைத்தேன். உடலெங்கும் உஷ்ணம் பரவிற்று. எப்போதும் நான் தள்ளி ஒதுக்கப்படுவதில் அனுபவிக்கும் வேதனைகளுக்கு மொழி தரும் விளக்கங்களைவிடவும் என் மனதில் பீறிடும் கற்பனைகளே நான் ஏற்கத்தக்கவை என்று எண்ணினேன். மனிதன் தன் போலி வாழ்க்கையில் சுய பெருமை களில் திளைக்கும் களிப்பில்தான் சக ஜீவராசிகளை நேசிக்கத் தெரியாமல்போனான் என்ற எண்ணம் பளிச்சிட்டது. அப்போது இன்னும் உரக்க, 'சாண்டி, சாண்டி' என்று கத்தியபடி ஓடினேன். ஹைவேயும், அதை எதிரும் புதிருமாக வெட்டிச்செல்லும் குடியிருப்பு களுக்குக் கொண்டு சேர்க்கும் பாதைகளும் சீராக வந்துகொண் டிருந்தன. நான் ஓடும் பாதையை ஹைவே என்று நினைத்ததே தவறு என்பது சில நிமிஷங்களிலேயே எனக்குத் தெரிந்துவிட்டது. அது குடியிருப்புகளை நோக்கிச் செல்லும் ட்ரை வேக்கள்தான். எங்கும் மனித நடமாட்டமின்றி அமைதியாக இருந்தது. வெயில் இல்லாமல் வாடும் ரோட்டோரக் குட்டை மரங்களும் செடிகளும் கண்களில்பட்டன. அவ்வப்போது சில குழந்தைகளும் இளைஞர்களும் ரோட்டோரம் நடமாடும் தளத்தில் ஸ்கேட்டர்களில் வழுக்கியபடி வந்து, பல வித்தைகள் நிகழ்த்தித் தங்கள் திறமைகள்மீது மீண்டும் நம்பிக்கை பட்ட திருப்தியுடன் போய்க்கொண்டிருந்தனர். காற்று தன் மென்மை யான சுழற்சியில் சருகுகளை விட்டு விட்டுக் கலைத்துக் கொண்டிருந்தது. அவற்றை நடைபாதைகளிலிருந்து கீழே தள்ளி ரோட்டின் எல்லையோரங்களில் சேர்த்துக்கொண்டிருந்தது. 'சாண்டி' என்ற பைத்தியக்காரத்தனமான என் கத்தல் எல்லையை மீறிவிட்டது என்பதை நானே உணர்ந்தேன். பைத்தியக்காரத்தனமாக நடந்து கொள்ளும் வெறியின் உச்சிக்குப் போய்விட்டால் பைத்தியம் ஆகிவிட முடியும் என்று நான் நம்பத் தொடங்குவதுபோல் உணர்ந்தேன். பைத்தியங்கள் மட்டுமே சந்தோஷமாக இருக்கச் சாத்தியமான உலகம் இது என்று நினைத்தேன். இதைவிட அவமானம் ஆண்டவனுக்கு வேறு எதுவும் இல்லை. நான் நிச்சயம் கடவுள் அளவிற்கு அவமானப் பட்டவள் அல்ல. 'ஹனி, என்ன விஷயம் என்று என்னிடம் சொல்லு' என்று வானத்தைக் கிழிப்பதுபோல் பின்னாலிருந்து ஒரு குரல் கத்திற்று. ஒரு தடித்த கறுப்பினப் பெண், இடுப்புச் சதை திரண்டு விரிந்ததில் குட்டைப் பாவாடை மேலும் ஏறி அடித்தொடை தெரிய, வயோதிகச் சுருக்கங்களுடன் வந்துகொண்டிருந்தாள். இவளைப் போல் எந்தச் சிந்தனைகளும் இன்றி, தாங்கள் மனிதர்கள் என்ற நினைவுகூட இல்லாமல், மனிதர்களை எப்போதும் நினைவில் கொள்பவர்களைப் போற்றக் கற்றுக்கொள்ள வேண்டும் என்று சொல்லிக்கொண்டேன். என் கற்பனைகள் அவசியமற்ற அளவுக்கு எனக்கு உண்மையாகத் தெரிந்தன. சாண்டி மிக மோசமாகத் தாக்கப் பட்டிருக்கும். குதறப்பட்டிருக்கும். அதற்கு எதிர்த்துக் குதறத் தெரியாது. அதற்கான பலமும் அதற்கில்லை. ஒவ்வொரு ஜீவாராசிகளுக்குள்ளும்

குதறத் தெரிந்தவையும் குதறத் தெரியாதவையும் இருக்கின்றன. குதறத் தெரியாதவை எப்படி வாழ வேண்டும் என்பது ஆண்டவனின் வசனங்களில் எங்கு சொல்லப்பட்டிருக்கிறது? இன்று வரையிலும் சிந்தித்துத் தங்கள் சிந்தனைகளை மலைபோல் குவித்திருப்பவர்களின் நூல்களில் எங்கெங்கு சொல்லப்பட்டிருக்கிறது? அதன் ரத்தம் தோய்ந்த முகத்தையும் கிழிந்து தொங்கும் காதுகளையும் பார்த்த மாத்திரத்தில் என் தன்மானம் தாக்கப்பட்டு என் சீற்றம் பொங்கும் என்று எனக்குத் தோன்றத் தொடங்கிற்று. மிகப் பெரிய நாடகம் ஒன்றை ஆட வேண்டும் என்று தீர்மானித்துக் கொண்டேன். அந்த நாடகம் அனைவரையும் நடுங்க வைத்து அவர்கள் நடந்து வந்த பாதையைத் திரும்பிப் பார்க்கச் செய்ய வேண்டும்.

சாண்டியாகோவைக் குதறுவது கமாண்டோவுக்கு நகைச்சுவை கலந்த ஒரு பொழுதுபோக்காக இருந்திருக்கும். ஆனால் சாண்டி என்னால் வளர்க்கப்பட்டிருந்த நாய் என்றால் விரைவில் அது தன் ஜீவனைத் துறக்கக்கூடியதாக இருக்க முடியாது. அது வதைபடலை நீண்ட நேரம் தாங்கக்கூடியதாகவே இருக்கும். வதைபடலும் வாழ்க்கையும் பிரிந்து கிடக்கும் இரு காரியங்களாக அதற்கு இருக்க முடியாது. தான் ஊனப்படுத்தப்படுவது புதிதல்ல என்பது அதற்குத் தெரியாமல் இருக்கலாம். ஆனால் தன்னையொத்த ஒரு சகஜ நாயின் எந்தத் தாக்குதலிலும் இழக்க எதுவுமில்லை என்று அதற்குத் தெரிந்திருக்கும். அது மனித மூளை இல்லாததுதான். அதனையொத்த நாய்களின் நீண்ட வரலாறு நிச்சயமாக பிழைப்பதற்கான சில ஜீவ விதைகளை அதன் மூளையில் ஒட்ட வைத்துதான் இருக்கும்.

அப்போது அனுசூயாவிற்காக வாங்கி வைத்திருந்த பரிசை எடுத்து வர மறந்துவிட்டது என் நினைவுக்கு வந்தது. இனி அவ்வளவுதான். இனி அது பற்றிச் சொல்ல என்ன இருக்கிறது? ஒன்றுமில்லை. என்னிடம் பரிசை எதிர்பார்த்திராத அனுசூயாவை, என் ஏழ்மை மௌனம் கொள்ள வைத்து, அந்த மௌனம் அவளுடைய நாகரிகத்தின் அடையாளமாகவும் ஆகிவிடும். அவளுக்கு அன்று வந்திருக்கும் பரிசுப் பொருட்களை நான் சரிவரப் பார்க்கவில்லை. இருப்பினும் நான் வாங்கியது சற்றுக் குறைவான விலை கொண்டதென்றாலும் அதன் தனித்தன்மை அபூர்வமானது. அது செம்பில் வார்க்கப்பட்டிருந்த ஒரு விசித்திர விக்கிரகம். அதை நான் வாங்க நினைத்தபோது அந்த உலோகத்தின் பழமையில் ஒரு தேசத்துக்குரிய முழு மரபும் பிரதிபலிப்பதுபோல் எனக்குத் தோன்றியது.

எந்த நோக்கமுமின்றித் தெரு வழியாக நான் ஓடிக்கொண்டிருக்கிறேன் என்று நினைக்கத் தொடங்கினேன். உண்மையான காரணம் சாண்டியைக் கண்டடைவது என்பதல்ல என்றும் சாண்டியை மதிக்காத – அதற்கான நிரூபணம் எதுவுமே அந்தச் சந்தர்ப்பத்தில் வெளிப்பட்டிருக்கவில்லை என்றாலும்கூட – அற்ப நாய்களைச் சங்கடத்திற்கு உள்ளாக்குவதுதான் என்றும் என் மனம் என்னிடம் சொல்லிற்று.

சாண்டியை யார் யார் மதிக்கவில்லையோ அவர்கள்தான் என்னையும், சாண்டி போன்று புழுதியில் புரளும் கோடிக்கணக்கான ஏழைகளையும், கபோதிகளையும், ஊனமுற்றவர்களையும், நோயாளிகளையும், தீமையைத் தவிர்க்க எண்ணி நன்மையைத் தேடிக்கொண்டுபோகும் உத்தம ஜீவன்களையும் கால் கூசாமல் மிதித்துக்கொண்டு போகிறார்கள். எல்லோரையும் ஒரேயடியாகப் பழிவாங்க வேண்டிய நேரம் நெருங்கிக்கொண்டிருக்கிறது. நான்கூட அதை நிறைவேற்றும் பாத்திரமாக இருக்கலாம். நான் சிந்தனையோ, தத்துவ அறிவோ, புரட்சிக்கான யத்தனங்களோ அற்றவள் என்றாலும் புரட்சிக்காரர்களைப் போலவே நானும் ஒரு வெகுளிதான். தன்னை விட்டு இந்தச் செத்த உலகத்திற்கு உயிரூட்டுவதைப் பற்றி யோசிப்பவர்கள் எல்லோரும் உன்னதமான வெகுளிகள் தவிர வேறென்ன என்று எனக்கு நானே கேட்டுக்கொண்டேன்.

எதையும் உணராமல் எதிரே தெரிந்த மது விற்கும் கடைக்குள் நான் நிற்பதை அங்கு நுழைந்த பின்தான் உணர்ந்தேன். ஸ்தம்பித்து நிற்க நமக்கு அவகாசமில்லை என்பதால், என் வருகைக்கு உடனடியாக அர்த்தத்தை உருவாக்கிக் கொள்வதற்காக முன் டெஸ்கில் இருந்த பெண்ணிடம், 'குதறப்பட்ட நாயொன்றின் ஓலம் காதில் விழுந்ததா?' என்று கேட்டேன். அவளுடைய பதில் என் காதில் விழவில்லை. அந்தப் பெண்ணின் முதுகுக்குப் பின்னால் கண்ணாடி அலமாரியி லிருந்த மதுப் புட்டிகள் என் பார்வையில் பட்டன. மது வகைகள் வேண்டும் என்று சொல்லிக்கொண்டே என் கைப்பையில் இருந்த கசங்கிய டாலர் நோட்டுக்களை எண்ணாமலேயே கவுண்டர்மீது உருவிப் போடத் தொடங்கினேன். சில நொடிகளுக்குள் என் வலது தோளில் விரல்களின் ஸ்பர்சத்தை இதமாக உணர்ந்தேன். பின் பக்கம் அனுசூயா நின்றுகொண்டிருந்தாள். என் தவிப்பில் அவளுடைய விரல்கள் இன்ப லகரியை என் உடம்பில் பாய்ச்சின. என் அணைப்பில் அவள் மூச்சுத் திணறிற்று. இது போன்ற மூச்சுத் திணறல்களின் வழியாக மட்டுமே அன்பின் நொடிகளை நாம் உணருகிறோம். உருகிப்போயிருந்த என் மனம் கட்டுடைந்து விம்மத் தொடங்கியது. 'மறியா, எதற்கு வருந்துகிறாய்?' என்று குழந்தையை அதட்டுவதுபோல் கேட்டாள் அனுசூயா. அந்த அதட்டலில் என் உணர்ச்சி மேலும் பொங்கியெழுந்தது. ஆழ்ந்த திருப்தியுடன் அழுதுகொண்டே, 'என் சாண்டி இறந்து போயிருக்கும்' என்றேன். அனுசூயா மிகுந்த கோபத் திற்கு ஆட்பட்ட பாவனையில் என்னை உலுக்கினாள். நான் தொடர்ந்து, 'கமாண்டோ சாண்டியைக் கொன்றிருக்கும், இதற்கான சமிக்ஞை தாராவிடமிருந்து அதற்குக் கிடைத்திருக்கும், சந்தேகமே இல்லை' என்று கத்தினேன். 'மறியா, சந்தேகமே இல்லை, உனக்குப் பைத்தியம் பிடித்துவிட்டது. இரண்டும் வீட்டுக்கு வந்து சேர்ந்துவிட்டன. சாண்டியாகோவைக் கமாண்டோ துன்புறுத்தியதற்காக தாரா ரொம்பவும் வருந்துகிறாள்' என்றாள் அனுசூயா, 'வா, வீட்டிற்குப் போவோம்' என்று என்னை இழுத்தாள். 'எனக்குக் கொஞ்சம்

மது வாங்கப் பணம் வேண்டும்' என்றேன். 'மறியா, வீட்டில் நிறைய வாங்கி வைத்திருக்கிறேன். வா, போவோம்' என்று கையைப் பிடித்தபடி நடக்கத் தொடங்கினாள். நடுவில் அனுசூயாவைத் தேடிக்கொண்டு வந்த காரில் நாங்கள் இருவரும் அவள் வீட்டிற்குப் போனோம்.

அனுசூயாவின் வீட்டிற்குள் நுழைந்தபோது என் மனம் ஸ்தம்பித்தது. அந்த வெளியே என்னை அழுத்திற்று. நான் மாடி ஏறி வருவதை உணர்ந்ததும் நொடிகளுக்குள் அவர்கள் மனங்களில் உறைந்த ஸ்தம்பிப்பு அது. எல்லோரும் என்னை விசித்திரமாகப் பார்த்தார்கள். என்னைப் பற்றித் தாறுமாறாகக் கற்பனை செய்துகொள்வதில் அவர்களுக்கு ஒரு உற்சாகம் பொங்குவதுபோல் எனக்குப்பட்டது. பலரும் கூடியிருக்கும் ஒரு விருந்தில் ஏளனமாக எதுவும் நிகழாது இருப்பது ஒரு அலுப்பைத் தருவது போலவும் அதற்கு மாற்றாக என்னைப் பார்ப்பது போலவும் எனக்குத் தோன்றிற்று.

நான் யாரையும் பார்க்க விரும்பாமல் அந்த நோயுற்ற பெண்ணைத் தேடிக்கொண்டு போனேன். அந்தப் பெண்ணை டெக்கிலிருந்து எடுத்துக் கூடத்தின் சாப்பாட்டு மேஜையை ஒட்டியிருந்த சோஃபாவில் கிடத்தியிருந்தார்கள். அவள் சிறு சத்தத்தைக்கூட எழுப்பாமல் அலங்கோலமாகப் படுத்திருந்தாள். அவள் கண்கள் மனம் கூசும்படி செந்நிறச் சதைக் கீற்றாக வெளியே தொங்கிய நிலையில் இருந்தது. ஆனாலும் அவள் ஆழ்ந்து தூங்குகிறாள் என்பது என் மனதிற்குத் தெரிந்தது. விலகும் உடையைத் திருத்திக்கொள்ளும் சுய உணர்வு அந்தப் பெண்ணிற்கு இல்லாமல் இருந்ததால் அவளுடைய தாய் அவ்வப்போது அவள் பக்கம் ஓடி வந்து அவளைக் கவனித்துக்கொள்ள வேண்டியிருந்தது.

நான் அவளைப் பார்த்துக்கொண்டிருந்தேன். அவளை வைத்துத் தத்தளித்துக் கொண்டிருப்பவளுடன் எனக்குப் பரிசயம் ஏற்பட வேண்டும் என்று தோன்றியது. கூடத்தில் மனித உடல்களின் அடர்த்தியில் அவசரமாக இடைவெளிகள் உருவாகிக்கொண்டிருந்தன. அனசூயா அந்தக் குழந்தையின் தாயை அங்கு அழைத்து வந்து என்னை அறிமுகப்படுத்தினாள். அவள் இளம் பிராயம் கொண்டவளாக, இன்னும் திருமணமாகாதவள் போல், தன் உடலையோ, மனதையோ சிதறடிக்காதவள்போல் இருந்தாள். அவள் முகம் சிறிதும் கசங்கல் இல்லாமல் இருந்தது என்னை ஆச்சரியத்தில் ஆழ்த்தியது. நான் அந்தப் பெண்ணிடம் அவளது குழந்தையைப் பற்றி எதுவும் விசாரிக்கவில்லை. எந்தக் காரணத்தை முன்னிட்டும் அதைச் செய்யக் கூடாது என்று முன்கூட்டியே தீர்மானம் செய்திருந் தேன். அவள் தன் குழந்தையின் ஆடையை மாற்றத் தொடங்கினாள். குழந்தையின் உடல் அதன் வயதை ஏற்றுக்கொண்டிருந்ததால் அதன் அக்குள்களிலும், பெண்குறியிலும் ரோமம் முளைத்திருந்தது. பெண்குறியில் தெரிந்த ரோமம் எண்ணெய் வழுவழுப்பில் சிறு

குழந்தையின் முன் தலைபோல் சருமத்தோடு ஒட்டிக்கொண்டிருந்தது. மார்புகள் வளர்ச்சி குன்றி ஜாதிக்காய் அளவே இருந்தன. ஒரு கைக்குழந்தைபோல் தூக்கம் கலையாமல் படுத்திருந்த அந்தப் பெண்ணின் மறைவிடங்களைப் பார்த்ததும் அவள்மீது ஆழ்ந்த அக்கறையும் அவளுடைய பராமரிப்புத் தரும் துன்பத்தில் பங்கெடுத்துக் கொள்ளாத என் இருப்பை நினைத்து வருத்தமும் ஏற்பட்டன.

அனுசூயா அங்கு வந்தாள் என்றாலும் அந்தக் குழந்தையைப் பற்றி வார்த்தைகளைப் பரிமாறிக்கொள்ளும் மனநிலையில் நான் இல்லை என்பதை உணர்ந்து மௌனமாக இருந்தாள். அந்த மௌனம் கம்பீரமாக இருந்தது. பார்ட்டியிலிருந்து விடைபெற்றுக்கொண்டு போகிறவர்கள் அங்கு வந்து குழந்தையை அணைத்து அதன் கன்னத்தில் முத்தம் தந்து அதன் தாயின் முதுகை மார்போடு அணைத்துவிட்டுப் போனார்கள். அதற்கு மேல் எனக்கு அந்த இடத்தில் செய்ய எதுவுமில்லை. நான் உடல் ரீதியாக உறைந்திருப்பது அர்த்தமற்றதுபோல் உணர்ந்தேன். அங்கிருந்து டெக்கிற்கு வந்தேன். அங்குக் கூட்டம் இருந்தது. நீண்ட சாப்பாட்டு மேஜையில் உணவு வகைகள் வரிசையாக இன்னும் மிச்சமிருந்தன. இந்திய உணவுகளும், அதிலும் முக்கியமாக வங்காள இனிப்புகளும், வெள்ளை அமெரிக்கர் களுக்கும் ஆப்பிரிக்க அமெரிக்கர்களுக்கும் வேறு கலப்பினங்களுக்கும் நன்றாகவே பிடித்திருந்தன. அனுசூயா வாங்கி வைத்திருந்த மது வகைகளும் ஒப்புக்கோ, அழகு வரிசைக்கோ வாங்கி வைக்கப்பட்டவை அல்ல. அவை உயர்வகையைச் சேர்ந்தவை. நிறையக் குடித்திருந்தவர் களில் பலராலும் வீட்டைச் சுற்றிப் பார்க்கப் போகவே முடியவில்லை. இதற்கு மேல் இப்போதைக்கு நகர வேண்டாம் என்று அவர்கள் தீர்மானித்திருந்ததால் அவர்களுக்கு மேலும் கொஞ்சம் குடிக்க சந்தர்ப்பம் இருப்பதுபோல் பட்டது. அங்கு வந்ததிலிருந்து யாரோடும் ஒட்ட வேண்டிய சந்தர்ப்பம் இல்லாமல் விலகியிருந்து எனக்குப் புரியாத நாடகத்தைப் பார்த்துக்கொண்டிருப்பதுபோல் தோன்றியது.

ஒரு வயோதிகர் என்னிடம் உறவாடுவதில் விருப்பம் கொண்டு இரண்டு கோப்பை மதுவுடன் என் பக்கம் வந்து ஒரு கோப்பையை உரிமையுடன் என்னிடம் தந்துவிட்டு மறு கோப்பையைத் தன் உலர்ந்த உதடுகளில் ஒட்டியவாறே சோபாவில் அமர்ந்தார். உட்கார்ந்த மறுகணம், 'இந்த உலகத்தின் கொடுமைக்கு முடிவே இல்லை' என்றார். உலகக் கொடுமையில் அவருக்குச் சிறிதும் அக்கறை இல்லை என்றும் அவ்வாறு அவர் சொன்னது ஒரு பேச்சுக்கான தூண்டில் என்பதும் எனக்குப்பட்டது. நீங்கள் சொல்வது சரிதான் என்று நான் சொல்ல வந்தபோது தொலைவில் அனுசூயாவும் அவளுடைய இரண்டு சிநேகிதிகளுமாக சாண்டியாகோவைத் தூக்கிக்கொண்டு வந்து என் பக்கத்து மேஜைமேல் கிடத்தினார்கள். அதன் உடம்பில் ஒன்றுக்கு மேற்பட்ட கட்டுக்கள் போடப்பட்டிருந்தன. காயங்களில் போடப்பட்டிருந்த கட்டுக்களிலிருந்து ரத்தம் திட்டாகத் துணியில் கசிந்திருந்தது. சாண்டியாகோ என் முகத்தைப் பார்த்து

மென்மையாக அழுவதுபோல் முனகிற்று. வெகு தூரம் ஓடிவிட்டு வந்ததுபோல் அதற்கு இரைத்துக்கொண்டிருந்தது. அதன் அடி வயிறு பள்ளத்தில் விழுவதும் எழுவதுமாக இருந்தது. நான் என் விரல்களால் அதன் முதுகைத் தொட்டேன். அப்போது அது மேலும் நெகிழ்ச்சியுடன் முனகிற்று. அதன் மொட்டை வாலை வேகமாக அசைத்தது. என்னிடமிருந்து கட்டுங்கடங்காத கோபத்தின் பீறிடலை எதிர்பார்த்து அனுசூயா என் முகத்தையே பார்த்துக்கொண்டிருந்தாள். நான் அமைதியாக இருந்தேன். அப்போது நான் பார்த்துக்கொண்டிருந்த அலங்கோலத்தை அதற்கு முன்னும் ஒன்றுக்கு மேற்பட்ட முறை நான் பார்த்திருப்பதுபோல் இருந்தது. இதற்கு முன் சாண்டி எதிர்கொள்ள நேர்ந்த உடல் வாதனைகளில் அது மீண்டும் மீண்டும் இறந்துபோயிருந்ததும் நானே கொட்டடியின் பின்பக்கம் குழியெடுத்து அதை மீண்டும் மீண்டும் புதைத்திருப்பதும் நிகழ்ந்து முடிந்திருந்த காரியங்கள்போல் எனக்குத் தோன்றின. என் கொட்டடியில் பிற பிராணிகளின் பார்வையில் அதைப் புதைக்க நேருவது உணர்வுகள் மழுங்கிப்போன ஒருத்தியின் அநாகரிகமான காரியமாக எனக்குத் தோன்றியிருக்கிறது. இந்தத் தடவை ஏன் அது சாகடிக்கப்படவில்லை என்று எனக்கு நானே கேட்டுக்கொண்டிருந்தேன். உலகத்தின் வழிகளில் என்னால் உணர இயலாத மாற்றங்கள் ஏதேனும் நிகழ்ந்துகொண்டிருக் கின்றனவா? என்னதான் சொன்னாலும் சாண்டி ஆளாகியிருந்த கொடுமையிலிருந்து அது ஒரு நாளும் தப்பித்துக்கொண்டிருக்க முடியாது என்று தோன்றியது. 'நான் போகட்டுமா?' என்று அனுசூ யாவைப் பார்த்துக் கேட்டேன். 'மறியா, நீ என் வீட்டைச் சரிவரச் சுற்றிப் பார்க்கவில்லை. உண்ணவில்லை. என் சிநேகிதிகளைக் கூட நான் அறிமுகம் செய்து வைக்கவில்லை. என் குழந்தைகளின் முகங்களைப் பார்க்க வேண்டுமென்ற ஆசைகூட உனக்கு இல்லையா?' என்று தொடர்ந்து சொல்லிக்கொண்டே போனாள். நான் அவளிடம் இணக்கமாக மட்டுமே பேசியிருக்கிறேன். அதற்கு அனுசரணையாக அந்த நேரத்தில் என்ன சொற்களைத் தேர்ந்தெடுப்பது என்பது எனக்குத் தெரியவில்லை. 'மறியா, நீ வருத்தப்பட வேண்டியதில்லை. நானும் சாண்டியாகோவுடன் டாக்டரிடம் போயிருந்தேன். அவர் மிக நன்றாகக் கவனித்து எல்லாவற்றையுமே செய்து முடித்துவிட்டார். இன்னும் சாண்டியாகோ ஒரு வாரத்தில் சரியாகிவிடும் என்றார்' என்றாள் அனுசூயா. அப்போது கிழவர் குறுக்கிட்டு, 'நாயின் கழுத்தில் நீங்கள் ஏன் பட்டை போடவில்லை?' என்று கேட்டார். 'போடாதது சட்டப்படி தவறு என்பது உங்களுக்குத் தெரியுமா?' என்று சற்று உரக்கக் கேட்டார். அப்போது, நான், 'உங்கள் கழுத்தில் பட்டை இல்லாதது சட்டப்படி தவறா இல்லையா?' என்று அவரைப் பார்த்துக் கேட்டேன். அவர் கோபம் தலையுச்சிக்கேற மிக மோசமான வார்த்தை களில் என்னைத் திட்டத் தொடங்கினார். அனுசூயா பலாத்காரமாக அவரை இழுத்துக்கொண்டு போனாள். சில சிநேகிதிகளும் முன் வந்து உதவினார்கள். அவரின் பூட்ஸ் காலின் அடிப்பக்கம் தரையில்

படாமல் அதன் பின் விளிம்பு மட்டும் படும்படி இழுத்துக்கொணடு போனாள். தரை விரிப்பில் ஒரு கோடு உருவாகிக்கொண்டே போயிற்று. அந்தக் கோடு அனுசூயாவிற்கு அவர் மேலிருந்த உரிமை யைத்தான் காட்டுகிறது என்று நினைத்தேன். அவள் வங்காளியில் கத்திக்கொண்டே அவரை இழுத்துக்கொண்டுபோய் அவளுடைய படுக்கைமீது அவரைச் சரித்தாள்.

அப்போது ஒரு சிறிய பெண் என்னிடம் வந்து, பானர்ஜி அத்தை கீழே வந்திருப்பதாகவும் என்னைப் பார்க்க இங்கு வரலாமா என்று கேட்டுவிட்டதாகவும் சொன்னாள். முதலில் எனக்கு விஷயம் சட்டெனப் பிடிபடவில்லை. வருத்தம் தெரிவிக்க வரப்போவதற்கான பீடிகை என்பது மட்டும் பட்டது. நான் எதுவும் பதில் சொல்லவில்லை. அப்போது அங்கு வந்த அனுசூயா அந்தப் பெண்ணிடம் என்ன விஷயம் என்று விசாரித்ததும், நான் போய் அவளை அழைத்து வருகிறேன் என்று சொல்லியவாறே மாடிப்படி இறங்கிச் சென்றாள்.

சகல துன்பங்களையும் இந்த உலகத்திற்கு நான் இழைத்துக்கொண் டிருப்பது போன்ற பிரமை எனக்கு வந்தது. என்னை மட்டும் அனுசூயா அழைக்காமல் விட்டிருந்தால் இதற்குள் எவ்வளவு அழகாக இங்கு பார்ட்டி நடந்து முடிந்திருக்கும் என்று நினைத்துப் பார்க்கத் தொடங்கினேன். சாண்டி மீது பிணைப்புக்கொண்டுள்ள நான் எதற்காக இங்கு வந்தேன்? எதற்காக சாண்டியை இங்கு அழைத்து வந்தேன்? உடனடியாக அங்கிருந்து நழுவிச் செல்வதுதான் புத்திசாலித்தனம் என்று எனக்குத் தோன்றியது. அனுசூயாவிடம் சொல்லிக்கொள்ள வேண்டும் என்ற அவசியம்கூட இல்லை. என்னை அவள் தேடலாம். அவள் திகைக்கலாம். என்மீது ஆழ்ந்த வருத்தம் கொள்ளலாம். ஒரு மனுஷ ஜீவியை எல்லோரும் உதறும்போது அதற்கு எதிரான ஒரு நாகரிகத்தை உருவாக்க, தான் கொண்ட வீம்பைச் சம்பந்தப்பட்டவளே உணரவில்லை என்றெண்ணி அவள் தன் மனதிற்குள் என்னை உதறலாம்.

அனுசூயா மிகுந்த நம்பிக்கை கொண்டவள் போல் முன்னால் மிடுக்குடன் நடந்து வர பின்னால் பானர்ஜி அனசூயாவின் ஆவியை உள்வாங்கியபடியே வந்துகொண்டிருந்தாள். பானர்ஜி என் கைகளைப் பற்றிக்கொண்டே அழ ஆரம்பித்தாள். எப்படிப் பார்த்தாலும் அதை மீண்டும் ஒரு பெண் அழுத வீண் அழுகை என்று சொல்லிவிட முடியாது. தன் மார்புக் கூண்டை அவள் வெடி வைத்துத் தகர்த்துக் கொள்வது போல் இருந்தது. அனுசூயா என் கண்களைப் பார்த்துக் கொண்டிருந்தாள். பானர்ஜியைத் தான் தேற்ற வேண்டிய நேரத்தை மேலும் தள்ளிவைக்கக் கூடாது என்று அவள் என்னிடம் கெஞ்சுவது எனக்குப் புரிந்தது. மறியா, நீ தேற்றத் தொடங்கு, போதும், நான் தேற்றுகிறேன் என்று அவள் அவளுடைய அழகிய கண்களின் ஓரங்கள் வழியாக எனக்குச் செய்தி அனுப்பிக்கொண்டிருக்கிறாள். இந்தியப் பெண்ணான பானர்ஜிக்கு நிகழ்ந்தது மனித துக்கம்

என்ற உணர்வு இருக்கிறது. என்னை ஆறுதல்படுத்த வேண்டும் என்று அவள் நினைக்கிறாள். சட்டம் எனக்குப் பணம் கறந்து தரக்கூடிய சந்தர்ப்பம் இது. அதைப் பற்றி என் மனம் திட்டமிடும் என்ற உணர்வே அவளிடம் இல்லை. எனக்கு அவள் தந்த மிகப் பெரிய கௌரவம் அதுதான் என்று தோன்றியது. 'பானர்ஜி, எனக்கு உங்களிடம் சொல்ல ஒன்றுமில்லை. நீங்கள் வருந்த வேண்டாம். உங்கள் நாய் குதறவில்லை என்றாலும் மற்றொரு நாய் என் நாயைக் குதறத்தான் செய்திருக்கும்' என்றேன். அதற்கு பானர்ஜி, 'கடிக்கக் கூடாது என்று அரும்பாடுபட்டு அதற்குக் கற்றுத் தந்திருக்கிறேன். ஏன் இவ்வாறு இன்று நடந்துகொண்டது என்பதை என்னால் விளங்கிக்கொள்ள முடியவில்லை, மறியா' என்றாள். அதற்கு நான், 'சக நாய்களையோ, பிற மனிதர்களையோ கடிக்கக் கூடாது என்றும், குரைக்க வேண்டும் என்றும், அது குரைத்து உங்கள் கவனம் திரும்பியதும் குரைப்பதை நிறுத்த வேண்டும் என்றும்தான் ஒவ்வொரு வரும் தன் நாய்களுக்குக் கற்றுத் தரும் பாடங்கள். ஆனால் என் நாயை, சக நாய் என்ற கணக்கில் எடுத்துக்கொள்வதற்கான சந்தர்ப்பம் உங்கள் கமாண்டோவுக்கு இன்று வரையிலும் வாய்த்திராது என்றே நினைக்கிறேன்' என்றேன்.

தாமு, சிறிது யோசித்துப் பாருங்கள், நாய்கள் உலகெங்கும் கோடிக்கணக்கில் இருக்கின்றன. உலக நாய்களின் வாழ்க்கையைப் பற்றி நாம் ஒரு நாளும் சிந்தித்துப் பார்த்ததில்லை. சிந்திக்கும்போதும் நாம் அறிய வந்த சில நாய்களைப் பற்றி மட்டுமே சிந்திக்கிறோம். அறிய வந்த நாய்களோ மனித உறவு பெற்றவை. மனிதனால் சீரழிக்கப்பட்ட நாய்கள் அவை. ஒவ்வொரு நாயின் உடலையும் ஆத்மாவையும் நாம் காலால் மிதித்துக் கூழாக்கி அதிலிருந்து மற்றொரு தோல் நாயை உருவாக்கி வைத்துக்கொண்டிருக்கிறோம். தன்னாலேயே அழிக்கப்பட்ட ஒரு நாயின் பெரும் வீழ்ச்சியைப் பாராட்டி ஒரு மனிதன் தானே பெருமை பேசிக்கொள்கிறான். அதிலிருக்கும் குரூரம், பொறுப்பின்மை, அகங்காரம், அஞ்ஞானம் பற்றி சற்று யோசித்துப் பாருங்கள். நான் பேசிய மொத்த வார்த்தை களுக்கும், பானர்ஜி, 'என்னை மன்னித்துவிடு' என்று மீண்டும் சொன்னாளே தவிர நான் கூறியவற்றைப் புரிந்துகொள்வதில் அவளால் கவனம்கொள்ள முடியவில்லை.

தாமு, உங்களுக்கு இது பற்றி ஏதேனும் தெரியுமா? நாய்களுக்குள் ஜென்மப்பகை என்று ஒன்றுண்டா? நிரந்தர விரோதம் அவற்றிற்குத் தெரியுமா? நமது எதிரிகள் இறந்துபோய்விட வேண்டும் என்ற நினைப்பு நாய்களுக்கு உண்டா? இவ்வாறு பல கேள்விகள் என் மனதில் வந்தன.

அனுசூயாவின் வீட்டு பார்ட்டிக்குச் சென்றது எனக்கு மோசமான அனுபவம். ஆனால் அதை விடவும் மோசமான அனுபவம் மறுநாள் உங்களிடமிருந்து எனக்குக் கிடைத்தது. மிகச் சிறிய சம்பவம் என்று

உங்களுக்குத் தோன்றலாம். என் கற்பனையாலும் சற்றுத் தடம் புரண்ட மனநிலையாலும் ஊதிப் பெருக்குகிறேன் என்று நீங்கள் நினைக்கலாம்.

அன்று ஞாயிற்றுக்கிழமை காலை நேரம். ஒருவருக்கொருவர் முகம் பார்த்துக்கொள்ள முடியாமல் பனிமூட்டம் எங்கும் பரவி யிருந்தது. நீங்கள் என்னைத் தேடிக்கொண்டு கொட்டடிக்கு வந்தீர்கள். நான் சாணியை அகற்றிவிட்டு ரப்பர் குழாயால் தண்ணீர் பீச்சிக் கொட்டடியைச் சுத்தப்படுத்திக்கொண்டிருந்தேன்.

நீங்கள் வந்ததும் ஏற இறங்கப் பார்த்தீர்கள். உங்கள் முகபாவம் முற்றாக மாறிற்று. ஒரு நொடியில் உங்கள் மனதில் ஓடும் எண்ணங்கள் என் மனதைத் தொற்றின. நீங்கள் என் கோலத்தைப் பார்த்து மிகுந்த அருவருப்பு உணர்ச்சி அடைந்தீர்கள். நான் கேவலமான ஒரு அழுக்கு உருண்டையாக இருப்பதை உங்கள் மனம் வெறுத்தது. அதைத் தொடர்ந்து வேறு பல சிந்தனைகள் உங்கள் மனதில் ஓடின. எல்லாமே அருவருப்பு உணர்ச்சியிலிருந்து தோன்றியவை. என் கற்பனையில் உங்கள் சிந்தனைகளைச் சொல்வது முறையல்ல. ஆனால் கமாண்டோ சாண்டியாகோவைக் குதறியதைவிட உங்களால் நான் குதறப்பட்டதாக உணர்ந்தேன். சுத்தமான உடல்களைத்தான் நீங்கள் மதிப்பீர்கள் என்றால் நீங்கள் மதிக்க வேண்டியவற்றில் என் உடல் ஒன்றல்ல.

தாமு, சாண்டியாகோ குணமாகி ஒரு வாரம்கூட ஆகவில்லை. காலூனம் தவிர மேலும் ஒரு சில ஊனங்களுக்கு அது ஆளாகி யிருக்கும் என்ற எண்ணம் எனக்கு இருந்தது. ஆனால் நல்ல வேளை அப்படி எதுவும் ஆகவில்லை. எனக்கு அதன்மீதும் சரி, பிற வளர்ப்புப் பிராணிகள்மீதும் சரி, உள்ளூர ஒரு உதாசீனம் வளர்ந்துவருகிறதோ என்று நினைத்தேன். எல்லாவற்றிலிருந்தும் அலுப்புச் சேர்ந்துகொண் டிருந்த எனக்கு என் வளர்ப்புப் பிராணிகள்மீதும் அலுப்பு ஏற்படாமல் இருந்துவிடுமா? இனி வேண்டவே வேண்டாம் இந்தப் பணி என்று நான் நினைக்கத் தொடங்கிவிடுவேனா? அவற்றைத் தொலைத்துக் கட்டுவதற்கு ஒரு கற்பனைக் கதையை ஜோடித்து அதையே பல தினுசுகளில் எல்லோருடனும் சொல்லத் தொடங்கிக் கடைசியில் நானே அந்த ஜோடனைதான் உண்மை என்று நம்பத் தொடங்கி விடுவேனா?

ஒரு நாள் லூதர் என் கண்களைப் பார்த்தபடியே கேட்டார்: 'மறியா, முன்னைப் போல் உன்னால் வேலை பார்க்க முடியவில் லையா? ஏன் களைப்பு இவ்வளவு மோசமாக உன்னைத் தாக்குகிறது? நீ முன் எப்போதையும்விட ஆரோக்கியமாக இருக்க வேண்டிய நேரம் அல்லவா இது?' லூதர் சொன்னது என் மனதில் பல விதமான எண்ணங்களையும் சித்திரங்களையும் உருவாக்கின. அவர் சொன்னதற்குச் சம்பந்தமில்லாமல் என் சிந்தனைகள் வேறு திசையைப் பார்க்கச் சென்றன. எனக்குக் குழந்தை பிறந்தால் என் குழந்தைக்கும்

உங்களுக்கும் எந்த விதமான உறவும், உணர்வும் ஏற்படும்? உங்கள் கவனத்தைக் கவர்ந்து உங்களைச் சந்தோஷப்படுத்தும்படியும், அந்தக் குழந்தையுடன் விளையாட வேண்டும் என்று நீங்கள் விரும்பும்படியும் அது இருக்குமா? லூதருக்கு என்ன தோன்றியதோ, 'மனச்சோர்வு இருந்தால் உடனடியாகக் கவனிக்க வேண்டும். கவனக்குறைவாக இருந்துவிடாதே' என்றார்.

என் மனநிலை சரியாக இல்லையென்றுதான் எனக்குத் தோன்றியது. அதற்கான காரணமும் எனக்குத் தெரிந்தது. நான் ஓயாமல் பிராணி களையும் மனிதர்களையும் இணைத்து ஒப்பிட்டுப் பார்த்துக்கொண் டிருக்கிறேன். ஜீவராசிகளுக்கும் மனிதனுக்குமான பகையுணர்வு அழிந்து போகாத வரையிலும், அழிந்துவரும் வாழ்க்கையைத் தடுக்க முடியாது என்று எனக்குத் தோன்றுகிறது. மொழியால் விளக்க முடியாத ஒரு மௌனத் துரோகம் சகல ஜீவராசிகளுக்கும் எதிராக இங்கு நடந்துகொண்டிருக்கிறது.

எனக்கு உடல் பிரச்னை எதுவுமில்லை என்று லூதரிடம் சொன் னேன். அதற்கு முக்கியக் காரணம் அவரைச் சங்கடப்படுத்த வேண் டாம் என்பதுதான். அத்துடன் எந்தச் சிகிச்சையும் மேற்கொள்ளாத நேரத்திலும் அநேக வியாதிகள் தானே மறைந்துவிடும் என்ற குருட்டு நம்பிக்கை எனக்குண்டு. ஒவ்வொன்றைப் பற்றியும் லூதர் கூறுகிற கருத்துக்கள்தான் அறிவுபூர்வமானவை என்பது எனக்குத் தெரிந்தபோதி லும் என்னுடைய வழிகள் ஒரு ரகசியத் தளத்தில் லூதர் கூறுவதைக் காட்டிலும் நடைமுறைக்கு ஒத்து வருபவை என்றும் நான் நம்பினேன். அவற்றைத்தான் நடைமுறையில் பின்பற்றினேன்.

ஆனால், தாமு, நான் மனச்சோர்வில் ஆழ்ந்துவிட்டேன் என்பதை நீங்கள் புரிந்துகொண்டிருந்தது எனக்குத் தெளிவாகத் தெரிந்திருந்தது. எனக்குச் சிரமமாக இருந்தால் நான் லூதரிடம் சொல்லலாமே என்று பல தடவை நீங்கள் என்னிடம் சொன்னீர்கள். அதற்கு நான் அசைந்து தரவில்லை என்று உங்களுக்குப் பட்டதும் பிரச்சினைகள் இருந்தால் தன்னோடு பகிர்ந்துகொள்ளும்படி சொன்னீர்கள். இவ்வாறு நீங்கள் சொன்னது எனக்குப் பெரிய ஆறுதலைத் தந்தது. ஆனால் என் எண்ணத்தை வெளிப்படையாக உங்களிடம் சொல்ல நான் தயங்கினேன். லூதருடன் நான் பகிர்ந்துகொள்வதைவிடவும் உங்களுடன் அதிகமாக என்னால் பகிர்ந்துகொள்ள முடியும் என்று நீங்கள் எண்ணிவிடக் கூடாது என்பதில் எனக்குக் கவனம் இருந்தது.

என்னால் முன் போல் வேலை செய்ய முடியாது என்றானபோது லூதர் எனக்கு உதவி செய்யத் தொடங்கினார். அவர் என் வளர்ப்புப் பிராணிகளைப் பராமரிக்கும் காரியத்தை எந்த நாளும் செய்து பழகியவர் அல்ல. இருந்தாலும் அதிகாலையில் எழுந்திருந்து கொட்டடிக்கு வரும் பழக்கத்தைப் பின்பற்றத் தொடங்கினார். என்னால் மிக இலேசான வேலைகளைத்தான் அப்போது கவனிக்க முடிந்திருந்தது. நான் சொல்லச் சொல்லக் கடினமான வேலைகளை

அவரே செய்தார். சிறிய பணிகளைக்கூடச் செய்ய அவர் தத்தளித்தது எனக்குச் சங்கடத்தைத் தந்தது. மூளையில் மிக நுட்பமான அறுவைச் சிகிச்சை செய்து பல நோயாளிகளைக் காப்பாற்றிவருகிறவருக்கு ஒரு பசுவின் கழுத்தில் இறுகிப்போயிருந்த கயிற்றைத் தளர்த்தி அதற்குச் சிறிது சுவாசம் தர முடியவில்லை. எனக்கு அவர்மீது அதிக நெகிழ்ச்சியும் விவரிக்க முடியாத ஒட்டுதலும் அப்போது ஏற்பட்டன. கொட்டடியைச் சுத்தம் செய்ய மட்டுமே அவருக்கு ஒரு மணி நேரம் ஆயிற்று. அதைச் செய்துதருவதே பெரிய ஏந்தலாகவும் இருந்தது.

இருந்தாலும் அவர் என் வேலைகளில் எனக்கு உதவி செய்யத் தொடங்கியது பல குழப்பமான எண்ணங்களை எனக்குள் ஏற்படுத்தியது. அவர் எனக்குச் செய்யும் உதவியாகத்தான் இதைக் கருதுகிறாரே தவிர தனிப்பட்ட முறையில் அவர் இந்த ஜீவராசிகளைப் பராமரிப்பதில் ஆசையுள்ளவர் அல்ல என்ற என் முன் கணிப்பு சரிதான் என்று தோன்றியது. அப்படியென்றால் நிச்சயம் விரைவிலேயே அவருக்கு இந்தப் பணி அலுப்புத் தரத் தொடங்கிவிடும். அத்துடன் இந்தப் பிராணிகள் தரும் பிரச்னைகள் பல சமயம் அவருக்கு எரிச்சலைத் தருகின்றனவோ என்றும் சந்தேகப்பட்டேன். அது இயற்கைதான் என்று தோன்றிற்று. எனக்கே இவை தாங்க முடியாத எரிச்சலைப் பல சந்தர்ப்பங்களில் தந்திருக்கின்றன. அது போன்ற சந்தர்ப்பங்களில் அவற்றைத் தண்டிக்க வேண்டும் என்ற எண்ணம்தான் எனக்கு முதலில் வரும். பல்லைக் கடித்துக்கொண்டு பாதியிலேயே வேலையைப் போட்டபடி போட்டுவிட்டுப் படுக்கையறைக்குச் சென்று படுத்துக் கொண்டுவிடுவேன். கூடுமானவரை அவை அவற்றின் விரும்பம்போல் வாழட்டும் என்று நான் எண்ணியதால் சில சமயம் அவை இஷ்டத்திற்கு ஆட்டம்போட்டுக் கொட்டடியையே அலங்கோலப்படுத்திவிடும். அப்போதெல்லாம் சுதந்திரத்திற்குள்ளேயே சுதந்திரத்தை அளித்ததற் கான தண்டனை ஒளிந்துகொண்டிருப்பதாகத் தோன்றும்.

உங்கள் மொழி உங்கள் நாய்க்குப் புரிகிறதா என்ற ஒரு முறை நீங்கள் என்னைக் கேட்டது நினைவுக்கு வருகிறது. நம் மொழி ஒரு எல்லை வரையிலும்தான் நாய்களுக்குப் புரிகின்றது என்பது உண்மைதான். நம் மொழி அவற்றிற்குப் புரியும் அளவை நம்மால் குறைத்துத்தான் மதிப்பிடவும் முடிகிறது என்பது என் எண்ணம். அவற்றின் மொழி நமக்குப் புரிவதைவிட நம் மொழி அவற்றுக்குக் கூடுதலாகப் புரிகிறது என்பதே என் அனுபவ அறிவு. இதை நான் உறுதியுடன் சொல்ல முடியும். நமக்கும் அவற்றுக்குமான இணைப்பு மொழியை எதிர்காலத்தில் அறிவியல் உருவாக்கும். அதை நாமும் அவையும் கற்றுக்கொள்ளும் காலம் வரும். அன்று நமக்கும் அவற்றிற்கு மான உறவு இன்றிருப்பதைப் பார்க்கிலும் மேம்பட்ட ஒன்றாக இருக்கும் என்றெல்லாம் நான் நம்புகிறேன்.

ஒரு நாள் என் சிநேகிதியான டாக்டர் ஜோவான் பார்பருடன் பேசிக்கொண்டிருந்தேன். பார்பர் கலிஃபோர்னியாவிலேயே, நாய்கள்

மீது மனித முதிர்ச்சியின் அடையாளமாகக் கொள்ளும் அன்பிற்கு முதல் பரிசு பெற்றவர். அப்போது எங்கள் பேச்சு நாய்களுக்குத் திரும்பிற்று. நாய்களின் அன்பைக் குறித்துப் பேச்சு விரிந்தது. நாய்களுக்கும் மனிதனிடம் ஒரு எதிர்பார்ப்பு இல்லாமலா இருக்கிறது என்று தன் சிநேகிதிகள் பலரும் தன்னிடம் கேட்பதாக பார்பர் குறிப்பிட்டுவிட்டு, தொடர்ந்து பேசினார்: 'நாய்கள் எதிர்பார்ப்பு இல்லாமலில்லை என்பது உண்மைதான். ஆனால் அவை நமக்குத் தரும் அன்பின் அளவைப் பார்க்கும்போது உணவைக் கருதியே அவை அன்பு செலுத்துகின்றன என்று என்னால் நம்ப முடியவில்லை' என்றார் அவர். நாய்களின் அன்பு. அதைப் பற்றி நாய்களுடன் நீண்ட கால நேரடி உறவு இல்லாதவர்கள் பேசத் தகுதியில்லாதவர்கள் என்றும் பார்பர் சொன்னார். என் அனுபவங்களுடன் அவரது கணிப்புகள் நன்றாக ஒத்துப்போவதை எண்ணி நான் மிகவும் சந்தோஷம் அடைந்தேன்.

மற்றொன்று: குறிப்பாக எனது கொட்டடிக்கு வந்து சேரும் பிராணிகள் இயற்கையாகவே பலவீனமானவை. நோய் நொடிகள் கொண்டவை. பிராணிகள்மீது மனிதர்கள் கொள்ளும் அன்பைப் பற்றியோ அல்லது ஈடுபாட்டைப் பற்றியோ எதுவும் அறியாதவை. ஆனால் மனிதர்கள் தங்கள்மீது கொண்டிருக்கும் துவேஷத்தைப் பற்றி மட்டும் அனுபவபூர்வமாக அறிந்தவை. தங்களை இம்சிப்பதிலும், தங்களிடம் மிகக் குரூரமாக நடந்துகொள்வதிலும் அவர்களுக்குக் கிடைக்கிற கிளர்ச்சியை அவற்றால் புரிந்துகொள்ளவே முடிந்ததில்லை. சகல பிராணிகளும் இணைந்து செயல்படும் உலகசபை அவற்றிற்கு இருந்தால் மனிதப் பதர்களைப் பூண்டோடு அழிப்பதுதான் நாம் குறைந்தபட்ச சந்தோஷத்துடன் வாழ்வதற்கான ஒரே வழி என்ற முடிவை அவை லட்சக்கணக்கான நூற்றாண்டுகளுக்கு முன்னரே எடுத்திருக்கும். அது போன்ற முடிவை எடுக்க முடிந்திருந்தால் அவற்றால் மனித குலத்தை ஒரு எல்லை வரையிலும் அழிக்க முடிந்திருக்கும் என்றுதான் நான் நினைக்கிறேன். இன்று வரையிலும் நாம் கண்டுபிடித்திருக்கும் ஆயுதங்கள்கூட அவற்றைப் பூண்டோடு அழிக்கப் போதுமானதல்ல. ஆனால் இது போன்ற மனித துவேஷங்கள் இயற்கையாகவே அவற்றின் மூளையில் உதிப்பதில்லை.

நானும் லூதருமாகப் பிராணிகளைக் கவனிக்கும் காலத்தில்தான் நான் உங்களிடம் சில மாற்றங்களைக் கவனிக்கத் தொடங்கினேன். உண்மையில் அவை நீங்கள் பெருமைப்படத் தக்க மாற்றங்கள். ஆனால் ஏனோ நீங்கள் அந்த மாற்றங்கள் என் கவனத்தைக் கவராமல் இருக்க விரும்பி மறைத்துக்கொள்வது போல் இருந்தது. என் பிராணிகளைப் பற்றிக் கணிசமான காலம் கவனமின்றி இருந்துவிட்டது எந்த விதத்தில் உங்களுக்குக் கௌரவத்தைச் சேர்க்கக் கூடியது? அவற்றின்மீது படிப்படியாக அக்கறை கொண்டது எந்த விதத்தில் கௌரவக் குறைவானது?

தாமு, உங்களுக்கு நினைவிருக்கிறதா, ஒரு நாள் உங்கள் அவுட் ஹௌசின் வெளிப்படியில் நான் ஒரு அழுக்குத் தலையணையைத் தலைக்கு வைத்தபடி சாய்ந்து கொண்டிருந்தேன். அன்று திடீரென்று நீங்கள் கதவைத் திறந்துகொண்டு, என்னை அசௌகரியப்படுத்த விரும்பாததாலோ என்னவோ, வராண்டாவிலிருந்து மண்ணில் குதித்துக் கொட்டடியைப் பார்க்கச் சென்றீர்கள். காலை நேரங்களில் தபாலில் வரும் இந்திய நாளிதழ்களையும் வார இதழ்களையும் படித்துக்கொண்டு – கரைத்துக் குடித்துக்கொண்டு என்று சொல்வது இன்னும் பொருந்தும் – இருப்பதே உங்கள் பழக்கம். முந்திய தினம் உங்களுக்குத் தபால் வந்து சேரவில்லையோ என்னவோ, திடீரென்று காலையிலேயே வெளிப்பட்டீர்கள். அப்போது நீங்கள் அலுவலகம் போக ஏற்ற உடை உடுத்தியிருக்கவில்லை (தாமு உடை உடுத்திக் கொள்ளும் நேர்த்தி அமெரிக்கப் பிரசிடெண்டையே தலை குனிய வைக்கக் கூடியது என்று லூதர் ஒரு முறை என்னிடம் சொல்லி யிருக்கிறார்.) உங்கள் கண்களில் முதலில் விழுந்த காட்சி லூதர் அவரைவிட உயரம் கொண்ட துடைப்பக் கம்பைப் பிடித்துக் கொட்டடியைச் சுத்தம் செய்வதுதான். சாணியை அகற்றும் வேலையை அவர் ஏற்கனவே செய்து முடித்திருந்தார். அப்போது உங்கள் பின் பக்கம் மட்டும்தான் என் பார்வைக்குத் தெரிந்தது. எப்படி என்று சொல்லத் தெரியவில்லை, சில நொடிகளுக்குள் உங்கள் உடல் உறைந்துபோனதாகவும் அதிர்ச்சிக்கு ஆளாகிய நிலையில் நீங்கள் ஸ்தம்பித்து நிற்பதுபோலவும் இருந்தது. சில நொடிகளுக்கு என்ன செய்வது என்பது தெரியாததுபோல் நீங்கள் அங்குமிங்கும் போய்க்கொண்டிருந்தீர்கள். இவ்வளவும் என் கற்பனையாகவே இருக்கலாம். கடைசியில் நீங்கள் லூதரிடம் சென்றீர்கள். மிகக் குறைந்த நேரத்தில் சில சொற்களை நீங்கள் பரிமாறிக்கொள்வதை உங்கள் இருவரது உடல் மொழியை வைத்து அனுமானிக்க முயன்றேன். சிறிது நேரத்தில் நீங்கள் ரப்பர்க் குழாய் வழி தண்ணீர் பாய்ச்சிக் கொட்டடியின் தரையைச் சுத்தப்படுத்தத் தொடங்கினீர்கள். லூதரிடம் அவர் செய்துகொண்டிருந்த வேலையை நீங்கள் செய்வதாகச் சொன்னதற்கு அவர் இசைவு தெரிவித்திருக்க மாட்டார் என்பதை நான் ஊகித்துக்கொண்டேன்.

மறுநாள் காலையில் என்னைச் சந்தித்தபோது, 'எங்கே லூதர்?' என்று கேட்டீர்கள். முந்திய தினம் இரவு தலைவலியால் லூதர் சரிவரத் தூங்கவில்லை என்றும் அவர் எழுந்து வரச் சற்றுப் பிந்தலாம் என்றும் சொன்னேன். அன்று லூதர் முழுமையாக ஓய்வு எடுத்துக் கொள்ளட்டும் என்றும், மருத்துவ அறைப் பணிகளை நீங்க்ளே கவனித்துக்கொள்வதாகவும், ஏதும் சந்தேகங்கள் இருந்தால் போனில் விசாரித்துத் தீர்த்துக்கொள்வதாகவும் சொல்லிவிட்டுச் சென்றீர்கள்.

அதன் பின் நீங்கள் கொட்டடியில் வேலை செய்யும்போது நானும் லூதரும் இணைந்து உங்களுக்கு உதவி செய்யத் தொடங்கி னோம். நீங்கள் வேலை செய்வது லூதருக்கு நிம்மதியைத் தரவில்லை

என்பது தெரிந்தது. உங்களுடைய வேலையைக் குறைக்க அவர் தனது உழைப்பால் முடிந்தவரையிலும் முயன்றுகொண்டிருந்தார். அதன் பின் நாம் ஒருவருக்கொருவர் பேசிக்கொள்ளாமலேயே இன்ன வேலை இன்னார் செய்வது என்ற ஒழுங்கு ஏற்பட்டுவிட்டது. என் மனதில் புதிய நம்பிக்கைகள் கிளர்ந்ததாலோ என்னவோ என் உடல் நிலையும் சற்றுத் தேறியது. கர்ப்ப காலத்தின் ஆரம்ப மாதங்கள் தரும் உபாதைகளும் மட்டுப்பட்டுவந்தன.

எல்லாக் கர்ப்பிணிகளைப் போலவே நானும் வரவிருக்கும் குழந்தையைப் பற்றிய என் கனவுகளில் ஈடுபட்டிருந்தேன். எவ்வளவு கண்டாலும் திருப்தி வராத கனவுகள் அவை. என் வாழ்க்கை தண்ட வாளத்தில் போய்க்கொண்டிருந்த காலம் அது. அந்த வாழ்க்கை எனக்குத் தந்த திருப்தியே அந்தக் காலம் அதிக நாட்களுக்கு நீடிக்கக் கூடியதல்ல என்ற எச்சரிக்கை உணர்வையும் என்னிடம் உருவாக்கிற்று.

என் கொட்டடியில் நின்ற பிராணிகளில் அதிக வயது கொண்ட அந்த ஒட்டகத்தை நான் பாட்டி என்றே அழைத்து வந்தேன். அதற்கு எத்தனை வயதாகியிருக்கும் என்பதை என்னால் கணக்கிட்டுப் பார்க்க முடியவில்லை. எந்த சர்க்கஸ் கம்பெனியரை விசாரிக்க நேர்ந்தாலும் அது தங்களிடம் ஒரு காலத்தில் இருந்திருக்கிறது என்பார்கள். கடைசியில் அது மாட்டிக்கொண்டிருந்த சர்க்கஸ் கம்பெனியார் வெளியூர் போகும்போது அரிசோனாவில் அதைத் துரத்திவிட்டு விடலாம் என்று திட்டமிட்டிருக்கிறார்கள் என்று எனக்குச் செய்தி கிடைத்ததும் நான் அதை அவர்களிடம் இருந்து பெற்றுக்கொண்டேன்.

ஒட்டகத்தை அதன் தாய்நாடான பாலைவனத்தில் சேர்த்துவிடுவது இரக்கம் மிகுந்த செயல் என்றுதான் தோன்றும். ஆனால் ஒரு மிருகத்தின் இருப்பை நீடிப்பது வேட்டையாடும் கலையில் அது கொண்டிருக்கும் தேர்ச்சிதான். சிங்கத்திலிருந்து எறும்பு வரையிலும் வேட்டைக் கலையில் அவை கொண்டிருக்கும் ஆற்றல் மூலம்தான் மரணத்தை ஒரு எல்லை வரையிலும் தள்ளிப்போட்டுக்கொண்டு வருகின்றன. மனிதன் ஒரு பிராணியைத் தனது வளையத்திற்குள் கொண்டு வருவது என்பது அதன் வேடையாடும் கலையை ஈவிரக்க மின்றி அழிப்பதுதான். அவ்வாறு அழிக்கப்படாவிட்டால் மனிதனின் சுயநலன்களைப் பிராணிகள் ஒரு நாளும் நிறைவேற்றித் தரா. மனித உறவுகளால் பிராணிகள் பெறும் பயன் மனிதனுக்குக் குற்றேவல் செய்யும் அடிமையாக அவை மாறுவதுதான். தனக்காக சகல சக்தியையும் வீணாக்க வைத்த ஒரு பிராணியை அதன் சக்தி வற்றியதும் அதனுடனான உறவைக் குரூரமாகத் துண்டித்துக்கொண்டு விடுகிறான் மனிதன். இதெல்லாம் உங்களுக்குத் தெரியாத விஷயங் களல்ல. நான் என் வாழ்க்கையில் வந்து சேர்ந்திருக்கும் சிக்கலைச் சிறிதேனும் புரிந்துகொள்ள எனக்குப் பல விஷயங்களைத் திரும்பவும் சொல்லிப் பார்த்துக்கொள்ள வேண்டியிருக்கிறது.

என்னிடம் வந்து சேர்ந்த பின் பாட்டி கொட்டடிக்குள் நுழைய விரும்பியதே இல்லை. அது குளிரிலும் மழையிலும் வெயிலிலும் கொட்டடியின் வெளியில் மண்ணிலேயே இருக்க விரும்பிற்று. எதற்காக இவ்வாறு பிடிவாதம் செய்கிறது என்பதைப் புரிந்து கொள்ளாமல் அதன் மீது நான் அலுப்புடன் இருந்தேன். குளிரில் விறைத்து ரத்தமற்ற அதன் உடல் மரத்து இறந்துபோய்விடக் கூடாது என்பதற்காக இரவு அதைக் கொட்டடியில் வற்புறுத்தித் தள்ளி விடுவேன். ஒரு நாள் காலையில் கொட்டடியில் அது விழுந்து கிடந்தது. அதன் முன்னங்கால் இரண்டும் முழுமையாக நீண்டு கிடந்தன. பார்க்க மிகக் கஷ்டமாக இருந்தது. அன்று பூராவும் அப்படியே கிடந்தது. நான் எவ்வளவு முயன்றும் என்னால் அதைத் தூக்கிவிட முடியவில்லை. நீங்களும் நானுமாக முயன்றோம். முடியவில்லை. எனக்கு மிகுந்த மனக்கஷ்டம் ஏற்பட்டது.

மனக்கஷ்டத்தை வேலை செய்வது மூலம் தணித்துக்கொள்ள எண்ணிப் போலி உற்சாகத்தை உருவாக்கிக்கொண்டு நானும் உங்களுடன் இணைந்து வேலை செய்யத் தொடங்கினேன். பலமும் சுறுசுறுப்பும் எங்கிருந்தோ என் உடலுக்குள் பாய்ந்தது போலிருந்தது. அன்று நீங்கள் லூதர் கொட்டடியில் வேலை செய்வது மனதிற்குச் சங்கடத்தைத் தருகிறது என்றும் நான் சிறிய அளவு உதவினால் மீதி வேலையைத் தானே பார்த்துக்கொள்வதாகவும் சொன்னீர்கள். அன்று நாம் பேசிக்கொண்டபடி வேலைகள் மிக ஒழுங்காக நடக்கும் என்ற நம்பிக்கை எனக்கு ஏற்பட்டது.

நீங்கள் மருத்துவமனைக்குப் போன பின் மனம் கேட்காமல் நான் தனியாக எவ்வளவோ முயன்று பார்த்தேன். என்னால் பாட்டியை எழுப்ப முடியவில்லை. மாலை வரையிலும் அப்படியே படுத்தபடி இருந்தது. அதற்கு உணவு தர முயன்றேன். எவ்வளவு தூண்டியும் அது உண்ணவும் இல்லை, தண்ணீரும் குடிக்கவில்லை. கண் விழிகளைக்கூடத் திறக்காமல் அப்படியே கிடந்தது. என்னென்ன கஷ்டங்களில் அது துன்பப்படுகிறதோ என்று எண்ணி மனம் கலங்கியபடி இருந்தேன். எனக்கு அது படுத்தபடியே இறந்து போய்விடுமோ என்ற கவலை வந்தது.

மாலையில் லூதர் வந்த பின் நானும் அவரும் வெகு நேரம் முயன்று அதை எழுப்பி நிறுத்தினோம். அவ்வாறு எழுப்பி நிறுத்து வதற்கு அதை மனம் ஒப்பாத அளவு இம்சைப்படுத்தவும் வேண்டி யிருந்தது. அதை எழுப்பி நிறுத்தும் முயற்சியில் லூதர் மிக மோசமாகக் களைத்துப்போய்விட்டார். அவரது வெளிர் நீலச்சட்டை வேர்வையில் நனைந்து கடும் நீல நிறமாகிவிட்டிருந்தது. 'சிமிட்டித் தரை வழுக்கு வதால்தான் அது கொட்டடிக்குள் நுழைய மறுத்து அடம் பிடித்ததோ என்னவோ, இனிமேல் அது மண்ணிலேயே நிற்கட்டும்' என்றார் லூதர். அவர் சொல்வது சரிதான் என்று எனக்கும் தோன்றியது.

மறுநாள் அதிகாலை எழுந்திருந்து நான் போய்ப் பார்த்தபோது ஒட்டகத்தைக் காணவில்லை. ஒரு ராந்தல் விளக்கை ஏற்றி வந்து சுற்றி வரப் பார்த்தேன். எங்குமே இல்லை. சிமிண்டுத் தொட்டில் தண்ணீரின் மட்டம் சற்றுக் குறைந்திருப்பதுபோல் பட்டது.

ஒட்டகத்தின் அடிச்சுவடுகளைத் தேடினேன். பிராணிகளின் மிதிபட்டு ஏற்கனவே மண் முற்றம் இறுகிப்போய்விட்டிருந்தது. சோர்வு என் மனதையும் உடலையும் ஒன்று சேரத் தாக்கித் தள்ளாட்டத்தை ஏற்படுத்துவதுபோல் உணர்ந்தேன். அப்படியே அவுட் ஹவுசின் படிகளில் அமர்ந்து மூடியிருந்த கதவுகளில் சாய்ந்து கொண்டேன். யோசனையின் ஒரு இழையைக்கூட நிம்மதியாகச் சிந்திக்கவிடாமல் புதிய யோசனைகள் முன்னிழையில் பின்னிக் கொண்டன. புதிய யோசனைகளை அவற்றின் நிழல்கள் மேலும் துரத்திவர, ஒவ்வொன்றும் பெரும் புகை மூட்டத்தினுள் என்னை ஆழ்த்தின.

லூதரை எழுப்புவது கொடுமையிலும் கொடுமையாகப் பட்டது. மருத்துவப் பணியை நிம்மதியாகப் பார்க்கவிடாமல் சதா அவரை நான் பிடுங்கிக்கொண்டிருப்பதுபோல் இருந்தது. 'எந்தப் பணியை நான் பார்க்க வேண்டும், இப்போதே சொல்லிவிடு, இரண்டையும் சேர்த்துப் பார்க்க முடியாது' என்று அவர் என்னை நோக்கி ஏன் கத்தவில்லை என்ற எண்ணம் வந்தது. அப்படிக் கத்தினால்கூட ஒரு விதத்தில் எனக்கு அது ஆறுதலாகவே இருக்கும். ஈடுபாடில்லாத பணிகளை அவரால் கடனுக்குச் செய்ய முடியாது. அவர் விரும்பாத பணிகளுக்கு அவரை வற்புறுத்துவது ரம்பத்தால் அவரைத் துண்டு போடுவதுபோல்தான்.

கதவைத் தட்டி உங்களைக் கூப்பிடுவதும் முறையில்லை. இயற்கையாகவே நீங்கள் வெளியே வருவீர்கள் என்று எதிர்பார்த்து அவுட் ஹௌசின் படிகளில் உட்கார்ந்துகொண்டிருந்தேன். சிலருக்கு இது போன்ற நெருக்கடிகளில் எதிர்பாராத தீர்வுகள் அதிசயமாக நடந்துவிடுகின்றன. தங்கள் வாழ்க்கையில் இவ்வாறு நடந்திருப்பதைப் பலரும் என்னிடம் சொல்லியிருக்கிறார்கள். ஏன் எனக்கு அதுபோல் நடப்பதில்லை என்று ஆண்டவனிடம் முறையிட்டுக்கொண்டிருந்தேன். வேறு காரணத்தை முன்னிட்டு இப்போது நீங்கள் வெளியே வந்தால், உடனடியாகப் பிரச்னை தீர்ந்துவிடாது என்றாலும், எனக்குச் சிறிது ஆறுதலேனும் ஏற்படுமே, அந்த ஆறுதலைத் தருவது என்பது ஆண்டவன் மனது வைத்தால் எவ்வளவு சிறிய விஷயம்.

படியிலிருந்து எழுந்து மீண்டும் கொட்டடியைச் சுற்றிப் பார்த்தேன். கழுதைகளும் மாடுகளும் நாய்களும் காலடியோசையில் உசுப்பிக் கொண்டு எழுந்திருந்து அரைக்கண் போட்டு என்னைப் பார்த்தன. பாட்டியைக் காணவில்லை என்பது உங்களுக்குத் தெரியுமா என்று அவற்றைப் பார்த்துக் கேட்டேன். என் கேள்வியைத் துளிகூடக் காதில் வாங்கிக்கொள்ளாமல் அவை நின்றபடி நின்றன. நின்ற

நிலையிலேயே கண்களை மூடிக்கொண்டன. சாண்டியாகா மட்டும் குனிந்த தலையுடன் அது படுத்திருந்த இடத்திலிருந்து என் பாதம் வரையிலும் தரையை வேகமாக முகர்ந்துகொண்டே வந்து என் பாதத்தில் அதன் முதுகு சரியும்படி படுத்துக்கொண்டது. என் மனம் குமுறிக்கொண்டு வந்தது. பிராணிகளைப் பார்த்து எந்த நெருக்கடியின்போதாவது நீங்கள் எனக்குச் சிறிது ஆறுதலைத் தந்திருக்கிறீர்களா என்று கேட்டேன். ஒரு வார்த்தைகூட ஒன்றும் பதில் சொல்லவில்லை.

திடீரென்று மற்றொரு விசாரம் மனதில் வரத் தொடங்கிற்று. திட்டமிட்டு அந்த ஒட்டகம் வீட்டைவிட்டுப் போய்விட்டதோ என்ற சந்தேகம் வந்தது. முந்தைய தினம் அதனால் எனக்கும் லூதருக்கும் மிகுந்த துன்பம் ஏற்பட்டது அதன் மனதைப் புண்படுத்திவிட்டதா? வயது காரணமாக அது நெகிழ்ச்சிகொள்ளும் இடத்திற்கு வந்திருக்க லாம். மேலும் எங்களுக்குப் பாரமாக இருக்க வேண்டாம் என்றெண்ணி அது இரவோடு இரவாக மறைந்துவிட்டதா? நாங்கள் அதை இம்சிக்க நேர்ந்ததும் அதற்கு வருத்தத்தையும் அதிர்ச்சியையும் ஏற்படுத்திருக்க லாம். எங்களிடம் துன்பப்படாமல் செல்லமாக வளர்ந்த பிராணி அது. பிறந்ததிலிருந்து தன் வாழ்க்கையில் பட்டிருந்த குரூரங்களும் தண்டனைகளும் மீண்டும் வந்துவிட்டதென அது எண்ணிக்கொண்டு விட்டதோ என்னவோ? இனி எங்களிடமிருந்தும் வெறுப்பை மட்டும் தான் எதிர்பார்க்க முடியும் என்று அது தவறாகப் புரிந்துகொண்டு விட்டதா என்றெல்லாம் எண்ணி மனம் குழம்பிக்கொண்டிருந்தேன்.

இது போன்ற ஒரு அவசர முடிவுக்கு அது வராமல் இங்கேயே இருந்திருந்தால் அதன் தவறான எண்ணத்தைக் குறுகிய காலத்திலேயே என்னால் மாற்றியிருக்க முடியும். ஆனால் அதற்கான சந்தர்ப்பத்தையே எனக்கு அது தரவில்லை. சிறிது பொறுத்துப் பார்ப்போம் என்று அதற்குத் தோன்றவில்லை. இயற்கையாகவே அது ரோஷம் கொண்ட தாக இருக்கலாம். முதுமை அதன் ரோஷத்தை மேலும் கூர்மைப் படுத்தியிருக்கலாம்.

தாமு, நீங்கள் மருத்துவ அறைக்குப் போகும்போது பார்க்கலாம் என்று காத்துக்கொண்டிருந்தேன். மாடியிலிருந்தே சாய்ந்து நிற்கும் உங்கள் மோட்டார் பைக்கை அடிக்கடி பார்த்துக்கொண்டிருந்தேன். வழக்கத்தைவிட அது பார்க்கச் சிக்கென்று ஒல்லியாகவும் அழகாகவும் இருந்தது. அதற்கு வயது குறைந்ததுபோலிருந்தது. நான் அதன் பக்கத்தில் வந்து அதைப் பார்க்காமல் கொட்டடியைப் பார்த்துக் கொண்டே இருந்தேன். என் பொறுமையைச் சோதிக்காமல் நீங்களும் வந்து சேர்ந்தீர்கள். எனக்குக் குறிப்பிட்ட வேலை எதுவும் அங்கு இல்லையென்றும் நான் என் வழக்கப்படி நிற்பதாகவும் நீங்கள் எண்ணிக்கொள்ள வேண்டுமென்ற எதிர்பார்ப்பு எனக்கு இருந்தது. நின்று பேசாமல், 'இன்று கொஞ்சம் அவசரம்' என்று சொல்லிவிட்டு மோட்டார் பைக்கின் சீட்டைத் தட்டிக்கொடுத்துவிட்டு அதிலேறிக்

கொண்டீர்கள். ‘தாமு, ஒரு நிமிஷம், அதிகாலையிலிருந்து பாட்டியைக் காணவில்லை’ என்றேன். சிறிதும் பதறாமல், ‘அப்படியா?’ என்று கேட்டுவிட்டு, ‘நீங்கள் ஓய்வெடுத்துக்கொள்ளுங்கள். காலையில் ஒரு அறுவைச் சிகிச்சை. வேலை முடிந்து வந்ததும் கவனிக்கிறேன்’ என்று சொல்லியவாறு என்னைப் பார்த்தீர்கள்.

நீங்கள் பொறுப்பை எடுத்துக்கொண்டு பேசியது உங்களிடம் ஏற்பட்டிருந்த மன மாற்றத்தைத்தான் எனக்கு உணர்த்தியது. ஒரு நிமிஷம் நான் யோசனையில் ஆழ்ந்து நின்றேன். மறு நிமிடம் காட்டுப்பாதையில் இருந்து புழுதிப் படலம் மேலெழுந்து மரக்கூட்டங் களை மறைக்கும்படி உங்கள் பைக் போய்க்கொண்டிருந்தது.

என்னால் நிம்மதியாக வீட்டிற்குள் இருக்க முடியவில்லை. ஒரே தவிப்பாக இருந்தது. பாட்டி ஒரு பெரிய குழியில் தன் உடல்மீது கழுத்தை மடக்கிப்போட்டு இறந்து கிடக்கும் காட்சியை எனக்கு விரைவிலேயே பார்க்கக் கிடைக்கப்போகிறது என்ற திகில் மனதில் படர்ந்துகொண்டிருந்தது. ஒரு டார்ச் லைட்டை எடுத்துக்கொண்டு மரக்கூட்டங்களுக்குள் நுழைந்து சென்றேன். மனதில் ஏதோ தயக்கம் தடுத்தது. நான் இப்போது செய்கிற காரியத்தைப் பற்றி லூதர் வருந்திப் பேசலாம். வெகு தூரம் போக வேண்டாம் என்றும் முன்னாடியிலேயே எங்காவது ஒரு இடத்தில் அதைப் பார்க்கக் கிடைத்துவிடும் என்றும் நம்ப விரும்பினேன். மிகவும் பாவப்பட்ட ஜீவன். அது கீழே விழுந்து விடலையென்றால் அதன் முதுகைத் தொட்டுக்கொண்டே வந்தால் என் பின்னாலேயே வந்துவிடும். ஏதாவது பள்ளத்தில் விழுந்து விட்டதோ என்னவோ. அந்த இடத்தைப் பார்த்துக்கொண்டு வந்துவிட்டால் யாரையேனும் உதவிக்கு அழைத்துச் சென்று அதை மீட்டு வரலாம். ஆனால் உதவிக்கு யாரை நான் அழைக்க வேண்டும்?

காட்டிற்குள் அடர்த்தியாக வரும் இருட்டு எனக்கு அச்சத்தைத் தந்தது. நடுநிசி போல் ஆகிவிட்டது. டார்ச் லைட்டின் பிரகாசம் பளிச்சென்றாகிவிட்டிருந்தது. மரங்கள் நெரிசலாக நின்றுகொண்டிருந் தாலும் இடைவெளிகளில் நுழைந்து அவற்றைத் தாண்டிப் போய்க் கொண்டிருக்க முடிந்தது. பறவைகள், அணில்கள், முயல்கள், மான்கள் போன்ற பிராணிகள் தவிர மற்ற எவற்றையும் பார்க்க நேரவில்லை. மான்களைப் பார்த்தபோது சிறிது நம்பிக்கை ஏற்பட்டது. இவ்வளவு நேரம் வரையிலும் இடைவிடாது கேட்டுக்கொண்டிருந்த காற்றின் [illegible] ஓய்வதுபோல் இருந்தது. நான் மரங்களை அடையாளம் வைத்துக்கொள்ளலாம் என்றெண்ணி அவற்றைக் கூர்ந்து கவனித்துக் கொண்டே போனேன். சிறிது நேரத்திலேயே அது சாத்தியமில்லை என்பதை உணர்ந்துகொண்டேன். திசைகள் குழம்பிவிட்டன. வளப்பு நாய் என்றால் அவற்றின் பெயரை உரக்கக் கூவுவதில் அர்த்தமுண்டு. காந்த சக்திக்கு ஆட்பட்டது போல் அது நம்மை நோக்கிப் பாய்ந்து வரும். அவற்றின் உடலியக்கம் அவற்றின் சிந்தனையைக் கணக்கிலெடுத்துக் கொள்ளாமலே இழுத்துக்கொண்டு தள்ளிவிட்டது போலிருக்கும்.

சன்னமாக ஒரு மனிதக் குரல் காதில் விழுவது போலிருந்தது. வெகு தொலைவிலிருந்து புறப்பட்டுத் தேய்ந்துகொண்டே வரும் அந்தக் குரல் என் காதில் விழுந்து சாகிறது. அந்தக் குரலை இனங்கண்டு கொள்ள முடியாத நிலை என்னை மேலும் சோர்வில் ஆழ்த்தி, திரும்பிவிடத் தூண்டிற்று.

நான் வந்த திசை என்று எதை நம்பினேனோ அந்தத் திசையைப் பார்த்து விரையத் தொடங்கினேன். என் அனுமானம் தவறாக இருக்கும் என்றுதான் தோன்றியது. அடக்க முடியாத ஒரு பதற்றம் ஏற்பட்டது. காட்டை விட்டு வெளியேறும்போது என் வீட்டின் பக்கம் போய்ச் சேர மாட்டேன் என்பதும் ஏதாவது ஒரு மண் ரோட்டிற்குப் போய் விட்டால் அங்கிருந்து நடந்து வீட்டிற்குப் போய் விடலாம் என்றும் நினைத்தேன். இப்போது அந்த மனிதக் குரல் காதில் விழவில்லை என்பது தீர்மானமாகத் தெரிகிற போதும் மனதுக்குள்ளிருந்து அந்தக் குரல் கேட்டுக்கொண்டிருந்தது. அது லூதருடைய குரல் அல்ல. இருந்தாலும் லூதருடைய குரலாக இருக்கக்கூடும் என்ற கற்பனையான கவலையை என் மனம் உருவாக்கிக் கொண்டது.

மரக்கூட்டங்களுக்கும் மனிதக் குரல்களுக்குமான உறவு எப்படி? அவை மனிதக் குரல்களை மாற்றக்கூடியவை என்றால் எந்த விதமான மாற்றத்தைச் செய்யக்கூடியவை? கைக்கடிகாரத்தைப் பார்த்தேன். பிற்பகல் 3.30 மணி. லூதர் வீடு திரும்பும் நேரமே அல்ல. அன்று ஏதோ ஒரு காரணத்தால் அவர் முன்னேரத்திலேயே வந்து என்னைக் காணாது திகைத்தாலும் மரக்கூட்டங்கள் முன்னால் நின்று என் பெயரைச் சொல்லிக் கத்துகிறவர் அல்ல அவர். திடீரென்று ஒரு குன்று எதிர்கொள்ளவே, வரும்போது இல்லாத மேடு இப்போது எப்படி முளைத்தது என்று யோசனை தோன்றியது. நான் போன வழியை ஒட்டித் திரும்பவில்லை என்பது உறுதியாகத் தெரிந்துவிட்டது.

மண் ரோடு தொலைவில் இருந்தது. முதலில் புழுதிப் படலம்தான் தெரிந்தது. புழுதி எப்படிக் கிளறிவிடப்படுகிறது என்பது எனக்குத் தெரியவில்லை. காற்று மட்டும்தான் பொறுப்பு என நினைக்க வேண்டி இருந்தது. நான் புழுதிப் பாதையில் ஒரு மணி நேரம் உழுதுகொண்டே நடந்தேன். புழுதி குளிர்கால பூட்ஸ்போல் இரண்டு முட்டுக்கள் வரையிலும் தடித்துக்கொண்டேபோயிற்று. வீட்டை அடைந்ததும் கழுவ வேண்டியதாகவோ அல்லது உரித்து எடுக்க வேண்டியதாகவோ இருக்கலாம். மண் ரோட்டில் ஏறி ஏறத்தாழ ஒரு மைல் நடந்திருப்பேன். அப்போது பின் பக்கம் மோட்டார் பைக் சத்தம் கேட்டது. நிச்சயமாக அது உங்களுடைய வண்டிதான் என்று எண்ணினேன். திரும்பிப் பார்த்ததும் பாய் மரம் மாதிரிப் புகைப்படலம் முன்னேறி வந்துகொண்டிருந்தது. புகைப்படலம் உங்களை மூடி மறைக்கத் துரத்துவதுபோலவும் அதன் பிடியில் அகப்படாமல் நீங்கள் தப்பித்து வருவதுபோலவும் தோன்றியது.

நீங்கள் நெருங்கி வந்ததும் ரோட்டோரம் விட்டு விலகி நான் புல் தரையில் பின்னகர்ந்துகொண்டேன்.

நீங்கள் பைக்கில் அமர்ந்து என்னைப் பார்த்தபோது என்னுடன் பேசும் மனநிலையிலேயே நீங்கள் இல்லை என்பது வெளிப்பட்டது. நீங்கள் சமிக்ஞை காட்டவே பின் சீட்டில் ஏறி அமர்ந்துகொண்டேன். மனம் மிகுந்த துக்கத்தில் ஆழ்ந்திருந்தது. என்னைச் சுற்றியிருந்த மரங்களும் ஒளியும் வானமும் என் மனதில் நிழல் போல் பின்னகர்ந்து, இனி என்ன செய்யப்போகிறோம் என்ற சிந்தனையில் ஆழ்ந்ததும், பாட்டியை மையமாக வைத்துப் பல சோகச் சித்திரங்கள் என் மனதில் ஓடத் தொடங்கின. பின்னால் திரும்பிப் பார்த்தபோது ரோடு என்னை விட்டுப் பின்னகர்ந்து ஓடுவதுபோலவும் அதன் இரு கரைகளும் முறுகும் தடித்த ஒற்றை வடம்போல் ஆகி அந்த முறுகலிலேயே மரக்கூட்டங்கள் மறைந்து போய்க்கொண்டிருப்பது போலவும் தெரிந்தன.

கூரான ஒரு இடது பக்க வளைவில் திரும்பும் பைக் பூமியில் உரசப்போவதுபோல் சரிந்து சென்றபோது என் நினைவு சூழலுக்குத் திரும்பிற்று. மரக்கிளைகளின் இடைவெளிகளில் நம் கொட்டடிக் கூரையின் மூலை தெரிந்தது. அப்போது நீங்கள் காற்றைக் கிழிப்பது போல் உரத்த குரலில், 'பாட்டி வந்துவிட்டதா?' என்று கேட்டீர்கள். எனக்குப் பேச்சு வரவில்லை. உங்கள் முதுகில் ஒரு பெருக்கல் சின்னத்தை வரைந்தேன். வண்டியை வழக்கம் போல் அவுட் ஹவுஸ் பக்கம் நிறுத்திவிட்டு, 'மறியா, நான் உடையை மாற்றிக்கொண்டு இப்போதே தேடிப் பார்க்கிறேன்' என்றவாறு கதவைத் திறந்தபடி உள்ளே சென்றீர்கள்.

லூதர் வரவேற்பறையில் இருப்பார் என்றும் பைக் சத்தம் கேட்டதும் வெளியே வருவார் என்றும் மனத்தின் கற்பனைச் சித்திரத்தோடு உள்ளே நுழைந்தேன். அந்தச் சித்திரம் உடைந்து சிதறிற்று. வரவேற்பறையில் அவர் இல்லை. பின் கட்டிலும் அவர் இல்லை. மாடிக்குப் போனேன். படுக்கை அறை இருள் சூழ்ந்து கிடந்தது. லூதர் கட்டிலில் படுத்துக் கிடந்தார். 'லூதர், ஏன் விளக்கைப் போட்டுக்கொள்ள வில்லை?' என்று கேட்டேன். ஒரு ஆசிரியை சொல்வதைக் குழந்தை கேட்பதுபோல் அவர் தலைமாட்டில் இருந்த ஸ்விச்சைத் தட்டினார். என் மீது பொறுத்துக்கொள்ள முடியாத வருத்தத்தில் அவர் இருக் கிறார் என்று என் மனம் சொல்லிற்று. அவர் நான் சொன்னதை அனுசரித்த தன்மையில் அவரது வருத்தம் தெரிந்தது. அந்த வருத்தம் இப்போது உடைபடப்போகிறது என்றால் இன்றுவரையிலும் நான் அறிந்திராத லூதரின் புதிய முகங்களைப் பார்க்கப்போகிறேன் என்றுதான் பொருள். நான் கட்டிலில், அவர் உடல் மீது என் உடல் அழுந்தும்படி படுத்துக்கொண்டேன். சுதந்திரமற்ற என் குழந்தைபோல் அவர் தன்னைக் கற்பனை செய்துகொண்டிருக்கிறார்.

அதைத் தலைகீழாக மாற்றி அவருடைய குழந்தை நான் என்று அவர் உணரும்படி செய்ய வேண்டும். அவர் விளக்கைப் போட்ட முறையில் நான் முகமற்றுப்போய்விட்ட ஒரு மனிதன் என்ற அவரது ஆற்றாமை வெளிப்பட்டது. அது உள்ளூரச் சேர்ந்துகொண்டுவருவதை நான் பல மாதங்களாகவே உணர்ந்துவருகிறேன். ஆனால் அவர் அதை வெளிப்படுத்தாது தள்ளிப்போட்டுகொண்டே இருந்தார். இன்று அது வெளிப்படப்போவது நல்லதுதான் என்று எண்ணினேன். அவரிடமிருந்து வெளிப்படப்போவது என்னைப் பற்றிய விமர்சனம்தான் என்பது எனக்குத் தெரிந்தது.

லூதரின் முகத்தை என் முகத்தின் அருகே பலாத்காரமாகத் திருப்பினேன். எத்தனையோ முறை கட்டுப்படுத்த முடியாத ஆவேசத் துடன் முடிவென்பதே இல்லாமல் என்னை மீண்டும் மீண்டும் முத்தமிட வரும் அவருடைய முகம் அன்று இறுகிய கழுத்தில் அசைக்க முடியாமல் இருந்தது. முகத்திலும், முக்கியமாகக் கன்னங் களிலும், ஈரப் பளபளப்புத் தெரிந்தது. மௌனமாகக் கண்ணீர் விட்டுக்கொண்டிருந்த அவர் மாடிப்படிகளில் என் காலடியோசை கேட்டதும் விரைவாகக் கன்னங்களைத் தேய்த்துக்கொண்டிருக்கிறார் போலிருக்கிறது. அவர் அழுதிருக்கிறார் என்றால் அது உலக அழிவின் ஆரம்பம்தான். அவர் போர்க்களத்தில் தனது வலது கை அறுந்து தொங்கினாலும் மனம் தளராதவர். அந்தத் தைரியத்திற்கு இன்று வரையிலும் அடையாளமே இல்லையென்றால் அவருக்கு இன்றுவரை யிலும் தன் தைரியத்தைக் காட்டப் போர் நடக்காத வெற்றுக்களம்கூடக் கிடைத்ததில்லை என்பதால்தான்.

அவர் வீடு திருப்பியதும் என்னைக் காணாதது எற்கனவே மூட்டம் போட்டிருந்த அவர் மனத்தைக் கலங்க அடித்திருக்கும். என்னைப் பற்றி விசாரிக்கக்கூட அவரைச் சுற்றி நாதி இல்லை. ‘லூதர், என்ன விஷயம் என்றாலும் என்னிடம் சொல்லுங்கள். நாம் யோசித்து ஒரு நல்ல முடிவுக்கு வந்துவிட முடியுமென்ற நம்பிக்கையும் சோதனை களைத் தாங்கும் மனபலமும் எனக்கு இருக்கிறது’ என்று நான் சொன்னேன்.

‘நீதான் என் பிரச்னை’ என்றார் லூதர். பிரச்னை என்ற சொல் அவரறியாமலே அழுத்தமாக வெளிப்பட்டது. ‘லூதர், எனக்கே அது தெரிகிறது. நான் உணராதவையும் உங்களுக்குத் தெரிந்திருக்கும். லூதர், ஒரு வேண்டுகோள். என்ன கஷ்டம் என்றாலும் என்னிடம் வெளிப்படையாகச் சொல்லுங்கள். முடிந்தளவு சந்தோஷமாக இருக்க வேண்டுமென்று எனக்கு நானே அடிக்கடி சொல்லிக்கொள்கிறேன்’ என்றேன். ‘அது சரிதான், ஆனால் உன்னை நீ கவனித்துக்கொள் வதில்லை. முதலிலிருந்தே இப்படித்தான் இருக்கிறாய்’ என்றார். நான் மௌனமாக அவர் முகத்தைப் பார்த்துக்கொண்டிருந்தேன். அப்போது என் மனதில் உருவான சிற்றலைகள் ஒரு கேள்வியாகத் திரண்டு அவர் வாசிக்கும்படி என் முகத்தில் வெளிப்பட்டிருக்க

வேண்டும். 'உன் இன்றைய நிலைகூட உனக்குத் தெரியவில்லை. எனக்கு மிகவும் சங்கடமாக இருக்கிறது' என்றார். இவ்வாறு சொல்லி விட்டு அவர் தன் கண்களைச் சாய்த்து என் தலைமாட்டிலிருந்து பாதங்கள் வரையிலும் பார்த்தார். நான் என் கண்களைத் தாழ்த்தி என் உடலைப் பார்க்க முயன்றேன். என் பாதங்கள் எனக்குத் தெரியவில்லை. என் வயிறு ஒரு மலைபோல் வளர்ந்துவிட்டதைப் பார்த்ததும் எனக்குக் கூச்சமும் என் மீதே அருவருப்புணர்ச்சியும் தோன்றின. பார்ப்பவர்களுக்குக் கோபத்தையோ அல்லது வெறுப் பையோ ஏற்படுத்தும்படி என் வயிறு வளர்ந்து ஒரு பெரிய தூண்போல் நான் படுக்கையில் விழுந்து கிடக்கிறேன் என்று நினைத்துக் கொண்டேன். அப்போது ஒரு குழந்தை வெட்ட வெளியிலிருந்து தன் மெல்லிய சிறகுகளை இலேசாக அசைத்தபடி அள்ளி எடுத்துக் கொள்ளத் துடிக்கும் என் கைகளைப் பார்க்க வருகிறது. அந்த நேரத்தில் ஏற்பட்ட பரவச உணர்ச்சி எல்லாக் குறைகளிலிருந்தும் என்னை மேலெடுத்துச் சென்றது. யார் எப்படிப் பார்த்தாலும், என்னதான் நினைத்தாலும் அவற்றை அலட்சியப்படுத்துவது சந்தோ ஷத்தைத் தரக்கூடியது என்று மனதிற்குள் சொல்லிக்கொண்டேன்.

'உனக்குப் பிரசவ காலம் மிகவும் நெருங்கிவிட்டது' என்றார் லூதர். 'இந்த நிலையிலும் நான் பொறுப்பில்லாமல் நடப்பதுபோல் உங்களுக்குத் தோன்றுகிறது, சரிதானே?' என்று நான் கேட்டேன். அவர் தலையை அசைந்தார். எனக்கு உடனடியாக என்ன பதில் சொல்வது என்று தெரியவில்லை. இனிமேல் கவனமாக நடந்துகொள் கிறேன் என்று சொல்லக் கூச்சமாக இருந்தது. அது ஒரு பொறுப்பற்ற வாக்கியம். யாரும் சொல்லக் கூடியது. அந்த வாக்கியத்தை அவரால் நம்ப முடியுமா? 'பாட்டியைத் தேடிக் காட்டுக்குள் நீ எப்படிப் போகலாம்?' என்றார் அவர். அவர் சொன்னது சரிதான். ஆனால் யார் போயிருக்க வேண்டும்? 'மறியா, இனிமேல் உன் வாழ்க்கையை எப்படி அமைத்துக்கொள்ளப்போகிறாய் என்பதை இப்போதே என்னிடம் சொல்லிவிடு' என்றார். இதுதான் ஆகக் கஷ்டமான கேள்வி. என் உற்ற ஜீவன்களைக் காட்டுக்குள் துரத்திவிடுகிறேன் என்று என்னால் சொல்ல முடியுமா? 'லூதர், லூதர்' என்று திரும்பத் திரும்பச் சொல்லிக்கொண்டிருந்தேனே தவிர என்ன சொல்வது என்பது எனக்குத் தெரியவில்லை.

எனது லட்சியங்களுக்கும் எனது வாழ்க்கைக்கும் நடுவிலிருந்த முரண்பாடு கூர்மைப்பட்டுவிட்டது. இப்போது என் பிரச்னைகள் எவற்றையும் இல்லாதது போல் பாவித்துக்கொள்ளவோ, என் பொறுப்புக்களைப் பற்றி யோசிக்கத் தைரியமில்லாமல் அவற்றைப் புதைத்துக்கொண்டுபோகவோ என்னால் முடியாது. நான் மலையின் விளிம்பிற்கு வந்துவிட்டேன். இப்போது நான் அடியெடுத்து வைத்தாக வேண்டும். ஒன்றில் முன்னால். அல்லது பின்னால். இந்த நிலையில் லூதரிடம் அவகாசம் கேட்பதைத் தவிர வேறு வழி எனக்கு இருக்கவில்லை.

களைப்புத் தாங்காமல் லூதர் சிறிது நேரத்தில் தூங்கிவிட்டார். மணியைப் பார்த்தேன். இரண்டு மணி தாண்டியிருந்தது. நான் மிகவும் அழுக்காக இருப்பது என் நினைவுக்கு வந்து அருவருப்பாக உணர்ந்தேன். காட்டிலிருந்து வரும்போது குளித்துவிட்டுத்தான் படுக்கை அறைக்கே வர வேண்டும் என்று நினைத்திருந்தவள்தான். அவசரமாக ஷவர் ஸ்டாலுக்குச் சென்றேன். பகலில் என்னை வாட்டியிருந்த பல அனுபவங்களையும் தண்ணீர் மனதிற்குள்ளிருந்து கழுவிக்கொண்டு போனதுபோல் இருந்தது. தூங்கும் நேரம் என்றாலும்கூட நல்ல உடைகள் உடுத்திக்கொள்ள வேண்டும் என்று தோன்றிற்று. அதே போல் உடுத்திக்கொண்டு கீழே போய், நீங்கள் வந்துவிட்டீர்களா என்று பார்க்க வந்தேன். பாட்டியுடன்தான் திரும்புவேன் என்று நீங்கள் சவால் விட்டுச் சென்றிருக்கிறீர்கள் என என் ஆசைக்கு ஏற்பக் கற்பனை செய்துகொண்டு வெளி வாசலுக்கு வந்தேன். கொட்டிலில் விளக்கு வெளிர் மஞ்சளாக எரிந்துகொண்டிருந்தது. பரபரவென்று சருமத்தைத் தேடி ஆடைகளை ஊடுருவி இறங்கும் குளிர். மந்தமான காற்றிற்கு அசைய மறுத்து மரங்கள் நின்றுகொண்டிருந்தன. அமைதி மனதின் மூச்சைப் பிடிக்கிறது. இரண்டொரு எட்டுக்கள் வைத்து முன்முற்றத்திற்குச் சென்றேன். அங்கு பாட்டி நின்றுகொண்டிருந்தது. பக்கத்தில் போய் பார்த்தேன். எந்தக் காயங்களும் அதன் உடலில் தென்படவில்லை.

அவுட் ஹவுஸ் முன் வந்தேன். என் காலடிச் சுவடுகள் வேறு யாரோ ஒருவருடையது போல் ஒலித்தன. உங்கள் வாக்கிங் ஷுக்கள் திண்ணையில் கிடந்தன. உடனடியாக உங்களைப் பார்க்க வேண்டு மென்று தோன்றிற்று. அலைந்துவிட்டு வந்து தூங்கிக்கொண்டிருப் பவரை அப்போது எழுப்புவது ஈரமில்லாத செயலாகப் பட்டது. மறு நாள் நீங்கள் பணிக்குப் போக வேண்டும். மாடிக்குச் சென்று படுக்கையில் படுத்தேன். லூதர் இரு கைகளையும் தலைமேல் குவித்து ஒருக்களித்துப் படுத்துத் துங்கிக்கொண்டிருந்தார். அவர் பக்கத்தில் படுத்துக்கொண்டதும் அவர் முகத்தோடு என் முகத்தை இணைத்துக்கொண்டேன். அவர் காது மடல் என் உதடுகளில் உரசியபடி இருந்தது. எனக்கு நானே பேசிக்கொள்ள வேண்டும் என்று தோன்றியது. 'லூதர், உங்களைச் சிறிதும் சங்கடப்படுத்தக் கூடாது என்பதுதான் என் எண்ணம். நீங்கள் மிகப் பெரிய பொறுமை சாலி. தான் நல்லவன் என்பதைப் புரிந்துகொள்ளக்கூடப் பிறருக்குச் சந்தர்ப்பம் தராதவர்' என்று ஆரம்பித்து தொடர்ந்து என் மனம் நெகிழும்படி பேசிக்கொண்டே இருந்தேன். அவர் அசையாமல் படுத்திருந்தார். நான் பின்னும் வெகு நேரம் விழித்துக்கொண்டிருந் தேன். மனம் குடைந்துகொண்டே இருந்தது.

மறுநாள் லூதர் விழித்தபோது எழுந்த படுக்கை அசைவில் நானும் விழித்துக்கொண்டேன். முன் தினம், அவரோடு எழுந்திருந்து அவர் மருத்துவ அறைக்குப் போகும்வரை அவருக்குத் துணையாக

இருக்க வேண்டும் என்று தீர்மானம் செய்து வைத்திருந்தேன். நானும் லூதருடன் கீழே போனேன். அவர் வரவேற்பறையைத் தாண்டி முன் வாசலுக்குப் போனார். நானும் பின்னால் போனேன். முதலில் முற்றத்தைப் போய்ப் பார்த்தார். 'மறியா, பாட்டி வந்துவிட்டது, வரும் என்று நான் சொன்னேன் அல்லவா?' என்றார். 'தாமு தேடிப்பிடித்துக் கொண்டுவந்திருக்கிறார்' என்றேன் நான். நீங்கள், நாங்கள் இருவரும் அங்கு வந்ததையே கவனிக்கவில்லை. நீங்கள் பாட்டியின் தொடையில் ஒரு ஊசியை விட்டெறிந்து விட்டு, குத்திட்டு நிற்கும் ஊசியின் மீது குழாயைப் பொருத்தி ரத்தம் எடுத்துக் கொண்டிருந்தீர்கள். நான் லூதரின் முகத்தைக் கவனித்தேன். 'என்ன செய்கிறார் இவர்?' என்று லூதரின் வாய் அலுப்புடன் முணுமுணுத்தது. ஒரு கணம் எனக்கு அவருடன் ஒரு இடைவெளி ஏற்பட்டது. லூதர் ஒரு விளக்கத்தை எதிர்பார்ப்பதை அவரது முகத்தைக் கவனிக்காமலேயே உணர்ந்த நீங்கள், 'சோதனைக்காக ரத்தம் எடுத்தேன்' என்றீர்கள். 'பாட்டியின் பலவீனத்தைக் குறைக்க ஏதாவது செய்ய முடியுமா?' என்று யோசிப்பதாகவும் சொன்னீர்கள். மறு கணம் லூதர், 'தாமு, அதைச் செய்யத் தனி மருத்துவர்கள் இருக்கிறார்களே?' என்றார். 'ரத்த சோதனையின் முடிவை அவர்களிடமே தந்து ஆலோசனை கேட்கப் போகிறேன்' என்று சொன்னீர்கள். 'ரத்த சோதனை செய்ய வேண்டும் என்று யார் தீர்மானித்தார்கள் தாமு?' என்று கேட்டார் லூதர். தன் குரலில் காரம் ஏறுவதை மட்டுப்படுத்தவே அவர் அப்போது உங்கள் பெயரைச் சேர்ந்துக்கொண்டதாக எனக்குத் தோன்றியது. 'உங்கள் நோயாளிக்குக் கால்நடை மருத்துவர் ஒருவர் ரத்தம் எடுத்தார் என்றால் நீங்கள் அதை விரும்புவீர்களா?' என்று கேட்டார் லூதர். அவர் மனதில் உஷ்ணம் ஏறுவதை நான் உணர்ந்தேன். அங்கிருந்து நான் மறைந்து போய்விட வேண்டும் என்று எனக்குத் தோன்றிற்று. நீங்கள் பதில் சொல்லவில்லை. லூதரின் கோபத்திற்கு உங்களைப் புண்படுத்த வேண்டும் என்று தோன்றிவிட்டதா? 'கால்நடை டாக்டரைவிட உயர்ந்த டாக்டர் என்ற எண்ணம் உங்கள் மனதில் இருப்பதுபோல் தெரிகிறது' என்றார் லூதர். 'லூதர், உங்கள் மனநிலை சற்றுச் சரியில்லையென்று நினைக்கிறேன். இரவு பேசிக் கொள்ளலாமே' என்று நீங்கள் சொன்னீர்கள். உங்கள் நிதானம் வியப்பைத் தந்தது. 'என் மனநிலை சரியாகவே இருக்கிறது. இப்போது உங்களால் பதில் சொல்ல முடியவில்லை என்றால் உங்களிடம் பதில் இல்லையென்றுதான் அர்த்தம்' என்றார் லூதர். நான் மென்மையாக லூதரின் கையைத் தொட்டேன். அவர் என்னைப் பார்த்து முறைத்துவிட்டு மாடியை நோக்கிச் சென்றார். நான் அவர் பின்னால் சென்றேன்.

நான் அப்போது உங்களைச் சார்ந்து ஏதாவது பேசியிருந்தால் லூதரின் கோபம் தீப்பிழம்பாக எழுந்திருக்கும் என்பதில் சந்தேகமே இருக்கவில்லை. உள்ளூர அவர் வருத்தத்தில் தோய்ந்துபோய்க் கிடக்கிறார். அதிலிருந்து ஒரு இழையை மட்டும் அப்போது இழுத்துக்

காட்டினார். மறைக்கப்பட்ட பல இழைகள் அதற்குப் பின்னால் இருக்கலாம். சிடுக்கும் முடிச்சுமாக அவை கிடக்கலாம். இருந்தாலும் இரவு பூராவும் அலைந்து பாட்டியைத் தேடிக் கண்டுபிடித்துக் கொண்டுவந்த ஒருவரிடம் நன்றி சொல்வதற்குப் பதில் கோபப்படுவது முகத்திலடிப்பது போன்ற காரியம் என்று நான் நினைத்தேன். ‘லூதர், பாட்டியைக் காட்டில் தேடி அலைந்து தாமுதான் அழைத்து வந்திருக்கிறார்’ என்றேன். ‘மறியா, அதை எனக்கு நினைவுபடுத்த வேண்டிய சந்தர்ப்பம் இதுவல்ல. நான் உரிய நேரத்தில் அவருக்கு நன்றி தெரிவித்துக்கொள்கிறேன்’ என்றார். ‘நான் கேட்கிறேன் என்று கோபித்துக்கொள்ளாதீர்கள், நாளை தாமு பணிக்கு வருவார் என்று நம்புகிறீர்களா?’ என்று கேட்டேன். அதற்கு லூதர், ‘அந்த யோசனையே எனக்கு வரவில்லை. கற்ற மருத்துவத்திற்கு விசுவாசமில்லாத ஒருவர் பணிக்கு வரவில்லை என்றால் அதற்காக நான் வருந்த மாட்டேன்’ என்றார். அவர் குரல் அவரது கோபத்தை அடக்கிக்கொள்ள முடியாத கூர்மை பெறுவது மாதிரித் தோன்றியதால் நான் அதற்கு மேல் ஒன்றும் பேசவில்லை. உங்களை உடனடியாகச் சந்திக்க வேண்டும் என்ற எண்ணம் என் மனதில் ஆவேசமாகத் தோன்றியது. நான் மனதிற்குள் அந்த ஆசையைத் துண்டித்துக்கொண்டு படுக்கையில் சாய்ந்து விழுந்தேன்.

வருத்தத்திற்கு ஆட்பட்டிருக்கும் சந்தர்ப்பங்களில் லூதர் முன்கூட்டி மருத்துவ அறைக்குச் சென்றுவிடுவது வழக்கம். நான் கண் விழித்துப் பார்த்தபோது மணி எட்டுக்கூட ஆகியிருக்கவில்லை என்றாலும் அவரைக் காணவில்லை. எனக்கு மிகவும் ஆயாசமாக இருந்ததால் சற்று நேரம் மேலும் உறங்கிவிட்டு அதன் பின் கொட்டடிக்குச் சென்றேன். அன்று எனக்கும் அந்தப் பிராணிகளுக்குமான உறவு சற்று வித்தியாசமாகத் தோன்றியது. அந்தப் பிராணிகளும் அவற்றைச் சுற்றியிருந்த பிராந்தியங்களும் ஜீவனற்று வறண்டு போய்விட்டது போல் தெரிந்தது. வழக்கமாக நான் கொட்டடிக்குள் நுழைந்ததும் எல்லாப் பிராணிகளும் என்னை ஆவல் பொங்கப் பார்க்கும். அப்போதுதான் அவற்றின் கண்கள் மிகப் பெரிதாகத் தெரியும். கண்ணாடிபோல் பளபளக்கும் நீர்மை அவற்றின் விழிமீது தேங்கியிருப் பதை அப்போது மட்டும்தான் எனக்குப் பார்க்கக் கிடைக்கும். அந்த ஈரத்தின் தேக்கத்தில்தான் என்மீது அவை கொண்டிருக்கும் அன்பு கரைந்து கிடப்பதாக நான் கற்பனை செய்துகொள்வேன். கட்டிப் போடாத நாய்கள் என்னைப் பார்க்க ஓடி வரும். அப்படி ஓடி வரத் தெரிந்தவை நாய்களும் பன்றிகளும்தான். படுத்திருக்கும் மாடுகள் அலறியடித்து எழுந்திருந்து நிற்கும். வாலைத் தூக்கி அவசரமாகச் சாணி போடும். அவை தங்கள் கழுத்துக்களைக் கயிறு அழுந்த மடித்து என்னைப் பார்க்க நிற்கும்போது அவற்றின் காதுகள் விடைத்துக்கொள்ளும். இவை ஒவ்வொன்றுமே, அன்றாடம் நான் பார்க்கிற காட்சிகள்தான் என்றாலும் எனக்கு மிகுந்த சந்தோஷத்தைத் தருபவையாகத்தான் இருந்தன. திடீரென்று கொட்டிலுக்குள் விழித்துக்

கொள்ளும் ஜீவசக்தி, தூக்கத்திலாழ்ந்து கிடக்கும் காலைப் பொழுதைத் தட்டியெழுப்பிப் பணிக்குப் புறப்படச் சொல்வதுபோல் இருக்கும்.

அன்றும் அந்தச் சம்பிரமங்கள் எல்லாம் நடந்தன என்றாலும் அவை என் மனதில் எந்தக் கிளர்ச்சியையும் ஏற்படுத்தவில்லை. எல்லாப் பிராணிகள்மீதும் அசிரத்தை தோன்றுவதை நினைத்து வருத்தம் வந்தது. அவற்றிற்கு உணவு தருவதற்கான காரியங்களில் ஈடுபடத் தொடங்கினேன். சிறிதுதான் வேலை செய்திருப்பேன். அதற்குள் களைப்பு மேலிட்டு நெற்றியில் வேர்வை அரும்பத் தொடங்கிற்று. குளிர் மிகுந்த அந்த நாளில் கொட்டகைக்கே சூடேற்றியதுபோல் புழுங்கி மூச்சுத் திணறுவதுபோலவும் தோன்றியது. வெளியே திறந்த வெளிக்கு வந்தேன். அப்போதுதான் கவனித்தேன். உங்கள் பைக் வழக்கமாக நீங்கள் நிறுத்தும் இடத்தில் நின்றுகொண்டிருந்தது. நான் லூதரிடம் கேட்ட கேள்வி எவ்வளவோ வருந்தும்படி உண்மையாகிவிட்டது. மாடிக்குச் சென்று லூதருக்கு போன் செய்து கேட்டேன். 'வரவில்லை, லீவும் கேட்டிருக்கவில்லை' என்றார். உங்கள் அவுட் ஹவுசின் முன் வந்தேன். ஜன்னல் திறந்திருந்தது. ஆனால் உள்ளே எந்த அரவமும் இல்லை. என் மனம் குழம்பி விட்டது. நடப்பதுபோல் நடக்கட்டும் என்று மீண்டும் மீண்டும் சொல்லிக்கொண்டிருந்தேன். நான் எந்தத் துன்பமும் யாருக்கும் இழைத்துவிடவில்லை. என்றாலும் எல்லாப் பழிகளும் என்மீது சரிவதுபோலவும் அவ்வாறு சரிவது நியாயமானதுதான் என்றும் கடும் தண்டனையை நோக்கிச் சிறுகச் சிறுக நான் தள்ளப்படுவதுபோலவும் தோன்றியது. நான் அங்கில்லாத வரையிலும் லூதரும் சரி, நீங்களும் சரி, இப்போதிருப்பதைவிடவும் சந்தோஷமாக இருந்திருப்பீர்கள் என்று தோன்றியது. என் தோழிகளைப் பற்றி நினைத்துப் பார்த்தபோது அவர்கள் எல்லோருமே என்னைவிட லூதருக்கு இணக்கமான மனைவிகளாக இருந்திருப்பார்கள் என்று நினைத்தேன். தனது கணவர் எங்குமே காணக் கிடைக்காத நரம்பியல் மருத்துவர் என்ற பெருமையுடன் அவரது ஆற்றல்களைச் சரியும் தவறுமாகவும் மிகையாகவும் சில சமயம் பொய்யாகவும் சொல்லிக்கொண்டே தங்கள் நடையையே வேறு தினுசிற்கு மாற்றியபடி கணவரின் மருத்துவ அறைக்குச் சென்று தன் அதிகாரத்தை நர்ஸுகளுக்குக் காட்டிக்கொண்டு இருந்திருப்பார்கள். பாவம் லூதர். என்னைக் காதலித்தார். வேறு எதைப் பற்றியும் சிந்தித்துப் பார்க்காமல் கண்ணை மூடிக்கொண்டு என்னைத் திருமணம் செய்துகொண்டார்.

லூதர் யாரையும் துன்பப்படுத்தும் நோக்கம் கொண்டவரல்ல. நீங்களோ எங்கள் இருவருக்கும் நல்லதுதான் செய்திருக்கிறீர்கள். எங்களுக்கு வாழ்க்கையைப் பற்றி ஒரு நம்பிக்கையே உங்கள் மூலம் தான் ஏற்பட்டது. உணர்வுபூர்வமாக நீங்கள் என்னிடம் கலந்து கொண்டேவந்திருக்கிறீர்கள். உங்கள் யாருக்குமே எந்தப் பங்கும் இல்லை; நடக்கிற ஒவ்வொரு துன்பத்திற்கும் நான்தான் பொறுப்பு என்றே என் வாழ்நாள் முழுவதும் நினைத்துவந்திருக்கிறேன்.

இப்போது நான் அப்படி நினைக்கப்போவதில்லை. இவ்வாறெல்லாம் மனம் கண்டபடி புலம்பிக்கொண்டிருக்க நான் படுக்கையில் படுத்துக்கொண்டிருந்தேன். எப்போது தூங்கினேன் என்பது எனக்கே தெரியாது.

அழைப்பு மணி கேட்டுத் திடுக்கிட்டு விழித்தேன். கீழே வந்தபோது நீங்கள் வரவேற்பறை சோபாவில் உட்கார்ந்திருந்தீர்கள். லூதர் இல்லாத ஒரு சந்தர்ப்பத்தில் நீங்கள் அவ்வளவு உரிமையுடன் வரவேற்பறையில் வந்து உட்கார்ந்திருந்தது ஆச்சரியத்தைத் தந்தது. தயக்கத்துடன் 'என்ன?' என்று கேட்டேன். என்னை உட்காரும்படி கை ஜாடை காட்டினீர்கள். நான் உட்கார்ந்தேன். 'மறியா, எனக்குக் காய்ச்சல். உங்களிடம் நிவாரண மருந்து ஏதேனும் இருக்கிறதா?' என்று கேட்டீர்கள். உங்கள் நெற்றியை நீங்களே தடவிக்கொண்டீர்கள். ஸ்வெட்டருக்குள் கையை விட்டு தொட்டுப் பார்த்துக்கொண்டீர்கள். சட்டென்று உங்கள் நெற்றியைத் தொட்டுப் பார்க்க வேண்டும் என்று எனக்குத் தோன்றிற்று. முன்னால் வரத் துடித்த கையைப் பின்னால் இழுத்துக்கொண்டேன். நீங்கள் ஒரு அமெரிக்கராகவோ கனடியராகவோ அல்லது ஐரோப்பியராகவோ இருந்து நான் அவர்களைத் தொட்டுப் பார்த்திருந்தால் அது அவர்களுக்கு முற்றிலும் இயற்கையான காரியமாகவே இருக்கும். லூதன் எதிரிலும் நான் இந்தக் காரியத்தைச் செய்யலாம். ஆனால் நீங்கள் இந்தியர். அதனால்தான் என் கை பின்னால் வந்தது என்று நினைக்கிறேன். இந்தியர்களைப் பற்றி சரியோ தவறோ எனக்குச் சில அறிவுகளும் நிறைய உள்ளுணர்வுகளும் இருக்கின்றன.

'தாமு, லூதருக்கு போன் செய்கிறேன், அவர் வந்து உங்களை அழைத்துக்கொண்டு போய்விடுவார்' என்றேன். 'கலவரப்படுத்தும்படி ஒன்றுமே இல்லை, மறியா' என்றீர்கள். எந்த விஷயம் என்றாலும் அதை மேல் ஸ்தாயியிலிருந்து தாழ்ந்த சுருதிக்குக் கொண்டுவந்து விடுவது உங்கள் வழக்கம். இது நீங்கள் உங்கள் தாயின் கர்ப்பப் பையிலிருந்தபோது கற்றுக்கொண்டதாகவே இருக்க வேண்டும். ஆனால் நானோ தென்றலைப் புயலாக மாற்றுகிறவள். 'உங்களிடம் மருந்து இருக்கிறதா என்று பாருங்கள்' என்றீர்கள். நான் போய் லூதரின் அலமாரியைத் திறந்து ஒரு வட்ட டப்பாவை எடுத்து வந்து உங்கள் கையில் தந்தேன். நீங்கள் மாத்திரைகளைக் கிளறிப் பார்த்துவிட்டு ஒன்றிரண்டைப் பொறுக்கிக்கொண்டீர்கள். பால் கொண்டுவருகிறேன் என்று சொல்லிவிட்டு நான் உள்ளே போகப் போனேன். 'பால் வேண்டாம், ஜூஸ் போதும்' என்று சொன்னீர்கள்.

நான் திரும்பி வந்ததும், 'நேற்று காட்டில் மிகவும் சிரமப்பட்டீர் களோ?' என்று கேட்டேன். 'கொஞ்சம் சிரமம்தான் மறியா. பாட்டி கிடைத்ததுதான் சந்தோஷத்தைத் தந்தது' என்றீர்கள்.

நீங்கள் மிக அதிகளவுக்குச் சிரமப்பட்டிருப்பீர்கள் என்று எனக்குத் தோன்றிற்று. பட்ட சிரமங்களைப் பற்றி இந்தச் சந்தர்ப்பத்தில்

மறியா தாழுவுக்கு எழுதிய கடிதம் 147

விவரிக்க உங்களுடைய உணர்வுகள் இடந்தராது என்று எண்ணினேன். சில நாட்களுக்குப் பின் இயற்கையாகக் கூடி வரும் பேச்சுக்களின் வழியாக அவ்வப்போது துண்டுத் துணுக்காக நான் இதுபற்றிய முழு விபரங்களையும் தெரிந்துகொண்டுவிட முடியும். வெற்றிகளை முழக்குவது அநாகரிகம் என்று நினைக்கிறீர்கள். உங்களைப் பற்றி இவ்வாறு நினைத்தபோது என் மனம் மேலும் உங்களுடன் நெருங்கிற்று.

உங்கள் தேடலில் நீங்கள் பட்ட சிரமங்கள் லூதருக்குத் தெரிய வேண்டும் என்ற ஆசைகூட உங்களிடம் இல்லை என்பதை என்னால் உணர முடிந்தது. பாட்டியை மீட்க நீங்கள் மேற்கொண்ட அலைச்சல்கள் பற்றியும் அனுபவித்த கஷ்டங்கள் பற்றியும் நான் லூதரிடம் சொல்லாதவரை உங்கள் வழியாக லூதர் இவற்றைத் தெரிந்துகொள்ளும் வாய்ப்பே ஒருபோதும் கூடிவரப்போவதில்லை என்று நினைத்தபோது என் மனம் நெகிழ்ந்தது. பாட்டியை மீட்க வேண்டும் என்பது உங்கள் குறிக்கோள். பாட்டி மீட்கப்பட்டு விட்டாள். முயற்சி தரும் மகிழ்ச்சியும் கிடைத்தாயிற்று. அதன்பின் என்ன பேச்சு? அதன்பின் எதற்காக அதை மனதில் சுமந்துகொண் டிருக்க வேண்டும்?

உங்களைப் பற்றி இவ்வாறான எண்ணங்கள் எனக்கு ஏற்பட்டபோது என் உறவு சார்ந்து வேறு பலருடைய மனநிலைகளும் என் மனதிற்கு வந்தன. பலரும் குறிக்கோளைச் சார்ந்த முயற்சியை மேற்கொள்வதே அம்முயற்சியில் கிடைக்கும் வெற்றியை விளம்பரப்படுத்திக்கொள்ளத் தான். இந்த விளம்பரம் அவர்களுடைய வாழ்க்கை எனும் வணிகத் திற்கான ஒரு முதலீடு.

அன்று உங்கள்மீது என் மனம் கட்டுக்கடங்காமல் கவிழ்ந்தது. தொடர்ந்து உங்களுடன் பேசிக்கொண்டிருக்க வேண்டும் என்று ஆசையாக இருந்தது. உங்களைப் பற்றி ஒரு சில விஷயங்கள்தான் எனக்குத் தெரியும். அவை மிக மேலோட்டமானவை. உங்களுடைய குடும்பம், பின்னணி, நீங்கள் பிறந்தது, வாழ்ந்தது பற்றியெல்லாம் எனக்குத் தெரியாது. நீங்கள் வாழ்க்கையில் அனுபவித்திருக்கக்கூடிய சங்கடங்கள் பற்றி எனக்குக் கடுகளவுகூடத் தெரியாது. இந்தியாவில் நீங்கள் பிறந்த ஊரைப் பற்றி எப்போதோ ஒரு முறை சொல்லியிருக் கிறீர்கள். அந்த ஊரின் பெயரை என்னால் நினைவில் வைத்துக் கொள்ள முடிந்ததே இல்லை. நீங்கள் பக்கத்தில் இருக்கும்போது வரைபடத்தில் அந்த ஊரைத் தொட்டுப் பார்க்க வேண்டும் என்று எவ்வளவோ முறை நினைத்திருக்கிறேன். அவ்வாறு தொட்டுப் பார்ப்பது உங்களை ஆழமாகத் தெரிந்துகொள்வதற்கான ஆரம்பமாக இருக்கும் என்று நம்பியிருக்கிறேன். உங்கள் தாயைப் பற்றிக்கூட நான் உங்களிடம் கேட்டுத் தெரிந்துகொண்டதில்லை. இவ்வாறு தொடர்ந்து யோசித்துக்கொண்டுபோனபோது என்னைப் பச்சாதாபத்தில் ஆழ்த்தும் மனநிலைதான் உருவாயிற்று.

உங்களைப் பற்றி என் மனம் உள்ளூரச் சேர்த்துக்கொண்டே வந்த பாராட்டுணர்வை இந்தக் கடிதத்தில் சொல்ல எனக்குக் கூச்சமாக இருக்கிறது. ஆனால் முதன் முதலாக வாழ்க்கையில் எனக்கு ஏற்பட்ட ஒரு புதிய அனுபவத்தை உங்களிடம் கண்டிப்பாகச் சொல்ல வேண்டும். என்னுடன் வெகுதூரம் வர ஒருவர் தயாராக இருக்கிறார் என்பதை நான் அறிந்துகொண்டது முற்றிலும் எனக்குப் புதிய அனுபவமாக இருந்தது.

சோபாவில் அமர்ந்து ஒரு சம்பாஷணையைத் தொடங்கி நீண்ட நேரம் அதை வளர்த்திப் பேசிக்கொண்டிருப்பது உங்கள் இயல்பல்ல என்பது எனக்குத் தெரியும். ஆனால் அன்று சற்று நிம்மதியில்லாமல் நீங்கள் இருப்பதுபோல் தோன்றிற்று. உடல் சார்ந்த கஷ்டத்தினால் இருக்கலாம் என்று எண்ணினேன்.

என் மனதில் முன்னால் நின்று விம்மிக்கொண்டிருந்த கேள்வியைக் கேட்கவா வேண்டாமா என்ற தத்தளிப்பு அப்போது எனக்கு ஏற்பட்டது. உங்கள் பதில் என் எதிர்பார்ப்புக்கு மாறாக இருந்தால் என்ன செய்வது என்ற கலக்கம் மனதைத் தொற்றிக்கொண்டது. ஆனால் அந்தக் கேள்வியைக் கேட்கத் தள்ளிப்போடவும் எனக்குப் பொறுமையிருக்கவில்லை.

'இன்னும் இரண்டு மூன்று நாட்களுக்கு மருத்துவ அறைக்கே போக வேண்டாம் தாமு' என்று நான் சொன்னேன். இப்படிச் சொன்னபோது உங்கள் பார்வையை நான் தவிர்த்தேன். நீங்கள் வழக்கம்போல் வறட்சியாகச் சிரித்தீர்கள். 'அவசியமில்லை மறியா, நாளையே போய்விட முடியும். உடம்புக்கு ஒன்றும் பெரிதாக இல்லை' என்றீர்கள். என் சந்தேகம் நொடிப்பொழுதில் நிவர்த்தியான போது என் மனம் மிகவும் லகுவாயிற்று.

உங்கள் பதிலிலிருந்து நீங்கள் லூதருடன் தொடர்ந்து பணியாற்றப் போகிறீர்கள் என்பது எனக்கு உறுதியாகிவிட்டது. அப்படியென்றால் லூதரின் விமர்சனத்தை நீங்கள் சிறிதுகூடத் தவறாக எடுத்துக்கொள்ள வில்லையா? அவர் பேச்சை நீங்கள் இவ்வளவு சகஜமாக எடுத்துக் கொள்ள எப்படி முடிந்தது? உங்கள் மனதில் இருக்கும் லூதரின் பிம்பம் மற்றொன்றா? என்னுடைய கற்பனை சார்ந்த பிம்பம் அல்லவா அது? இதற்குப் பின்னால் நிற்கும் புரிதல் என்ன?

நானும் லூதரும் பரஸ்பரம் பேசிக்கொள்ளாவிட்டாலும்கூட உங்களைப் பற்றி எங்கள் மனதில் ஒரு பதற்றம் இருந்தது என்பது மறைக்கக்கூடாத உண்மை. அதை நினைத்து நாங்கள் இருவருமே இப்போது வெட்கப்பட வேண்டும்.

'லூதரின் பேச்சு உங்களுக்கு வருத்தம் அளிக்கவில்லையா?' என்று வெளிப்படையாக உங்களை கேட்கக்கூடிய தைரியம் எனக்கு வந்தது. நீங்கள் வருத்தம் அடைந்திருந்தீர்கள் என்றால் லூதரின்

மனைவி என்ற தகுதியில் நான் உங்களிடம் மன்னிப்புக் கோர வேண்டும் என்றிருந்தேன். எந்தெந்த வார்த்தைகளை இணைத்து அந்த மன்னிப்பைக் கேட்க வேண்டும் என்பது பற்றி யோசித்துமிருந் தேன்.

'வருத்தம் உண்டு' என்றுதான் நீங்கள் பேச்சைத் தொடங்கினீர்கள். மீண்டும் என் மனதில் கலவரம் சூழ்ந்துகொண்டது. அதன் பின் னால் நீங்கள் கூறிய வார்த்தைகள் – மிகைப்படுத்தாமல் சொன்னால் – நான் உங்கள் மீது கொண்டிருக்கும் மதிப்பைப் பன்மடங்கு உயர்த்தி விட்டது.

'வருத்தம் இருந்தாலும், ஆதாயமான விஷயங்களில்கூட லூதர் மருத்துவ நியதியை விட்டுக்கொடுக்க மாட்டார் என்பது அன்று வெளிப்படவில்லையா மறியா' என்று நீங்கள் கேட்டீர்கள். நான் எதுவும் சொல்லக் கூடாது என்று என்னை அடக்கிக்கொண்டேன்.

நீங்கள் சிறிது இடைவெளிக்குப் பின் மீண்டும் தொடர்ந்து பேசினீர்கள்.

'ஆனால் மறியா, நீங்கள் ஒன்று தெரிந்துகொள்ள வேண்டும். லூதரின் அளவுகோல்களைவிட என்னுடைய அளவுகோல்கள் தாழ்ந்த வையல்ல. மிகக் கண்ணியமான டாக்டர் என்றுதான் நான் என்னைப் பற்றி நினைக்கிறேன். உடம்பிலிருந்து நோயைப் பிரிக்க மிகக் கடுமை யாகத்தான் போராடிவந்திருக்கிறேன். எனது போராட்டத்திற்கு வலுச்சேர்க்கும் பேரறிவை விடாமல் சேர்த்துக்கொண்டிருக்கிறேன். இருந்தாலும் மறியா, இன்று நமக்கு ஆயிரம் அசௌரியங்கள். ஆயிரம் அவசரங்கள். இந்த நிலையையும் நான் யோசித்துப் பார்க்கிறேன். நம் கொட்டிலில் நிற்கும் ஜீவராசிகளுக்கு சிறிதேனும் ஆறுதல் தர வேண்டும் என்ற எண்ணம் எனக்குத் தத்தளிப்பைத் தந்துவிட்டது.'

நீங்கள் 'நாம்' என்று சொன்னது என் மனதில் ஆழமாகப் பதிந்தது. அது வெறும் ஒரு சொல்லா? உறவின் எவ்வளவு பெரிய பிணைப்பு அது!

நீங்கள் என் கண்களையேப் பார்த்துக்கொண்டிருந்தீர்கள். என் மனவோட்டத்தை வாசிக்க நீங்கள் முயல்வது தெரிந்தது.

'மறியா, அன்று லூதர் உணர்ச்சி பொங்கக் கேட்டது உங்களுக்கும் நினைவிருக்கும். உன்னுடைய நோயாளிக்குக் கால்நடை மருத்துவர் ரத்த சோதனை செய்தார் என்றால் அதை நீ ஏற்றுக்கொள்வாயா என்று அவர் கேட்டார். அந்தக் கேள்வி என் மனதில் ஆழமாகப் பதிந்தது. அதிலிருந்து பல முடிவுகளை நான் உருவாக்கிக்கொண்டு வருகிறேன்.'

'நீங்கள் இன்று பேசுவது எனக்கு மிகுந்த ஆறுதலைத் தருகிறது. பெரிய மன எழுச்சியை ஒருவரிடமிருந்து அடையும்போதுகூட

அவரை வாய் திறந்து பாராட்ட ஏதோ ஒன்று என்னைத் தடுத்து விடுகிறது. இந்த விஷயத்தில் அமெரிக்கப் பெண்கள் என்னைப் பாதிக்கவில்லை' என்று நான் சொன்னேன்.

'சரி மறியா, நான் அறைக்குச் சென்று ஓய்வெடுத்துக்கொள்கிறேன்' என்று சொல்லிவிட்டு எழுந்தீர்கள். உங்கள் பின்னால் நானும் வந்தேன். வாசல் படிக்கட்டு வந்தபோது நீங்கள் என் முகத்தைப் பார்த்தீர்கள். அது சாதாரணமான பார்வையாக எனக்குத் தெரியவில்லை. என்மீது உங்கள் மனம் கவிழ்வதுபோல் நான் உணர்ந்தேன். அப்போதுதான் நீங்கள், 'ஒன்று தெரியுமா மறியா? நான் கால்நடை வைத்தியம் படிக்க மாலை வகுப்பில் சேர்ந்திருக்கிறேன்' என்று சொன்னீர்கள்.

இவ்வாறு நீங்கள் சொன்னதும் என் மனதில் உணர்ச்சி பொங்கிற்று. அதன்பின் நான் நடந்துகொண்டது உங்களுக்கே தெரியும். அன்று நான் நடந்துகொண்டது சரியில்லையென்றால் என் மனதில் பொங்கிய உணர்ச்சிமீதுதான் நான் குற்றம் காண வேண்டும்.

பதற்றத்துடன் சில கீற்றுக்களை எழுதி உங்களுக்கு அனுப்புகிறேன். நான் செய்த காரியத்திற்காக வருந்துகிறேன் என்று எடுத்துக் கொள்ளாதீர்கள். வருந்தவில்லை. சந்தோஷப்படவே செய்கிறேன். என் இயற்கையின் படி நான் செயல்பட்டேன். நான் ஒரு பெண். இப்போதைக்கு எனக்கு இதற்குமேல் சொல்வதற்கு ஒன்றுமில்லை.

அன்புடன்,

மறியா.

ஜூலை 2004 கனக்டிகட்

அந்த ஐந்து நிமிடங்கள்

இப்போது எனக்கு வயது எழுபத்திமூன்று. அறுபது வருடங்களுக்கு முன் நடந்த சம்பவம் இது. சம்பவம் என்று எப்படி பூசி மெழுகிச் சொல்லமுடியும்? அசலான அவமானம். இந்த வயதிலும் அதை மூடி மறைக்கத் தோன்றுகிறது. வாழ்க்கையில் நடந்த எவ்வளவோ விஷயங்களை நான் மறந்துவிட்டேன். அவற்றோடு நான் பட்ட இந்த அவமானமும் மறந்துபோயிருக்கலாம். ஆனால் மறந்துபோக மாட்டேன் என்கிறது. இன்றும் அது ஒரு புண்தான். அதைத் தழும்பாக்க முடியவில்லை.

அந்த ஒரு அவமானம் மட்டும் தனியாக நினைவுக்கு வந்தால்கூடப் பொறுத்துக்கொள்ளலாம். நான் பின்னால் பட நேர்ந்த பல அவமானங்களையும் இந்த அவமானம் கட்டி இழுத்துக்கொண்டு வந்து விடுகிறது. அவமானங்கள் மட்டுமல்ல, இழப்புகள், துக்கங்கள், மனமுறிவுகள் எல்லாவற்றையும்தான். அதன் பின், அவற்றின் சுமை தாங்காமல் பலநாட்கள் மனச்சோர்வில் ஆழ்ந்துபோய் விடுகிறேன்.

அந்த வருடம் எட்டாம் வகுப்புப் பரீட்சையில் தோற்றுப்போய்விட்டேன். அதற்காக எந்தத் தண்டனை வேண்டுமென்றாலும் சரி அனுபவிக்கத் தயாராகவும் இருந்தேன். ஒரே ஒரு வேண்டுகோள்தான் மனதில் இருந்தது. பள்ளிக்கூடம் திறந்து முதல்நாள் வந்து சேரும் அவமானமான அந்தக் கணங்கள் மட்டும் வராமல்

சுந்தர ராமசாமி

இருக்கவேண்டும். சுற்றியிருப்பவர்கள் அதற்கான கருணையேனும் என்னிடம் காட்டவேண்டும்.

ஆனால் அப்பா அன்று நான் பள்ளிக்கூடத்திற்குப் போய்தான் ஆக வேண்டும் என்று முரண்டு பிடித்தார். எனக்குக் கிடைக்க இருக்கும் அவமானம் பற்றி அவருக்குத் தெரியும். நான் தோற்றதற்கு அது எனக்குத் தண்டனையாக வந்து சேரவேண்டுமாம். நன்றாக அனுபவிக்கட்டும் அவன் என்கிறார்.

'என்ன தண்டனை வேண்டுமென்றாலும் ஏற்றுக்கொள்கிறேன் அம்மா. இது மட்டும் வேண்டாம்' என்று அம்மாவிடம் கெஞ்சினேன்.

பள்ளிக்கூடம் திறக்கச் சரியாக இரண்டு நாட்கள்தான் இருந்தன. அந்த இரண்டு நாட்களிலும் நான் பட்ட வேதனை தெய்வத்திற்குத் தான் தெரியும். என்னை வாட்டி வதைக்கும் மனக்கஷ்டத்தைச் சகித்துக்கொள்ள முடியாமல் போனபோது என் வகுப்புத் தோழன் இம்மானுவலைத் தேடிக்கொண்டு போனேன். அவன்தான் தோற்றிருந்த மற்றொரு மாணவன். அவன் பள்ளி திறந்த அன்றே வகுப்பிற்கு வரப்போவதாகச் சொன்னான். என்ன துணிச்சல்! அவனைப் பற்றிய விஷயங்களை எல்லாம் அவன்தான் தீர்மானிக்கிறான் போலிருக்கிறது.

'இம்மானுவல், மரக்குரங்குக்கு வருவயா?' என்று கேட்டேன்.

'தோத்துப்புட்டா மரக்குரங்கைக் கட் பண்ணணுமா?' என்று கேட்டான். எவ்வளவு தெளிவாக இருக்கிறான்.

மரக்குரங்கு விளையாடுவது பெரிய விஷயமில்லை. பள்ளிக்கூடத் திற்குள் நிற்கிறது அந்த மாமரம். மாணவர்களுக்கு மரக்குரங்கு விளையாடுவதற்கென்றே அது தன் கிளைகளை விரித்திருக்கிறது. தான் வளருவதற்கு முன்பே மரக்குரங்கு விளையாட்டின் நுட்பங்களை எல்லாம் அது எங்கு கற்றுக்கொண்டதோ!

எனக்கு அன்று மரக்குரங்கு விளையாட முடியும் என்று தோன்ற வில்லை. தாவுகிறபோது கிளைகள் அகப்படாமலும், அகப்பட்ட கிளைகள் வழுக்கிக்கொண்டுபோய்விடும் என்றும் தீர்மானமாகத் தோன்றிற்று. மிக மோசமாகக் கீழே விழுந்து கோரமான காயங்கள் பட்டுக்கொள்ளும்படி ஆகிவிடும். இருந்தாலும் அவன் வருவேன் என்று சொன்னது எனக்குப் பெரிய ஆறுதல்தான். அந்த மட்டிற்கும் எனக்கு ஒரு துணை இருக்கும்.

அம்மா நினைத்தால் முதல் நாள் பள்ளிக்குப் போகாதபடி என்னைக் காப்பாற்ற முடியும். அப்பாவிடமிருந்து கண்டபடி அவள் வசையை வாங்கிக்கட்டிக்கொள்ள வேண்டியிருக்கும். எனக்காக எத்தனையோ தடவை அப்பாவிடம் திட்டு வாங்கியிருக்கிறாள் அவள்.

'இந்த ஒரே ஒரு தடவை மட்டும் அம்மா. இனிமே இந்த ஜென்மம் முழுக்க அற்புதமாப் படிப்பேன். கையில் அடித்து சத்தியம் பண்ணட்டுமா? சிவராமன் சாரும் முதல்நாள் வர வேண்டாம்னுதான் சொல்லறார். நிஜம்மா.' என்றேன்.

நான் சொன்னது உண்மைதான். இம்மானுவலைப் பார்த்துவிட்டு வரும்போது சிவராமன் சாரை வழியில் பார்த்தேன். பார்க்க மாணவன் போலிருக்கும் ஆசிரியர் அவர். அவரை போல் என் மீது பிரியம்கொண்டவர் வேறு யார் இருக்கிறார்கள்? நான் தோற்றுப் போனதற்கு நான் மட்டுமே காரணமல்ல என்று நம்புகிற மகான் அவர் ஒருவர்தான். 'மொத நாள் நீ வர வேண்டாம். உங்க அப்பா கிட்டே சொல்லவா?' என்று கேட்டார் அவர்.

நான் திரும்பத் திரும்பச் சொல்லியும்கூட அம்மா, 'பார்ப்போம்' என்றுகூடச் சொல்லவில்லை. தன் கால் கட்டை விரல் நகத்தையே பார்த்துக்கொண்டிருந்தாள். மௌனத்தில் உறைந்து போயிருந்தாள். அந்த மௌனத்தின் அர்த்தம் எனக்குத் தெரியும்.

கடைசியில் வேறு வழியில்லாமல் வழக்கம்போல் நான், 'இன்னிக்கு சாயந்தரம் நீ விளக்கேத்தினதும் செத்துப்போய்விடுவேன்' என்று சொன்னேன். இப்படிச் சொல்ல எனக்கு அலுப்பாகத்தான் இருந்தது. இதற்கு முன் எத்தனையோ தடவை இந்த ஆயுதத்தைப் பயன்படுத்தி யிருக்கிறேன். சொன்னபடி செய்யவில்லை. அம்மாவுக்கு இது தெரியாதா? அவள் வருத்தத்தில் ஆழ்ந்துபோயிருக்காவிட்டால், 'என்னடா, எப்போதும் சாயங்கலம்தான் முகூர்த்தமா?' என்று கேட்கக்கூடியவள்தான்.

அப்பாவிடம் சிபாரிசுக்குப் போவது அவளுக்குக் கஷ்டமான விஷயம்தானே? அப்பாவுக்கோ தன் ஆட்சியை உறுதிப்படுத்திக் கொள்ள ஒரு சந்தர்ப்பம் அது. அப்போது அவருக்குக் கிடைக்கும் வாய்ப்பில் அவருக்கு ஏற்படுகிற அலாதியான மகிழ்ச்சியில் அவர் முற்றாகச் சமன் நிலையை இழந்துவிடுவார். அது அவருடைய குணம்.

பள்ளிக்கூடம் திறக்கிற அன்று எட்டு மணிக்கே பள்ளிக்கூடத்திற்குப் புறப்பட்டுவிட்டேன். முன்னாலேயே போய்விட்டால் போகிற வழியில் என் வகுப்புத் தோழர்களைப் பார்க்காமல் போய்விடலாம். பள்ளித் தோழர்களைக்கூடச் சகித்துக்கொள்ளலாம். இந்தப் பள்ளித் தோழிகள். அவ்வளவு பேரையும் பாரபட்சம் இல்லாமல் காதலித்துக்கொண்டிருப் பவன் நான். ஏமாற்றுகிற காதல் அல்ல அது. உண்மையான காதல். எனக்கு நிறையப் பணம் சம்பாதிக்க முடிந்தால் அவர்கள் எல்லோரையுமே கல்யாணம் செய்துகொள்ளத் தயாராகவே இருந்தேன்.

அவர்களுக்கு எங்கே இதெல்லாம் தெரியப்போகிறது. கொஞ்சம்கூட அன்பில்லாதவர்கள். அன்று அவர்களை நான் பார்க்க நேர்ந்தால் ஒவ்வொருத்தியும் என்னிடம் 'முட்டாப் பயலே, என்னைக் காதலிக்க உனக்கு என்னடா தகுதி இருக்கு' என்று கேட்பதுபோல் கோணிக் கொண்டு போவாள்.

அன்று நான் சரியாகத் தலை வாரிக்கொள்ளவில்லை. விபூதியும் பூசிக்கொள்ளவில்லை. பாழ் நெற்றியாகவே என் நெற்றி எப்போதும் இருக்கட்டும். இருப்பதிலேயே பழைய சட்டையையும் பழைய

அரை டிராயரையும் போட்டுக்கொண்டேன். செருப்புப் போட்டுக் கொள்ளவில்லை. காலில் முள் நன்றாகக் குத்தட்டும்.

நல்லவேளை. பள்ளிக்கூடம் நுழைவது வரையிலும் யாரையும் பார்க்கவில்லை. உள்ளே நுழைந்ததும் நேராக மாமரத்தைப் பார்க்க ஓடினேன். எந்தக் கிளையில் ஏறி உட்காருவது என்பது பற்றி மனதிற்குள் ஒரு தீர்மானம் இருந்தது. அந்தக் கிளையில் இருந்தால்தான் நான் இருப்பது பிறருக்குத் தெரியாது. எனக்கு நன்றாக எல்லோரையும் பார்க்கவும் முடியும். கிளையில் உட்கார்ந்து அடிவானத்திலிருந்து அடிமரம்வரையிலும் நோட்டம்விட்டபடி இருந்தேன். மரக்கிளைகள் — எந்தக் கிளைகள் என்றாலும் சரி — என்னை நிறையப் பார்க்க வைத்து விடுகின்றன. இது அவை எனக்குச் செய்யும் உபகாரம். பள்ளியைத் தாண்டி எவ்வளவோ தூரத்தைக் காட்டுகின்றன. பவானியை அவளுடைய புதுப் பாவாடையுடனும் தளுக்கு நடையுடனும் நான் பார்த்த பத்து நிமிடங்களுக்குப் பின்தான் அவள் பள்ளிக் கட்டிடத்திற்குள் நுழைந்து தன்னை மறைத்துக்கொள்ள முடிகிறது.

தலையில் ஏதோ ஒன்று விழுந்ததுபோல் இருந்தது. தட்டிவிட்டுக் கொண்டேன். மீண்டும் ஏதோ ஒன்று! என்ன இது? தலையைத் தூக்கிப் பார்த்தேன். உச்சாணிக் கிளையில் இம்மானுவல் உட்கார்ந்து கொண்டிருக்கிறான். யார் பார்த்தாலும் தெரிகிற இடத்தில்! அவனுக் கென்ன பயம்?

'விதவிதமாச் சட்டைகளைப் போட்டுக்கிட்டு வந்து குட்டிகளை மயக்குவயே, இண்ணைக்கு என்னாச்சுடேய் உனக்கு?' எடுத்த எடுப்பிலேயே என் அடிமடியைப் பிடிக்கிறான் இம்மானுவேல். என் மனம் கண்ணீர் வடிக்கிறது.

'டேய், பார்வதி தாவணி போட்டாச்சு, இன்னா வாறா' என்றான் அவன். எட்டாம் வகுப்பில் போட்டுக்கொள்ளாத தாவணி எதற்கு இவர்களுக்கு ஒன்பதாவது வகுப்புக்கு வந்ததும்?

இதை நான் சொன்னால் பச்சையாக இம்மானுவல் ஏதாவது சொல் வான். பச்சைகளை எல்லாம் தாண்டி இப்போது நான் சுத்தமாகிக் கொண்டிருக்கிறேன். இவன் என்னை மீண்டும் சகதியில் இழுத்துத் தள்ளப்பார்க்கிறான். இப்படியே தொடர்ந்து சுத்தமாகிவிட வேண்டும்.

பல பச்சைகளை எவ்வளவோ தடவை அவனிடம் தூண்டிக் கேட்டிருப்பவன்தான் நான். எப்படிக் குழந்தை பிறக்கிறது என்பதையே அவன்தான் எனக்குச் சொல்லித் தந்தான். மனதின் மிகப் பெரிய நச்சரிப்பில் இருந்து அன்று எனக்கு விடுதலை கிடைத்தது. என் அம்மாவோ அப்பாவோ ஆசிரிய சிகாமணிகளோ எனக்குத் தந்திராத விடுதலை அது. ஆனால் இன்று பச்சையைக் கேட்பதற்கோ, கேட்டு இளிப்பதற்கோ எனக்குத் தகுதியில்லை.

'டேய் மட்டிப் பழம் வருது' என்கிறான் இம்மானுவேல். 'மட்டிப் பழம் குடுமியையும் செரைத்து முகத்தையும் வளிச்சு லச்சணமாட்டு இருக்குடேய்' என்றான்.

மறியா தாழுவுக்கு எழுதிய கடிதம்

'ஆசிரியர்களெக் கேலி செய்யக்கூடாது, இம்மானுவல்' என்றேன் நான்.

நானா இப்படிச் சொல்கிறேன்! என்னாயிற்று எனக்கு?

'சும்மா கெடடே, ஒனக்குச் சீரெல்லாம் தெரியும்' என்கிறான் இம்மானுவல். அவன் சொல்வது உண்மைதான். சமஸ்கிருத ஆசிரியருக்கு, 'முயல்' என்ற திவ்விய நாமத்தைச் சூட்டியவனே அடியேன்தான். சுவரில் சாணி உருண்டையை அடித்ததுபோல் எப்படி அழகாக அது அவர் மீது ஒட்டிக்கொண்டுவிட்டது. அதன் பின் இன்று வரையிலும் யாரும் அவருடைய பெயரையே உச்சரித்ததில்லை. இது போல் என்னுடைய உபயங்கள் எவ்வளவோ!

இவ்வளவு வருத்தத்திலும் இம்மானுவலின் வசனங்களைக் கேட்டுச் சிரிக்காமல் இருக்க முடியவில்லை. சிரிக்கக்கூடாது எனக் கட்டுப் படுத்திக்கொண்டேன். பல் தெரியக்கூடாது என்று வாயை மூடிக் கொண்டேன்.

'பெரிய யோக்கிய மயிருதான், சிரிடேய் வாயெத் திறந்து' என்றான் இம்மானுவல்.

பள்ளியின் முதல் மணி அடிக்கிறது. இரண்டாவது மணி அடித்ததும் மரத்திலிருந்து இறங்கினால் போதும். மனம் பயங்கரமாகக் கத்தி அழத் தொடங்கிற்று. மனம் கட்டுக்கடங்காமல் தத்தளித்தால் அர்ஜுனனின் பெயரைச் சொல்ல வேண்டும் என்று அம்மா சொல்லித் தந்திருந்தாள். அவன் பெயர்களை முடிந்த அளவு வேகமாகச் சொல்லத் தொடங்கினேன். வேகமாகச் சொன்னால்தானே அதிகத் தடவை சொல்ல முடியும்.

இரண்டாவது மணியும் அடித்துவிட்டது. 'போலாமா இம்மானு வேல்' என்றேன். அழுகிய பிணத்தைத் தூக்கப் புறப்படுவது போல் தோன்றிற்று. அவன் பதில் இல்லை. தலையைத் தூக்கிப் பார்த்தேன். மரக்கிளையில் அவனைக் காணோம். சுற்று முற்றும் பார்த்தேன். எங்குமே காணோம். பாவி ஏமாற்றிவிட்டான்!

பள்ளி வராண்டாக்கள் காலியாகி விட்டன. சற்றே பிந்தி வந்தவர்கள் கிரவுண்டில் அங்குமிங்கும் புத்தகப் பையைத் தூக்க முடியாமல் தூக்கிக்கொண்டு ஓடி வருகிறார்கள். படிப்பதற்கென்றே உற்பத்தி செய்யப்பட்டிருப்பவர்கள். நன்றாகப் படியுங்கள். படிக்கிற படிப்பில் உயிர் போய்விட வேண்டும். சோடாப்புட்டி கண்ணாடி போட்டுக் கொள்ள வேண்டும்.

பள்ளிக் கட்டடத்திற்குள் நுழைந்தேன். மாடிப்படிகள் காலியாகக் கிடப்பது தாங்க முடியாத வெறுமையை ஏற்படுத்திற்று. மெதுவாகப் படிகளில் ஏறி, அவை தீர்ந்துபோய்விடவே, வராண்டாவில் கால் வைத்து என் அருமை எட்டாம் வகுப்பு வாசலுக்குப் போய் நிற்கிறேன். ஆசிரியர், சி.சி.சி என்று செல்லமாக அழைக்கப்படும் சி.சி. சிதம்பர அய்யர். பெரிய காஞ்சான். என்னைப் பார்த்து 'வாரும், வாரும்'

என்றார். மாணவிகளும் மாணவர்களும் பெரிதாகச் சிரித்தார்கள். புத்தாடைகள் அணிந்து கல்யாண வீட்டிற்கு வருவது போல் எழுந்தருளியிருக்கும் என் காதலிகள் எல்லோரும் ஈவிரக்கமில்லாமல் சிரித்தார்கள். 'உங்கள் ஆசனம் பார்த்துப் போகலாமே' என்கிறார் சி.சி.சி. பெரிய மனிதர்களுக்குக் காட்டும் பவ்யமான கையைக் காட்டுகிறார். என் சதையை யாரோ பிய்ப்பதுபோல் இருக்கிறது.

அவருடைய அருவருக்கத் தகுந்த இரட்டைப் பெயர் என் நினைவுக்கு வருகிறது. நான் மானம் ரோஷம் உள்ளவனாக இருந்திருந்தால் அந்தப் பெயரை பத்துத் தடவை கத்திவிட்டு வீட்டைப் பார்த்துப் போயிருக்க வேண்டும். மூட்டை தூக்கிப் பிழைத்தாலும் பரவாயில்லை. எனக்கேது மானமும் ரோஷமும். நான் கோழை. கடைந்தெடுத்த கோழை.

டெஸ்குகளின் இடைவெளி வழியாகப் போகும்போது யாருடைய முகத்தையும் பார்க்காமல் விருக்கென்று போனேன். பின்னிருக்கை தானே என் இடம். மிஞ்சிப் போனால் பத்தடிகள். ஒரு பாலைவனத்தை நடந்து கடந்ததுபோல் இருந்தது. குன்றிக் குறுகிப் போய்விடக்கூடாது என்று மனதிற்குள் சொல்லியவாறு தலை நிமிர்ந்து உட்கார்ந்து கொண்டேன். கடைசியில் இம்மானுவல் முக்குளி போட்டுவிட்டான். கோழைப் பயல்!

தோற்றுவிட்டேன். சரிதான். ஆசிரிய சிகாமணிகளா, நீங்கள்தானே மாங்கு மாங்கென்று சொல்லித் தந்தீர்கள், யுத்தத்தில் தோற்ற அரசன் கடைசியில் சிலந்தியிடமிருந்து பாடம் கற்று மீண்டும் யுத்தம் செய்து ஜெயித்தான் என்று. அறிவு கெட்டவர்களா, தோல்வி என்று ஒன்று உண்டென்றால் வெற்றி என்றும் ஒன்றுண்டு. நான் அசடாகத் தெரிகிறேன். இன்று. ஆனால் இந்த அண்ட சராசரமே கேட்கும்படி சொல்கிறேன், நான் அசடல்ல. நான் ஒரு விஞ்ஞானி. சகல பெண்களும் புகையிலிருந்து விடுதலை பெற ஓமக்குழலுக்குப் பதிலாக ஒரு எளிய கருவியைக் கண்டுபிடிக்க இராப்பகல் ஆராய்ந்து வருகிறேன். இளிக்க வேண்டாம். நான் வெற்றி பெற்று உலகம் கூடி வந்து என்னைப் போற்றும்போது, என்னிடம் கையெழுத்து வாங்க வந்தீர்கள் என்றால் காலால் மிதிப்பேன். அது மட்டும் நிச்சயம். மாணவிகளே, நீங்கள் யாரும் என்னைக் காதலிக்க வேண்டாம். நான் மாடம் க்யூரியின் பேத்தியைத்தான் கட்டிக்கொள்ளப்போகிறேன்.

ஆசிரியர், மாணவர்களை எழுந்திருக்கச் சொல்லுகிறார். அவர்கள் அவரை விட்டுப்பிரிந்து போவதிலுள்ள வருத்தங்களைச் சொல்லி அழ ஒரு சான்ஸ் தருகிறார் அவர். வெட்கம் கெட்டவர். நான் எழுந்திருக்க வேண்டியது இல்லை. நான் பிரிந்து போகவில்லையே.

ஏழாம் வகுப்பிலிருப்பவர்களும் பிரியா விடைபெற்று எந்த நிமிஷமும் வரும் நேரம் நெருங்கிவிட்டது. சி.சி.சி.யிடமிருந்து விடைபெற்றுக்கொண்டு போகும் மாணவிகள் கண்களைக்

கைக்குட்டையால் துடைத்துக்கொள்கிறார்கள். ரப்பர் காணாமல் போனால் அழுகிற ஜென்மங்கள்தானே.

பெண்கள் பாதுகாப்பைக் கருதி வழக்கப்படி முன்னாலேயே வெளியேறிவிட்டார்கள். முதலில் என்னைத் தாண்டிப் போன என் நண்பனும் என் ஜென்ம விரோதியுமான சி. ஆனந்தன், 'பின்னால் பாக்கலாம்டேய்' என்று சிரித்தபடியே சொல்லிவிட்டுப் போனான். அதையே எல்லோரும் வெவ்வேறு தொனிகளில் வெவ்வேறு சிரிப்புக்களுடன் சொல்லி விடைபெற்றுச் சென்றார்கள்.

வகுப்பறை காலியாக இருந்தது. நானும் ஆசிரியரும் மட்டும் இருந்தோம். எனக்கு ஆசிரியர் முகத்தைப் பார்க்கத் தோன்றவில்லை. மிகப் பெரிய வெளியில் நான் மட்டும் அம்மணமாக நிற்பதுபோல் தோன்றிற்று. வகுப்பறை வாசலைப் பார்த்துக்கொண்டிருந்தேன்.

முதல் மாணவனின் வருகை என்னை உண்டு இல்லையென்று ஆக்கிவிடும். வருகிறவர்கள் குட்டையும் ஒல்லியுமாக வருவார்கள். நோஞ்சான்கள் இருப்பார்கள். சின்னச் சின்னப் பையன்களாக வருவார்கள். இனி எழுந்து நின்றால் வகுப்பில் நான்தான் மிக உயரமாகத் தெரிவேன். நானே என்னை வெறுக்கும்படி கூரையை இடித்துக்கொண்டு நிற்பேன். என் உயரம்கூட நான் ஒரு முட்டாள் என்பதைக் காட்டிக்கொண்டிருக்கும்.

ஆசிரியர் என்னைப் பார்த்துக்கொண்டிருக்கிறார் என்பதை அவரைப் பார்க்காமலேயே நான் உணருகிறேன். சுவர்களைப் பார்க்க முடியவில்லை. வெற்று வெளி என் சதையைத் துண்டாடுகிறது. வெற்று டெஸ்குகள் என் மீது கவிழ்ந்து என்னை நசுக்குவதுபோல் தோன்றுகிறது.

முதல் பையன் சிரித்தபடி உள்ளே நுழைகிறான். பிறரும் ஆர்ப்பாட்டமாகச் சிரித்தபடி புசு புசுவென்று வருகிறார்கள். தனியாக இருக்கும் என்னைப் பார்த்ததும் என்னென்ன நினைப்புகள் அவர்கள் மனங்களில் ஓடுமோ. எதை நினைத்துப்பார்த்தாலும் கேவலமாக இருக்கிறது.

அப்போது என் குட்டிப் பென்சில் கீழே விழுந்தது. சத்தியமாகச் சொல்கிறேன். நான் அதை நழுவ விடவில்லை. அது தானாகவே நழுவி விழுந்தது. அதை எடுக்க நாசூக்காகக் குனிந்து டெஸ்கின் அடியில் சென்றேன். பென்சில் சற்று முன்னே உருண்டு போய்விட்டிருந்ததால் நான் முட்டுக்குத்திப் படுத்துக்கொள்ள வேண்டியிருந்தது. பென்சிலை எடுத்த பின் அப்படியே உட்கார்ந்துகொண்டிருந்தேன். மற்ற டெஸ்குகளின் அடியில் கால்களின் பரபரப்பான அசைவுகள் தெரிந்தன. எவ்வளவு உற்சாகம் அந்தக் கால்களுக்கு.

அப்போது ஆசிரியரின் குரல் காதில் விழுந்தது:

'எதுக்குடா ஒளிஞ்சுண்டு இருக்கே, எழுந்து நில்லு. எல்லாரும் ஒன் மோறையெப் பாக்கட்டும்.'

நான் முதுகுப் பிடிப்பு இருப்பதுபோல் எழுந்து நின்றேன். நெளியாமல் என்னால் நிற்க முடியவில்லை.

எல்லோரும் என் முகத்தைப் பார்த்தார்கள். நான் எதிர்பார்த்தது போலவே சிலர் சிரித்தார்கள். ஆனால், ஆச்சரியம்தான். அவர்களில் பலரும் சிரிக்கவில்லை. மௌனமாக என்னைப் பார்த்தார்கள். அவர்களுடைய மௌனத்தை என்னால் தாங்க முடியவில்லை. மாணவிகளில் ஒருத்திகூடப் பின்னால் திரும்பிப் பார்க்கவில்லை. என் முகத்தை தங்களால் எதிர்கொள்ள முடியாது என்று அவர்கள் நினைத்திருக்கலாம்.

அந்த கணங்களின் உக்கிரம் சிறிது மட்டுப்பட்டது. புதிதாக வந்திருப்பவர்களுடன் நானும் என்னுடன் புதிதாக வந்திருப்பவர் களும் வித்தியாசமில்லாமல் இணைவதுபோல் கற்பனை செய்து கொண்டேன்.

அந்த ஐந்து நிமிடங்கள் என்னைத் தாண்டி சென்றுவிட்டது என்று கற்பனை செய்துகொண்டேன்.

அந்த ஐந்து நிமிடங்களை இன்றுகூட நினைத்துப்பார்க்க முடியவில்லை. அவை நிமிடங்களல்ல. நிமிடங்கள் உருவாக்கிய புண். இப்போதும் மனதின் ஏதோ ஒரு விசித்திரமான மூலையில் அந்தப் புண் பொருக்காடாமல் இருக்கத்தான் செய்கிறது. இனி அதை மறப்பதற்கான காலமும் எனக்கில்லை.

செப்டம்பர் 2004 கனக்டிகட்

ஈசல்கள்

குட்டி பாஸ்கர் தன் வீட்டு வாசல்படியில் உட்கார்ந்து முறுக்குத் தின்றுகொண்டிருந்தான். காக்கி அரை நிக்கர். வெள்ளைச் சட்டை. பள்ளிக்கூடம் விட்டு வந்து அவன் தன் சீருடையை இன்னும் கழற்றவில்லை. முறுக்குகளைக் கண்ணாடிக் கோலிகளுடனும், சிறிதும், சற்றுப் பெரியதுமான இரண்டு சாவிக்கொத்து வளையங்களுடனும் அரை நிக்கர் பாக்கெட்டில் போட்டிருந்தான். முறுக்கு ரொம்ப நேரத்திற்கு வர வேண்டும் என்பதற்காக வழக்கம்போல் ஒவ்வொன்றையும் இரண்டாக்கியிருந்தான். அவன் விழிகள் இலேசான தலையசைவுகளுடன் தெருவைப் பார்த்துக் கொண்டிருந்தாலும் அவன் கண்கள் எதையும் பார்க்கவில்லை. அவன் மூளையின் கிழிந்த திரைகளில் யாரோ புத்தி பேதலித்தவன் எடுத்த திரைப்படம் போல் சில காட்சிகள் ஓடிக்கொண்டிருந்தன. கீழ்ப்படியில் முருகு வந்து உட்கார்ந்து கொண்டதை அவன் கண்கள் பார்த்தன. அவன் கண்களில் வெளிப்பட்ட வெறுமை அவன் மூளைக்கு எதுவும் போய்ச் சேராதது போலிருந்தது. முருகு உட்கார்ந்ததும் அப்படியே உடல் மடிந்து குறுகிப் போனான். கலைந்து கிடந்த அவனுடைய அடர்த்தியான தலைமயிர்தான் மாலை வெளிச்சத்தில் பிரதானமாகத் தெரிந்தது. அவ்வப்போது ஆர்வத்துடன் குட்டி பாஸ்கரை அவன் திரும்பிப் பார்த்தபடி இருந்தான். அது தனக்கு முக்கியமல்ல என்ற பாவனையில் தெருவை முகத்தைச் சுளித்துக் கூர்மையாக்கிக்கொண்டு பார்ப்பதை பாஸ்கர்

பார்த்தான். பாஸ்கர் முறுக்கைக் கறுக் முறுக்கென்று கடிக்கும் சத்தம் அவன் காதில் விழுந்துகொண்டிருந்தது. முறுக்கின் அரிசி மணமும் தேங்காய் எண்ணெயின் மணமும் கலந்து வந்தது சுவாசத்துக்கு சுகமாக இருந்தது.

ஒரு தடவை குட்டி பாஸ்கரனின் கவனம் தன்மீது விழுந்ததும் முருகு தன் முகத்திற்கு முன் வெட்டவெளியில் ஒரு பூஜ்யம் போட்டுக் காட்டினான். இதற்கு முன் அவன் இப்படிப் பூஜ்யம் போட்டுப் பார்த்திருப்பது பாஸ்கருக்கு நினைவுக்கு வந்தது. அவன் மனதிற்குள் கோபம், பிராண்டும் நகங்களுடன் வந்தது. மேல்படியிலிருந்து அப்படியே குதித்து அவன் மீது விழுந்து அவன் தலைமயிரைப் பிடித்துக் கதறக் கதற உலுக்க வேண்டும் என்று தோன்றியது.

‘இப்ப எதுக்கு இங்கே வந்தே?’ என்று கேட்டான் பாஸ்கர்.

முருகு பதில் சொல்லவில்லை. அப்போது தெருவில் பிரகாசம் குறைந்தது. திடீரென்று மாற்றம் நிகழ்ந்தது பாஸ்கருக்குப் பிடித்திருந்தது. தொடர்ந்து வேறு என்ன நடக்கும் என்று அவன் பார்க்கத் தொடங்கினான். காற்று வேகமாவது தெரிந்தது. சுழன்றடிக்கும் காற்று. அந்த மாதிரிக் காற்று அவனுக்கு ரொம்பவும் பிடிக்கும். குப்பைக் காகிதங்களைக் காற்று சுழற்றியடித்துக் காட்டும் எனக் காத்துக்கொண்டிருந்தான்.

இதற்கு முன் முருகு வெட்ட வெளியில் பூஜ்யம் போட்டபோது என்ன செய்தோம் என்று பாஸ்கர் யோசித்தான். முறுக்கைப் பாதியைப் பிட்டுக் கால் பங்கு அவனுக்குத் தந்தது நினைவுக்கு வந்தது. அப்படியே இப்போதும் கொடுக்க வேண்டியிருக்கும். முறுக்கைச் சிறு சிறு துண்டுகளாகக் கடித்துத் தின்னாமல் அப்படியே வாயில் போட்டு அவன் நொறுக்கிவிடுவது பாஸ்கருக்குப் பிடிக்காமல் இருந்தது. இப்போதும் அப்படித்தான் செய்வான். சொன்னால் அவனுக்குத் தெரிவது இல்லை.

வேறு வேலையை முன்னிட்டு எழுந்திருப்பதுபோல் எழுந்து நின்றான் பாஸ்கர். திடீரென்று நினைவுக்கு வந்ததுபோல் பாதி முறுக்கைப் பிட்டு முருகுக்குப் பாதி தந்தான். உள்ளே வேகமாகச் சென்றான்.

அவன் மீண்டும் வெளியே வருவான் என்று முருகுக்குத் தோன்றியது. முறுக்கை வாயில் போட்டுவிட்டு அப்படியே அசையாமல் உட்கார்ந்துகொண்டிருந்தான். வெளியே பார்க்க எதுவுமே ருசியாக இல்லையென்று அவனுக்குத் தோன்றியது. அந்தப் படியிலேயே படுத்துத் தூங்க வேண்டும் போலிருந்தது. தூங்கினால் பாஸ்கர் வெளியே வருவதைப் பார்க்க முடியாமல் போய்விடுமே என்று நினைத்தான்.

பாஸ்கர் வெளியே வந்தபோது அவன் வேறு சட்டையும் நிக்கரும் அணிந்திருந்தான். அவை தோய்த்து உலர்ந்த முறுமுறுப்புடன் இருந்தன. கையில் புத்தகப் பை இருந்தது. அவன் முருகுவின்

பக்கம் பார்க்காமலேயே கிடுகிடுவென்று படியிறங்கிச் சென்றான். முருகு அதிக இடைவெளி விட்டு அவன் பின்னால் போனான்.

ஒரு தடவை பாஸ்கர் திரும்பிப் பார்த்தபோது முருகு, பாஸ்கர் பக்கம் ஓடி வந்து, ‘பாஸ்கர் எங்கே போறே?’ என்று கேட்டான். ‘வீட்டுப்பாடம் படிக்க’ என்றான். ‘பேசிட்டே போவோமா?’ என்று கேட்டான் முருகு. இப்போது அவனுடைய உடல் பாஸ்கரின் உடலுடன் நெருக்கமாக வந்துகொண்டிருந்தது. சிறிது தூரம் சென்றதும், ‘குட்டி பாஸ்கர், மழை வரப் போகுது’ என்றான் முருகு. பாஸ்கர் வேகமாக நடக்கத் தொடங்கினான். முருகுவும் பின்னால் வந்து சேர்ந்துகொண்டான். ‘டீச்சர் வீடு பக்கமா?’ என்று கேட்டான் முருகு. மழை வருவது பற்றித் தனக்கு வரும் படபடப்பை மனதில் வைத்து அவன் கேட்பது போல் பாஸ்கருக்குத் தோன்றியது. ‘பக்கம்தான்’ என்றான் பாஸ்கர். ‘நீயும் வரப்போறியா?’ என்று கேட்டான் பாஸ்கர். முருகு தலையை அசைத்தான்.

டீச்சர் வீட்டிற்குள் நுழைந்ததும் முன் வராண்டாவில் தரையில் உட்கார்ந்துகொண்டான் பாஸ்கர். முருகு மேல்படிக்கு முந்திய படியில் உட்கார்ந்துகொண்டான். வீட்டிற்குள் சிறு குழந்தை பெரிதாக அழுவது கேட்டுக்கொண்டிருந்தது. அதைச் சமாதானப்படுத்தும் குரலும் கேட்டது. குழந்தை பெரிதாக முரண்டுபிடித்துக் கத்தியபடியே இருந்தது. வெளியே இருள் சூழ்ந்துவருவதற்கும் அந்தக் குழந்தை அழுவதற்கும் சம்பந்தமிருப்பதுபோல் பாஸ்கருக்குத் தோன்றியது. முருகு பின் படியில் முதுகைச் சாய்த்துக் காலை கீழ்ப் படியில் நீட்டி வசதியாக உட்கார்ந்துகொண்டிருந்தான்.

டீச்சர் மார்பில் சாய்த்துக்கொண்டிருந்த குழந்தையுடன் வெளியே வந்தார். தலைமயிர் கலைந்தும் பரட்டையாகவும், மார்புச் சேலை விலகியும் பார்ப்பதற்குக் கஷ்டத்தைத் தரும் அலங்கோலத்துடன் இருந்தார். டீச்சருக்கு மார்பே சொல்லும்படி இல்லாமல் இருந்தது பாஸ்கருக்குக் கஷ்டத்தைத் தந்துகொண்டிருந்த விஷயம். குழந்தை எலும்பெடுத்துப் போயிருந்தது. அப்படி இருந்தாலும் அதால் பயங்கரமாகக் கத்த முடியுமென்பது பாஸ்கருக்கு நன்றாகத் தெரியும். இன்று அது தன் முழு வேகமும் வெளிப்படும்படி கத்தவில்லை. ‘யாரு இவன்?’ என்று கேட்டாள் கோமதி டீச்சர். ‘ஒண்ணாப் படிக்கிறோம். எஸ். முருகன்’ என்றான் பாஸ்கர். ‘இங்கேயே இருக்கப்போறானா?’ என்று கேட்டார் டீச்சர். பாஸ்கருக்குப் பதில் சொல்லத் தெரியவில்லை. முருகுவும் பதில் சொல்லவில்லை. ‘டேய், ஒரு ரவுண்டு அப்படியே சுத்திட்டு வா’ என்றார் டீச்சர். ‘அவன் இருந்தா நீ பாடத்தைக் கவனிக்க மாட்டாய்’ என்று பாஸ்கரைப் பார்த்துச் சொன்னார். முருகு சாவகாசமாக எழுந்து போனான். அவன் முதுகைப் பார்த்தான் பாஸ்கர். மேற்கொண்டு அவன் என்ன செய்வான் என்ற யோசனை பாஸ்கருக்கு வந்தது. அவன் அவனுடைய வீட்டிற்குப் போய்விடுவானா அல்லது ஏதாவது கடைத் திண்ணைகளில் உட்கார்ந்துகொண்டிருப்பானா?

பாஸ்கர் தரையில் கவிழ்ந்து படுத்தபடி தன் கணக்கு நோட்டைப் பிரித்தான். டீச்சர் நிறைமாத கர்ப்பிணியாக இருந்ததால் அவருக்குக் குனியக் கஷ்டமாக இருப்பது பாஸ்கருக்குத் தெரியும். அவன் முட்டுக்குத்தி எழுந்திருந்து கணக்கு நோட்டை டீச்சர் முன் நீட்டினான். குழந்தை அழாவிட்டாலும் மிகுந்த திமிறலுடன் டீச்சரின் மார்பில் புரள முயன்றுகொண்டிருந்ததால் டீச்சர் நோட் புத்தகத்தைக் கையில் வாங்காமலேயே வலது பக்கம் வளைந்து முகத்தை விகாரமாக முன்னால் தள்ளியபடி கணக்கைப் படித்தார். 'நான் ஏற்கனவே சொல்லித் தந்திருக்கும் கணக்கு, ஒழுங்காச் செய்' என்றார்.

அவன் கணக்குச் செய்ய ஆரம்பித்தான். ஆரம்பத்திலேயே ஒரு தப்பு நேர்ந்துவிட்டதுபோல் அவனுக்குத் தோன்றியதால் ரப்பரை எடுத்து அதை அரை நிக்கரில் தேய்த்த பின் முதல் எண்ணை அழித்தான். 'பாஸ்கர், ஸ்டூலை எடுத்துட்டு வா' என்றார் டீச்சர். அது வீட்டிற்குள் மூன்று இடங்களில் ஒன்றில்தான் இருக்கும் என்பது பாஸ்கருக்குத் தெரியும். அவன் நேராகச் சமையலறைப் பக்கம் போனான். அறை வாசலிலேயே முக்காலி இருந்தது. அதை எடுத்துக்கொண்டு வந்து டீச்சர் சாய்ந்து உட்கார வசதியாகச் சுவரோரம் போட்டான். டீச்சர் குழந்தையுடன் கஷ்டப்பட்டு முக்காலியில் உட்கார்ந்துகொண்டார்.

'கணக்கை வாசி' என்றார் டீச்சர். பாஸ்கர் கணக்கை வாசித்தான். எவ்வளவுதான் அவனிடம் கோபித்துக்கொண்டாலும் கடைசியில் கணக்கைத் தான்தான் அவனுக்குச் சொல்லித்தர வேண்டியிருக்கும் என்பது டீச்சருக்குத் தெரியும். டீச்சருக்கு அந்தக் கணக்கை மீண்டும் சொல்லித்தரப் பொறுமையில்லை. வழி வழியாகச் சொல்லத் தொடங்கினார். 'பரீட்சையின் போது நான் பக்கத்தில் இருக்க மாட்டேன். அது மட்டும் ஞாபகத்தில் இருக்கட்டும்' என்றார். இதற்கு முன்னால் டீச்சர் இதே வாசகத்தைப் பல தடவை சொல்லியிருக்கிறார்.

வராண்டாவில் இருட்டு நுழைந்துவிட்டிருந்தது. டீச்சர் எழுந்திருந்து வராண்டா விளக்கைப் போட்டார். வயரில் தனியாகத் தொங்கிக் கொண்டிருந்த பல்பு அது. எரியும்போது அது வராண்டாவை அப்படியே சோகத்தில் ஆழ்த்திவிடும். குளிர் காற்று அடித்தது. குளிரைக் கொஞ்சம்போலக் கையில் வைத்துக்கொண்டு அவ்வப்போது காற்று விசிறுவது போல் பாஸ்கருக்குத் தோன்றியது. மழை தூறல் போட ஆரம்பித்திருந்தது. கடைசி வெயில் கொஞ்சம் பாக்கி இருந்ததால் மழை அழகாக இருந்தது. பலவீனமாகத் தூறல்கள் விழுந்துகொண்டிருந்தன. தூறல் தன் சாய்வைக் கூட்டி வைத்துக்கொண்டிருந்தது. புழுதி மணம் குளிரோடு சேர்ந்து வந்தது. 'நல்லா இருக்கில்லே' என்றார் டீச்சர் தன்னுணர்வு இல்லாமல். அவர் தனது மூக்கால் புழுதி மணம் பூராவையையுமே எடுத்துக்கொள்ள முயல்வது போலிருந்தது.

'என்னடா விடை வந்தது?' என்று கேட்டார் டீச்சர். விடை எதுவும் வந்திருக்கவில்லை. விடையின் பக்கத்தில் வந்துவிட்டதை

உணர முடிந்திருந்தது. இன்னும் ஒரு வழி எழுதினால் விடை டக்கென்று வந்துவிடும். அந்த வழி தெரியவில்லை. பாஸ்கர் டீச்சர் முகத்தைப் பார்த்தான். டீச்சர் பிரமை பிடித்தாற்போல் வாசலையே பார்த்துக்கொண்டிருந்தார். அவரைக் கீழே விழும்படி பிடித்துத் தள்ளிவிட்டுப் போய்விட்ட கணவரின் நினைவு அவருக்கு வந்திருக்கும் என்று நினைத்துக்கொண்டான். ஒரு சமயம் கணவனைப் பற்றி டீச்சர் அடிவயிற்றிலிருந்து கத்திப் புகார் கூறும்போது, 'அத்தை, வராமல் ஒழிஞ்சுட்டாலும் தேவலை. திடீரென்று ஒரு நா வந்து நிக்கறாரே' என்று கத்தியது நினைவுக்கு வந்தது. 'இனிமே வந்தா வாசல் கதவெச் சாத்திப்பிடு, ஒண்ணாப் படுக்காதே' என்று அத்தை சொன்னாள். அவர்கள் பேச்சிலேயே, 'ஒண்ணாப் படுக்காதே' என்ற வார்த்தைகள்தான் பாஸ்கருக்கு திரும்பச் சொல்லும்படி பிடித்திருந்தது.

வாசல் விளக்கைச் சுற்றி ஈசல்கள் வந்திருந்தன. சுற்றிச் சுழலும் போது அவை ஒன்றை ஒன்று மோதிக்கொள்வதுபோல் பாஸ்கருக்குத் தெரிந்தது. அவை பிறவியிலேயே பார்வையில்லாமல் பிறந்திருக்கலாம் என்று நினைத்துக்கொண்டான். பார்வையில்லாமல்தான் அவை பிறக்க வேண்டும் என்றால் அவை ஏன் பிறக்க வேண்டும்? அவை களுக்குச் சிறகுகள் எதற்கு?

நிமிஷத்திற்கு நிமிஷம் ஈசல்களின் படையெடுப்பு அதிகமாகிக் கொண்டேவந்தது. 'ஷ்' 'ஷ்' என்று டீச்சர் தன் முகத்திற்குப் பக்கம் வரும் ஈசல்களை விரட்டியபடி இருந்தார். தன் குழந்தையைக் குறி வைத்து அவை தாக்க வருவதுபோல் டீச்சர் எண்ணிக்கொள்வதாகப் பாஸ்கருக்குப் பட்டது.

குழந்தை ஒன்றுக்குப் போகத் தொடங்கவே அதைத் தன் உடம்பி லிருந்து வழக்கம்போல் தள்ளிப் பிடித்து வைத்துக்கொண்டார் டீச்சர். குழந்தையின் சிறுநீரை டீச்சர் இடது காலால் தேய்த்துப் பரப்பினார். சிறுநீரின் அளவு அதிகமாக இருந்ததால் காலை மேலும் தள்ளிக்கொண்டுபோய் அதைப் பரப்ப முடியவில்லை.

ஈசல் கண்மூடித்தனமாகத் தொந்தரவு செய்யத் தொடங்கிவிட்டது. கரு விழியின் மேல் வந்து மோதும் என்று தோன்றியது. 'இப்பொ என்ன செய்யறேன் பாரு' என்றார் டீச்சர். 'இதை வாங்கிக்கோ' என்று குழந்தையை ஒற்றைக் கையில் தொங்கவிட்டார். பாஸ்கர் குழந்தையை வாங்கிக்கொண்டான். 'தள்ளிக் கூட்டிட்டுப் போயுடு' என்றார் டீச்சர். பாஸ்கர் குழந்தையை வாங்கிக்கொண்டு தெருவுக்கு வந்தான். குழந்தைக்குத் தெருவின் களேபரம் பிடித்திருந்தது. இருந்தாலும் அது அழுவதுபோலவும் அதைச் சமாதானம் செய்வது போலவும் அரற்றிக்கொண்டிருந்தான். குழந்தைக்குத் தெரு பிடித்திருப்பது அவனுக்குத் தெரிந்துவிட்டதால் வேகமாகத் தெரு வழியாகப் போனான். சிறிது தூரம் ஓடினான். அவன் ஓடியது குழந்தைக்கு மிகவும் பிடித்திருந்தது. சிறிது நேரத்திலேயே அதிக தூரம் வந்துவிட்டது

போலிருந்தது. நின்று டீச்சர் வீட்டைப் பார்த்தான். டீச்சர் வீட்டின் தெரு முனைகூடத் தெரியவில்லை.

பின் பக்கம் ஒரு நிழல் தெரிந்தது. திரும்பிப் பார்த்தான். முருகு நின்றுகொண்டிருந்தான். 'முருகு, வீடு முழுக்க ஈசல். கொழந்தையைக் காப்பாத்த டீச்சர் எங்கிட்டத் தந்திருக்காங்க' என்றான். முருகுவின் முகத்தில் ஆச்சரியம் எதுவும் ஏற்படவில்லை. குழந்தையை டீச்சர் தேடுவார் என்று பாஸ்கருக்குத் தோன்றியது. அவன் திரும்பி நடந்தான். முருகுவும் கூட வந்தான். 'உனக்காகத்தான் அந்த கடைத் திண்ணை யிலேயே இருந்தேன்' என்றான் முருகு. 'நீ வீட்டுக்குப் போயிருக்கலாமே' என்றான் பாஸ்கர். 'குட்டி பாஸ்கர், எனக்கு எப்பமும் ஒன்னோடையே இருக்கணும்னு தோணுது' என்றான் முருகு. பாஸ்கர் அவன் முகத்தைப் பார்த்தான். சீக்கிரம் குழந்தையைக் கொண்டுசேர்க்க வேண்டுமே என்ற படபடப்பு பாஸ்கருக்கு வரவே, வேகமாக நடந்தான். 'கொழந் தெயெ எனக்குக் கொஞ்சம் தா' என்றான் முருகு. பாஸ்கர் அவனிடம் தந்தான். டீச்சர் வீடு நெருங்கும்போது திரும்ப வாங்கிக்கொண்டு விட வேண்டுமென எண்ணிக்கொண்டான். முருகு தன் தோளில் குழந்தையை வைத்துக்கொண்டு வந்தான். அது சந்தோஷப்பட வேண்டுமென்று துள்ளித் துள்ளி நடந்தான்.

'கொழந்தையைத் தூக்கிட்டு எங்கடா போயிட்டே?' என்று சொல்லியபடி டீச்சர் குழந்தையை வாங்கிக்கொண்டார். வராண்டாத் தூணில் எண்ணெயில் முக்கிய தாளில் ஈசல்கள் அப்பிக்கொண் டிருந்தன. மஞ்சள் பல்பைச் சுற்றி ஒன்றிரண்டு ஈசல்கள் வழி தவறிய பார்வை இல்லாதவர்கள் மாதிரி சுழன்றுகொண்டிருந்தன. அவை சிறிது நகர்ந்தால் தாளில் ஒட்டிக்கொண்டுவிடும். வராண்டாப் படிகளில் ஈசல்கள் சிறகுகளை இழந்து கிடந்தன. டீச்சர் வந்து குழந்தையை வாங்கிக்கொண்டதில் சில புழுக்கள் இறந்துபோயிருக் கின்றன. பாஸ்கரும் முருகுவும் குழந்தையைத் தரப் படியேறி வந்தபோதும் சிறகில்லாத பல புழுக்கள் இறந்துபோயிருக்க வேண்டும். இறந்து போன புழுக்கள் சர்க்கரைப் பாயசம் தெறித்ததுபோலிருந்தது. கலைந்துபோயிருந்த கோலத்தின் மீது புழுக்கள் நெளிந்துகொண்டி ருந்தன. அவற்றைப் பார்த்துக்கொண்டே இருந்துவிட்டு பாஸ்கர் பக்கவாட்டில் பார்த்தபோது முருகுவும் அதையே பார்த்துக்கொண்டி ருந்தான். 'மிச்சம் நாளைக்குப் படிக்கலாம், லீவுதானே' என்று டீச்சர் தன் வாக்கியத்தை முடிக்கும்போது உள்ளே போய்விட்டிருந்தார். பாஸ்கர் புத்தகங்களை ஒவ்வொன்றாகப் பொறுக்கிப் பையில் போட்டுக்கொண்டான்.

அக்டோபர் 2004 சான்டா க்ரூஸ்

கிட்னி

சபேசுவின் வாழ்க்கை கொஞ்சம் துரதிருஷ்டமானது தான். ஐந்தாறு வயது வரையிலும் தன்னுடைய கைகளையும் கால்களையும் அசைக்காமல் போட்டது போட்டபடி கிடந்தான். கவிழவோ, நீந்தவோ, உட்காரவோ எந்த முயற்சியும் அவன் மேற்கொள்ளவில்லை. வையாபுரி – ராசம்மை தம்பதியினருக்குத் திருமணம் முடிந்து பல வருடங்களுக்குப் பின் பிறந்த குழந்தை என்றாலும் அவனுடைய பிறப்பே ராசம்மைக்கு அருவருப்புணர்ச்சியை ஏற்படுத்திவிட்டது. ஒரு சமயம் அவன் அருகில் வரும் போதே பொங்கி வரும் துக்கம் அவளைச் செயலிழக்கச் செய்திருக்கலாம். மற்றபடி ஒரு தாய் தன் குழந்தையின் உடலைக்கூட ஸ்பரிசிக்காமல் போனதற்கு வேறு என்ன காரணம் சொல்ல முடியும்?

சபேசு துரதிருஷ்டமானவன் என்றாலும்கூட விவரிக்க முடியாத அதிருஷ்டமும் ஒருபக்கம் அவனுக்கு இருந்தது. அவனுடைய தந்தைவழிப் பாட்டி செல்லம்மாள் அவனை வளர்க்கும் பொறுப்பை அவன் பிறந்ததுமே ஏற்றுக் கொண்டு விட்டாள். ராசம்மையிடம் அவள் கடுகளவுகூட உதவி எதிர்பார்க்கவில்லை. செல்லம்மாப் பாட்டியின் அன்பும் அரவணைப்பும் சபேசுவுக்கு கிடைக்காமல் போயிருந்தால் புத்தி பேதலித்த பிள்ளை என்ற பெயரைத் தான் அவன் எடுக்க நேர்ந்திருக்கும். சபேசு பிறந்ததிலிருந்து தனது மரணம் வரையிலும் பாட்டி அவனை ஆளாக்க எடுத்துக்கொண்ட முயற்சிகளை யார் நினைத்துப்

பார்த்தாலும் அவர்களுக்கு அவள் ஒரு மனித ஜென்மமாகவே பட்டிருக்கமாட்டாள். இன்று சபேசுவிடம் பார்க்கக் கிடைக்கும் மாற்றங்களே அதற்கு ஒரு நிரூபணம்தான்.

சபேசு எட்டாவது வயதில்தான் பேசத் தொடங்கினான். உடல் ரீதியாக சாதாரணக் குழந்தையின் வளர்ச்சிகளுக்கு சற்றுப் பிந்தியேனும் அவனும் ஆளாகிக்கொண்டுதான் வந்தான். அவன் கற்றுக்கொள்ள வேண்டிய ஒவ்வொன்றையுமே தொடர்ந்து விடாமல் அவனிடம் சொல்லிக்கொண்டே இருக்க வேண்டியிருந்தது. பாட்டிக்கு அதில் சிறிதும் அலுப்பில்லை. அவன் புரிந்துகொள்ளும்வரையிலும் எத்தனை முறை பாட்டிக்கு ஒவ்வொன்றையும் சொல்ல வேண்டியிருந்தது என்பதற்குக் கடவுளால்கூடக் கணக்கு வைத்திருக்க முடியாது. அதே சமயம் ஒரு விஷயத்தைப் புரிந்துகொண்டுவிட்டான் என்றால் அதற்குப் பின் அதை அவன் மறந்தான் என்பதும் கிடையாது.

பாட்டி எங்கு சென்றாலும் அவனைத் தன்னுடன் அழைத்துச் செல்வாள். சந்தைக்கு. தையல் கடைக்காரர் வீட்டுக்கு. சொந்தக் காரர்கள் வீடுகளுக்கு. மாதம் ஒருமுறை முடிதிருத்தும் கடைக்கு. முக்கியமாக ஒவ்வொரு நாளும் கோவிலுக்கு. அந்த நாட்களில் எல்லாம் அவனுடைய பேச்சு கொழகொழவென்றுதான் இருந்தது. கடவுளிடம் என்ன பிரார்த்தனை செய்ய வேண்டும் என்று பாட்டி அவனுக்குச் சொல்லித் தந்திருந்தாள். அவன் கூப்பிய கைகளுடன் கண்களை மூடியபடி அந்தப் பிரார்த்தனையைச் சொல்வான். 'ஐயனே, உன் கண்ணைத் திறந்து என்னைப் பாரு. ஐயனே, என்னை மனிதக் குழந்தையாக்கு. ஐயனே, நான் நல்ல குழந்தையாக இருப்பேன்.' இந்தப் பிரார்த்தனைகளைச் சொல்லித்தரப் பாட்டிக்கு ஒன்றிரண்டு வருடங்களாயிற்று. ஆனால் அந்தப் பிரார்த்தனையைப் பிடித்துக் கொண்ட பின் செல்லம்மாப் பாட்டி, 'போதும்டா என் ராசா' என்று சொல்வது வரையிலும் அவன் தன் கைகளைக் குவித்து மூடிய கண்களுடன் பிரார்த்தனை செய்துகொண்டே இருப்பான். அதைப் பார்க்கும்போது பாட்டிக்குத் தாங்க முடியாத சந்தோஷம் ஏற்படும். அவனைத் தன் மார்போடு அணைத்துக் கன்னத்தில் முத்தமிடுவாள். அப்போது அவள் கண்கள் கலங்கும்.

பதினைந்தாவது வயதுவரையிலும் பாட்டிதான் சபேசுவைக் குளிப்பாட்டிவிட்டாள். ஒரு நாள், 'வயசாகிவிட்டுது சபேசு, இனிமே கோமணம் கட்டிக்கோ' என்று பாட்டி அவனிடம் சொன்னாள். அதையும் பாட்டி திரும்பத் திரும்ப சொல்ல வேண்டியிருந்தது. ஒரு சில மாதங்களுக்குப் பின் பாட்டி கிழித்துத் தந்திருந்த கோமணத்தை அவன் தானாகவே கட்டிக்கொண்டான். 'இனிமே நானே குளிக்கிறேன் பாட்டி' என்று ஒரு நாள் இரவு பாட்டி சற்றும் எதிர்பாராத நேரத்தில் அவன் சொன்னான். அப்போது பாட்டியின் பக்கத்தில் அவள் வயிற்றின் மீது தனது வலது காலைப் போட்டபடி சபேசு படுத்துக்கொண்டிருந்தான். பாட்டிக்கு சந்தோஷம் தாங்க

வில்லை. தன் முயற்சிகளின் பலன்களை ஒவ்வொன்றாகப் பார்க்கத் தனக்குச் சந்தர்ப்பம் கிடைக்கும் என்று அவள் எண்ணியதே இல்லை. 'இப்ப ஒனக்குத் தெரியாதது எந்த ஒண்ணுமே கிடையாதுடா சபேசு' என்று சொன்னாள் அவள். அப்போது அவள் குரல் தழு தழுப்பதை உணர்ந்த சபேசு பாட்டியின் கண்களைத் தடவிப் பார்த்தான். 'அழலேடா, சந்தோஷம்தான்' என்றாள் பாட்டி. 'நீங்க என்ன சொன்னாலும் நான் கேப்பேன் பாட்டி' என்றான் சபேசு. அந்த வாக்கியத்தை அவன் பாட்டியிடம் ஆயிரம் தடவைக்குமேல் சொல்லியிருப்பான். 'நீ பேசுதெல்லாம் ஐயன் குரல். ஓங்குரல் இல்லெ' என்றாள் பாட்டி.

சபேசுவின் பதினெட்டாவது வயதில் பாட்டி இறந்துபோனாள். 'நானும் செத்துப் போறேன். அப்பத்தான் பாட்டியோடே எனக்கு இருக்க முடியும்' என்று கதறி அழுதான் சபேசு. கூடியிருந்தவர்கள் மரணம் என்றால் என்ன என்று அவனுக்குச் சொல்லித்தர முயன்றார் கள். மரணம் என்பது, 'மீண்டும் கூட இயலாத பிரிவு' என்பதை அவனால் கிரகித்துக்கொள்ளவே முடியவில்லை. 'பாட்டி என்னை விட்டுட்டுப் போகமாட்டாங்க' என்று அரற்றிக்கொண்டே இருந்தான்.

சபேசுவை ஒரு மனிதக் குழந்தை ஆக்கியதும், தனது பணி முடிந்துவிட்டது என்பதால்தான் பாட்டி விடைபெற்றுக்கொண்டு விட்டாள் என்று அவள் மரணத்தின்போது வந்திருந்தவர்கள் எல்லோருமே சொன்னார்கள்.

சபேசு பள்ளிக்கூடம் போகவேயில்லை என்றாலும்கூட தோற்றத் திலும் நடையுடை பாவனைகளிலும், பிறருடன் பழகும்போது வெளிப்படும் இணக்கத்திலும் ஒரு உயர்வான தன்மை அவனிடம் கூடிவிட்டிருந்தது. அவனுடைய உச்சரிப்பிலும் காலப்போக்கில் தெளிவு கூடிவந்தது. அவன் இப்போது யாருக்குமே பாரம் அல்ல. சந்தையில் ஒவ்வொரு வியாபாரியையும், 'வணக்கம் ஐயா' என்று கும்பிட்டுவிட்டு அவன் கறிகாய்களை வாங்கிக்கொண்டு வருவான். வீட்டைப் பெருக்கிச் சுத்தம் செய்யும் வேலையையும் அவன் தன் பொறுப்பில் வைத்துக்கொண்டிருந்தான். பாட்டியுடன் அவன் சேர்ந்து செய்துவந்திருந்த காரியம் இது. அன்றாடம் வைக்கப்படும் கறிக்கு ஏற்றாற்போல் காய்களை நறுக்கித்தரும் வேலையும் அவனுடையதாக இருந்தது. அவன் நறுக்கி வைக்கும் கறிகாய்களைப் பார்த்தால் பாட்டி வந்து நறுக்கி வைத்துவிட்டுப் போனது போலவே இருக்கும். பாட்டி சுத்தம் பற்றி அடிக்கடி அவனுக்குக் கற்றுத்தந்த விவரங்கள் சற்றுக் கூடுதலாகவே அவன் மனதில் படிந்துவிட்டிருந்தன. எப்போதும் தனது சட்டை ஜேபியில் ஒரு பழைய காகிதத்தை மடித்து வைத்திருந்து, உட்கார நேர்ந்தால் அதை விரித்து அதன் மேல்தான் உட்காருவான்.

பாட்டியின் மறைவுக்குப் பின்கூட அவனுக்குத் தன் தாயுடனோ அவன் தாய்க்கு அவனிடமோ நெருக்கம் ஏற்படாமல்தான்போயிற்று. ஆனால் பாட்டியின் பிரிவு தந்த வருத்தமும் வெறுமையும் சபேசுவை

அவன் அறியாமலேயே அவன் தந்தை வையாபுரியிடம் நெருக்கிக் கொண்டுபோயிற்று.

வையாபுரியின் மனதில் அவர் தாய் சபேசுவை ஆளாக்க மேற் கொண்ட முயற்சிகள் எல்லாமே பசுமையாகத்தான் இருந்தன. ஆனால் அதைத் தன் வாயால் சொன்னால் அதன் தெய்வாம்சத்தில் மாசு படிந்துவிடும் என்று எண்ணி அவை பற்றி அவர் பேச வேயில்லை. தன் தாயிடமிருந்த ஒரு அபூர்வமான சக்தியை வெளிப் படுத்தத்தான் சபேசுவைக் குறைக்கோலத்தில் கடவுள் பிறக்கவைத்தார் என வையாபுரிக்கு உள்ளூர ஒரு தீர்மானம் இருந்தது.

பூட்டைப் பழுது பார்ப்பது, தொலைந்த சாவிக்கு மாற்றுச் சாவி அடித்துத் தருவது, புதிய பூட்டைச் செய்வது போன்ற வேலைகளைத் தலைமுறை தலைமுறையாகச் செய்து வந்த குடும்பத்தில் தோன்றியவர் வையாபுரி. தன் தந்தையிடமிருந்து அந்தத் தொழிலின் சூட்சுமங்களை அவர் கற்றுக்கொண்டிருந்தார். மொழியால் சொல்ல முடியாத சூட்சுமங்கள் அவை. சபேசுவும் அதை அறிய வேண்டும் என்று வையாபுரி ஆசைப்பட்டது வெகு இயற்கையான காரியம். ஆனால் அவரால் அதைச் சபேசுவுக்குக் கற்றுத்தர முடிய வில்லை. தன் தாய் உயிரோடிருந்து தன் தொழில் சார்ந்த நுட்பங்களும் அவளுக்குத் தெரிந்திருந்தால் நிச்சயமாக அவள் அவற்றைச் சபேசுவுக்குக் கற்றுத் தந்திருப்பாள் என்றுதான் வையாபுரி நினைத்தார்.

வையாபுரி ஒவ்வொரு நாளும் தன் பட்டறைக்கு சபேசுவையும் தவறாமல் அழைத்துக்கொண்டு போவார். தன் தந்தையின் தொழிலைக் கற்றுக்கொள்வதற்காக சபேசு மேற்கொண்ட உழைப்பு பல சந்தர்ப்பங் களில் வையாபுரியின் கண்களைக் கலங்க வைத்திருக்கிறது. பத்துப் பனிரெண்டு மணிநேரம் சுய பிரக்ஞையே இல்லாமல் அவன் மாற்றுச் சாவிகளைச் செய்ய முயன்றுகொண்டிருப்பான். ஆனால் அவன் அடித்து ராவிய சாவிகளால் திறக்க வேண்டிய பூட்டுகளைத் திறக்க முடியாமல்தான் போய்க்கொண்டிருந்தது. தான் தோல்வி அடைந்துவிட் டோம் என்று தெரிந்த நிமிஷத்திலேயே ஒரு புதிய சாவியை அடிக்கும் முயற்சியை அவன் மேற்கொள்ளத் தொடங்கி விடுவான். வையாபுரி யால் அந்த நிமிஷத்தைச் சகித்துக்கொள்ள முடிந்ததில்லை. 'வீட்டுக்குப் போடா தம்பி, நாளைக்குப் பாத்துக்கலாம்' என்பார் அவர். சபேசுவின் தலை அசையுமே தவிர கை வேலை செய்வதை நிறுத்தாது.

நாகர்கோவில் வட்டாரத்திலேயே தன் துறையில் தன்னிகரற்ற தொழிலாளி என்னும் பெயரைப் பெற்றிருந்த வையாபுரியின் உடல்நிலை யாருமே எதிர்பாராதிருந்த நேரத்தில் குன்றியது. நோய்கள் எந்தத் துறையைச் சார்ந்த விற்பன்னர்களுக்குத்தான் விதிவிலக்குகளை அளித்திருக்கின்றன? வையாபுரி தனக்கு வந்திருந்த நோயின் பெயரைச் சொல்லவே கூச்சப்பட்டார். விசாரித்து வந்தவர்களிடம் 'சிறுநீர்

சரியாகப் பிரியலே' என்று மட்டும் சொன்னார். அவர் மருத்துவ மனையில் தொடர்ந்து இருக்கும்படி ஆயிற்று.

சிகிச்சை மும்முரமாக நடந்தாலும் வையாபுரிக்குப் பெரிய நிவாரணம் எதுவும் ஏற்படவில்லை. சோதனை, சோதனை என்று சொல்லி டாக்டர்கள் மேற்கொண்ட காரியங்கள் அவருக்கு பெரும் இம்சையாக இருந்தன. 'இதப் பொறுப்பதப் பாக்க நான் போய்ச் சேந்துடலாம்' என்று புலம்பத் தொடங்கிவிட்டிருந்தார் அவர். டாக்டர்கள் வரும்போது தனது சிரமங்களைச் சொல்லத் தொடங்கும் போதே அவருக்கு அழுகை வந்துவிடும்.

ஒருநாள் மூன்று டாக்டர்கள் ஒன்றாக வந்தார்கள். அவரைச் சோதித்துவிட்டு அவர்களுக்குள் முணுமுணுப்பது போல் ஆங்கிலத்தில் பேசிக்கொண்டார்கள். கடைசியில் தலைமை டாக்டர் வையாபுரி யிடம் ஒரு புதிய கிட்னியை அவருக்குப் பொருத்துவதைத் தவிர நோய்க்கு வேறு பரிகாரம் இல்லை என்று சொன்னார். அவர்கள் போகும்போது சபேசுவையும் தங்களுடன் அழைத்துக்கொண்டு போனார்கள். குடும்பத்தின் ஒரே வாரிசு என்ற நிலையில் சபேசுவை டாக்டர்கள் தனி அறைக்கு அழைத்துச்சென்று அவன் தந்தையின் நோய் பற்றிய விபரங்களைச் சொன்னார்கள். அவர்கள் சொன்ன ஒருசொல்கூட சபேசுவுக்குப் புரியவில்லை. ஆனால் அவர்கள் சொல்லத் தொடங்கி, சொல்லி முடிக்கும் வரையிலும் சபேசு தன் இரு கைகளையும் கூப்பியபடியே அவர்கள் முன் நின்றுகொண் டிருந்தான். கிட்னிக்கு அவன்தான் ஏற்பாடுகள் செய்ய வேண்டும் என்று பெரிய டாக்டர் சொன்னார். 'கிட்னி எங்க கெடைக்கும் ஐயா?' என்று சபேசு அவர்களிடம் கேட்டான். டாக்டர்களுக்கு அவனுடைய தோற்றம், முகபாவம், பேச்சு எல்லாமே விளங்கிக்கொள்ள முடியாத சந்தோஷத்தைத் தந்தன. 'உன்னிடமே ஒன்று அதிகப்படியாக இருக்கிறது, நீ விரும்பினால் தரலாம்' என்றார் தலைமை டாக்டர்.

சபேசு தன் தந்தை படுத்திருந்த கட்டிலுக்குப் போனான். தரையில் காகிதத்தை விரித்து உட்கார்ந்துகொண்டான். 'என்னப்பா?' என்று கேட்டான். அவனுடைய குரல் அவனைவிட வயது குறைந்தவரிடம் விசாரிப்பதுபோல் இருந்தது. வையாபுரி தன் கையை அவனை நோக்கி நீட்டினார். அவன் அவர் முகத்தினருகில் தன் முகம் வரும்படி நகர்ந்து உட்கார்ந்துகொண்டதும் கையை அவன் தலைமீது வைத்துக்கொண்டார். அப்போது சபேசு, 'நான் தரேன் அப்பா உங்களுக்கு கிட்னி' என்று சொல்லிவிட்டு, 'என்னிடம் கூட ஒன்றிருக்கு' என்றான். அதற்கு வையாபுரி ஒன்றும் சொல்லவில்லை. கடுமையான வருத்தம் அவருடைய முகத்தில் தேங்கிவிட்டிருந்தது.

அன்று மாலை யாருக்கும் தெரியாமல் சபேசு சுசீந்திரத்திற்குப் போனான். ஐந்து மைல்கள் நடந்தே போனான் அவன். 'தெரு வழியாக நடந்து போவதும் பள்ளிக்கூடத்திற்குப் படிக்கப் போவதும்

ஒண்ணுதாண்டா சபேசு' என்று பாட்டி சொல்லியிருந்த சொற்கள் அவன் காதில் கேட்டுக்கொண்டிருந்தன. 'நடந்து போறேன் பாட்டி, நடந்து போறேன்' என்று சொல்லிக்கொண்டே போனான்.

அவன் சிறு பையனாக இருந்தபோது வீரபாகு என்ற பாக்கு வியாபாரி அவர்கள் வீட்டுக்கு அடுத்த வீட்டில் குடியிருந்தார். அந்தக் காலத்தில் அவருடைய மகள் உமாவைப் பார்க்கும் போதெல் லாம் 'வணக்கம் அக்கா' என்று சொல்வது சபேசுவின் வழக்கம். 'வணக்கம், வணக்கம்' என்று இருமுறை திரும்பச் சொல்வாள் உமா. அவளுக்கு அற்புதமான குரல். சபேசு நடந்து போகும்போது மீண்டும் அந்தக் குரலை தன் மனதிற்குள் வரவழைத்து அதைக் கேட்டுக்கொண்டே போனான்.

முன்தினம் வீரபாகு மாமா தன் தந்தையைப் பார்க்க ஆஸ்பத்திரிக்கு வந்தபோதுதான் உமாவைப் பார்க்க வேண்டும் என்ற யோசனை சபேசுவுக்குத் தட்டுப்பட்டது. படிப்பில் கெட்டிக்காரியான உமா மருத்துவம் படித்து முடித்துவிட்டு வேலை தேடும் முயற்சியில் தன் வீட்டில் இருந்துகொண்டிருந்தாள்.

சபேசுவைப் பார்த்ததும் உமாவுக்கு சந்தோஷம் தாங்கவில்லை. அவனிடம் ஏற்பட்டிருந்த மாற்றங்கள் அவளைத் திகைக்க வைத்தன. பழுதடைந்த ஒரு மூளையை இப்படி ஒரு பாட்டியால் செப்பனிட முடியுமா என்ற கேள்விக்குத் தான் படித்த படிப்பில் விடையில்லை என்றுதான் அவளுக்குத் தோன்றிற்று.

'அப்பாவுக்கு எப்படி இருக்குன்னு சொல்லுடா தம்பி' என்று உமா திரும்பத் திரும்பக் கேட்டுக்கொண்டிருந்தாள்.

'அக்கா, என் கிட்னி என் ஒடம்பிலெ எங்கே இருக்கு?' என்று அவன் அவளைக் கேட்டான். அந்த கேள்வியின் காரணம் உமாவுக்குப் புரிந்தது. பாவம் சபேசு. அவனுக்கு இந்தக் கஷ்டம் வந்திருக்கக் கூடாது.

உமாவிடம் உடம்பை அகலத்தில் அறுத்து வைத்திருந்த வண்ணப் படங்கள் பல இருந்தன. அவற்றை எடுத்து வந்து சபேசுவிடம் கிட்னியைக் காட்டி அது செய்யும் பணி, அது இயங்காவிட்டால் உடலுக்கு ஏற்படுகிற கஷ்டங்கள், மாற்று கிட்னிகளை வைக்கும் அளவுக்கு வைத்தியம் வளர்ந்திருக்கும் நிலை, இவை பற்றியெல்லாம் ஒரு குழந்தைக்குக் கற்றுத்தருவது போல் சொல்லிக்கொண்டேபோனாள் உமா.

'என் கிட்னியைத் தோண்டி எடுத்தா வலிக்குமாக்கா?' என்று கேட்டான் அவன் .

'வலியை மட்டுப்படுத்த இப்போ நெறய வழிகள் இருக்குடா தம்பி' என்றாள் உமா.

‘ரத்தம் வருமாக்கா?’

‘கொஞ்சம் வரத்தான் செய்யுண்டா தம்பி. ரொம்ப வீணாகாமப் பாத்துப்பாங்க டாக்டருங்க’ என்றாள்.

‘எனக்கு ஒரே பயமாருக்கு அக்கா’ என்றான் சபேசு.

‘கிட்னியை எடுக்கற அன்னிக்கு நா வந்து உன் பக்கத்திலேயே இருக்கேண்டா தம்பி’ என்றாள் உமா.

கோவில் மணி அடித்தது. உமாவிடம் விடைபெற்றுக்கொண்டு கோவிலுக்குள் போனான் சபேசு. தன்னை அழைத்து வரும்போதெல்லாம் பாட்டி உட்காரும் இடத்தில் அவன் உட்கார்ந்துகொண்டான்.

‘பாட்டி, நீங்க என்ன சொல்றீங்க இப்போ’ என்று கேட்டான் அவன்.

பாட்டி எவ்வளவு தெளிவானவள்! எந்தக் கேள்வியைக் கேட்டாலும் மிகச் சுருக்கமாகப் பதில் சொல்லி விடுவாளே.

‘தந்தை தெய்வம். அவனைக் காப்பாற்று’ என்றாள் பாட்டி.

அவளுடைய குரல் ஒரு உத்தரவு போல் இருந்தது.

‘காப்பாற்றுவேன் பாட்டி’ என்று தன் உள்ளங்கையால் பிரகாரக் கல்லின்மீது ஓங்கி அடித்தான் சபேசு.

மறுநாள் பட்டறையிலிருந்து ஆஸ்பத்திரிக்குப் போகும்போது அவன் கையில் ஒரு பை இருந்தது. தரையில் வையாபுரியின் தலைமாட்டிற்குக் கீழ் உட்கார்ந்துகொண்ட அவன், ‘பாருங்க ஐயா’ என்று சொல்லியபடியே பையிலிருந்து மூன்று பூட்டுக்களை எடுத்துக் கொடுத்தான். வையாபுரி சாவியைத் தொட்டதும் பூட்டின் கொண்டி, தெறிப்பது போல் திறந்து பின்பக்கம் விழுந்தது. அவரால் நம்ப முடியவில்லை. ‘நீயாடா செஞ்செ என் தங்கமே?’ என்று கேட்டார். ‘சாவி தொடப் பொறுக்கலேயேடா பாவி’ என்றார். சபேசு மௌனமாக இருந்தான். தந்தையின் முகத்தையே பார்த்துக்கொண்டிருந்தான். சிறிது இடைவேளைக்குப் பின், ‘நான் தரேன் அப்பா உங்களுக்குக் கிட்னி’ என்றான். ‘வேண்டாண்டா ராசா, நீ தர வேண்டாம்’ என்றார் வையாபுரி. அப்பா ஏன் அப்படிச் சொல்கிறார் என்பது அவனுக்குப் புரியவே இல்லை.

உள்ளூரிலிருந்தும் வெளியூரிலிருந்தும் வையாபுரியின் சொந்தக்காரர்கள் அவரைப் பார்க்க ஆஸ்பத்திரிக்கு வரத் தொடங்கினார்கள். அவர்களுக்குப் பதில் சொல்வதற்காகவே ராசம்மை வீட்டுக்குப் போகாமல் தன் கணவர்கூடவே இருக்கவேண்டி இருந்தது. வையாபுரியைப் பார்க்க வருகிறவர்கள் ஒவ்வொருவருமே சபேசுவிடம், ‘உன் அப்பாவைக் காப்பாத்துவது உன் கையில்தான் இருக்குடா’ என்று சொல்லிவிட்டுப் போனார்கள்.

சபேசுவுக்கு என்ன செய்ய வேண்டும் என்றே தெரியவில்லை. அப்பா தன் கிட்னியைப் பொருத்திக்கொள்ள மாட்டேன் என்கிறார்.

தன்னிடம் கூடுதலாக ஒன்று இருக்கிறது என்று எத்தனையோ தடவை அவரிடம் சொல்லியாயிற்று. அவர் காதில் வாங்கிக்கொள்வதே இல்லை. அப்படியென்றால் இனிமேல் டாக்டர்கள் என்ன செய்வார்கள்?

மருத்துவமனையில் பக்கத்து அறையில் இருந்த நோயாளியின் மகன் சபேசுவிடம், 'ராஜமாணிக்கத்தைப் போய்ப் பாருடா' என்றான். 'ராஜமாணிக்கமா? அது யாரு?' என்று கேட்டான் சபேசு. வடசேரியில் அவர் இருப்பதாகவும் விசாரித்தால் வீடு தெரியும் என்றும் அவன் சொன்னான். அவர் கிட்னியை சல்லிசான விலையில் விற்று வருகிறாராம்.

'நான் அவரைப் போய் பார்க்கட்டுமா ஐயா' என்று சபேசு தன் அப்பாவிடம் கேட்டான்.

வையாபுரிக்குக் கோபம் வந்துவிட்டது.

'சொன்னதயே திரும்பத் திரும்பச் சொல்லாதே. எம் முடிவு நான் சொன்னதுதான்' என்றார்.

சபேசுவுக்கு அதிர்ச்சியாக இருந்தது. அவர் அவனிடம் கோபித்துக் கொண்டதே கிடையாது. கோபித்துக்கொண்டாலும் பரவாயில்லை. அவரைக் காப்பாற்றியாக வேண்டும். இல்லையென்றால் பாட்டியை ஏமாற்றியதுபோல் ஆகிவிடும். எந்தப் பிரச்சினை வந்தாலும் அதை எப்படிச் சமாளிப்பது என்று பாட்டி அவனுக்குக் கற்றுத் தந்திருக் கிறாள். நம்பிக்கையை விடவே கூடாது என்று சொல்லியிருக்கிறாள். முயற்சி எடுத்துக்கொண்டே இருந்தால் வழி பிறக்காத காரியம் என்று எதுவுமே கிடையாது என்பாள் பாட்டி. அப்பாவுக்குத் தெரியாமல் சில காரியங்கள் செய்ய வேண்டிய தருணம் வந்துவிட்டது. இப்போது அவருடைய உயிரைக் காப்பாற்றுவதுதான் முக்கியம்.

அன்று மாலை அவன் வடசேரிக்குப் போனான். 'ராஜமாணிக்கம் ஐயா வீடு எங்கே இருக்குது?' என்று கேட்டுக்கொண்டே போனான். ஒருவருக்குமே தெரியவில்லை. ஒரு வீட்டின் திண்ணையில் ஒரு சிறுமி உட்கார்ந்து நூல் சுற்றிக்கொண்டிருந்தாள். 'தங்கச்சி, ராஜமாணிக்கம் ஐயா வீடு எது?' என்று கேட்டான் சபேசு. அந்தப் பெண் இடது கண்ணை மட்டும் சுருக்கி வாயைக் கோணிக்கொண்டு யோசித்தாள். 'என்னண்ணே நீங்க? கிட்னி புரோக்கர்னு கேளுங்க. ஊர் முளுக்கத் தெரியும்' என்றாள்.

சபேசு ராஜமாணிக்கத்தின் வீடு போய்ச் சேர்ந்துவிட்டான். அவர் பயங்கரமாக வெற்றிலை போடக்கூடியவர் என்பது தெரிந்தது. வாய் அறுத்து வைத்த மாமிசத்துண்டு போல் இருந்தது. அவிழ்ந்து அவிழ்ந்து போகும் தன் வேட்டியைத் தொந்தியில் சுருட்டியவாறே வெளியே போவதும் வராண்டாவில் நின்று தம்பலத்தைத் துப்புவதும் திரும்பி வருவதுமாக இருந்தார். கிட்னி பற்றி விசாரிக்கு முன்

அரை மணி நேரம் வாய் ஓயாமல் பேசினார். கடைசியில் சபேசு விஷயத்தைச் சொன்னதும் 'அதுக்கென்ன செஞ்சுப்புடலாம்' என்றார்.

'ஒரு கிட்னிக்கு சுமாரா என்ன ஆகும் ஐயா?' என்று கேட்டான் சபேசு.

'அது ஆகும் ஒரு லட்சம் மட்டும். இளம் கிட்னி, கெளட்டுக் கிட்னி இல்லெ' என்றார் ராஜமாணிக்கம்.

ஒரு லட்சம். அப்பாவிடம் ஏது அந்தப் பணம்? பணம் இருந்திருந் தால் அரசாங்க ஆஸ்பத்திரிக்கு இலவசச் சிகிச்சைக்கு ஏன் அவர் வந்திருக்க வேண்டும்? ஊரில் பெரிய பெரிய ஆஸ்பத்திரிகள் எவ்வளவு இருக்கின்றன!

'யோசிச்சுச் சொல்றேன் ஐயா' என்று சொல்லிவிட்டு வெளியே வந்தான் சபேசு.

சந்தை நாள் என்பதால் கூட்டம் நெரித்துக்கொண்டு இருந்தது. ஆனால் தன்னைச் சுற்றியிருந்த நெரிசலோ, களேபரமோ, சத்தமோ ஒன்றையுமே சபேசுவால் உணர முடியவில்லை. அஜாக்கிரதையாகப் போய்க்கொண்டிருந்த அவனை நோக்கி லாரி பின்னகர்ந்து வந்து நெருங்கும் போதெல்லாம் யாரேனும் ஒருவர், ஒரு கெட்டவார்த்தை போட்டுத் திட்டிவிட்டு அவன் சட்டைக் காலரை இழுத்துத் தெருவோரம் விட்டார். லாரி ஏறிச் சாகவேண்டிய நேரம் தனக்கு நெருங்கிவிட்டதாக சபேசு நினைத்தான். இனிமேல் உயிரோடு இருந்து பிரயோசனம் இல்லை. லாரி ஏறிச் சாகும்போது மண்டை வெடித்துவிடும். தெருவெல்லாம் ரத்தம் கட்டி கட்டியாகக் கிடக்கும். மூளை சிதறிவிடும். முறத்தில்தான் அள்ளிப்போட்டுக்கொண்டு போக வேண்டியிருக்கும். சட்டுவத்தை வைத்துக் கட்டி ரத்தத்தை வழித்து எடுப்பார்கள். 'யார் வீட்டுப் பிள்ளையோ அடிபட்டுச் செத்துப்போய்விட்டானே' என்று கறிகாய் விற்கும் பெண்கள் அழுவார்கள். என்னால் அப்பாவைக் காப்பாற்ற முடியவில்லை என்று வெளிப்படையாக பாட்டியிடம் சொல்லிவிட வேண்டியதுதான். ஒரு கிட்னி ஒரு லட்சம் ரூபாயாம். பார்க்கத் தவளையைப் புரட்டிப் போட்ட மாதிரி இருக்கிறது. ஒரு சாண் நீளம்கூட இருக்காது. ஒரு லட்சம் ரூபாய். இவ்வளவு குட்டி உடம்பை வைத்துக்கொண்டு எப்படித்தான் அதால் எக்கச்சக்கமாகக் கழிவை அகற்ற முடிகிறதோ? அந்தச் சனியன் சரிவர இயங்கவில்லையென்றால் உயிருக்கே ஆபத்து என்கிறாள் உமாக்கா.

தெருவில் வந்துகொண்டிருந்த ஒருவர்மீது மிக மோசமாக மோதிக் கொண்டுவிட்டான் சபேசு. தலையைத் தூக்கிப் பார்த்தான். ஆறடி உயரத்தில் ஒருவர் நிற்கிறார். வெள்ளை முழுக்கைச் சட்டை. கண்ணாடி. நடுவகிடு எடுத்து அடர்த்தியான தலையை வாரி விட்டிருக்கிறார்.

'ஐயா, மன்னிச்சிடுங்க ஐயா' என்று கும்பிட்டான் சபேசு.

'என்ன தம்பி நீ. சுயஞாபகம் இல்லாமப் போய்க்கிட்டிருக்கே' என்றார் அவர்.

'மன்னிச்சிடுங்க ஐயா' என்று மீண்டும் சொன்னான் சபேசு.

'சரி போ' என்று அவன் முதுகைத் தட்டிவிட்டார் அவர்.

மீண்டும் ஒருமுறை கும்பிட்டு விட்டுப் போக நினைத்த சபேசு, நின்று 'ஐயா, ஒரு சந்தேகம் ஐயா' என்றான்.

'கேளு' என்றார் அவர்.

'கிட்னி சல்லிசாகக் கிடைக்க ஒரு சான்ஸ் இருக்குமா ஐயா?' என்று கேட்டான்.

அந்த ஒற்றைக் கேள்வியிலிருந்து பல விஷயங்களையும் கற்பனை செய்துகொண்டுவிட்டார் அந்தப் பெரியவர்.

'தம்பி, எனக்கு முழு நேர வேலெ கண்தானம் வாங்கறது. இந்தப் பங்குனி முடிவதற்குள்ள ஏழாயிரம் ஜோடி கண்கள் வாங்கி முடிச்சிருவேன். கிட்னியைப் பத்தி விசாரித்துச் சொல்றேன் தம்பி' என்றார்.

'ஐயா, அரசாங்க ஆஸ்பத்திரி. கட்டில் நம்பர் 116. பெயர் வையாபுரி. எங்க அப்பா' என்று சொன்னான் சபேசு.

'நாளெயே வந்து உங்க அப்பாவைப் பாக்கறேன் தம்பி' என்றார் பெரியவர்.

சபேசுவுக்கு அவர் மீது பாசம் பொங்கிற்று.

'என்ன செய்யணும்னு தெரியாமெத் தவிக்கிறேங்க ஐயா' என்றான் சபேசு.

'நான் இருக்கேன் கவலெப்படாதே. எண்ணைக்கும் உங்கூடவே இருப்பேன்' என்றார் அந்தப் பெரியவர்.

'சரி வரட்டுமா ஐயா' என்றான் சபேசு.

'நீ கண்தானம் தரலாமே தம்பி' என்றார் பெரியவர்.

'தோண்டி எடுப்பீங்களா ஐயா' என்று கேட்டான் சபேசு.

'தோண்டித்தான் எடுக்கணும். ஆனா வலிக்காது. கண்ணத் தாறவங்க இண்ணே வரையிலும் ஒரு கத்துக் கத்தினதாட்டுக் வரலாறு கெடையாது. அவங்க போய்ச் சேந்தப்புறம்தானே கண்ணையே நோண்டுகிறோம்' என்று சொல்லிச் சிரித்தார் பெரியவர்.

சபேசு மௌனமாக இருந்தான்.

'யோசிச்சுப் பாரு தம்பி. நீயோ செத்துப் போயாச்சு. கண்ணோ ஒனக்குத் தேவையுமில்லெ. நோண்டி எடுக்கிறதோ எங்க வேல. பார்வை இல்லாதவங்களுக்கோ பளிச் பளிச்சின்னு கண் தெரியுது.

இதைவிடப் பெரிய தொண்டு இந்த ஒலகத்திலெ என்ன தம்பி இருக்க முடியும்?' என்றார் பெரியவர். உணர்ச்சி வசப்பட்டதில அவர் குரல் உயர்ந்துவிட்டிருந்தது.

'நான் கண்தானம் தாரேன் ஐயா' என்றான் சபேசு.

'உன்ன மாதிரி வாலிபப் பசங்கதான் வருங்கால இந்தியாவையே தீர்மானிக்கப் போறாங்க. நீ ஒரு படிவத்தில கையெழுத்துப் போட்டுக் குடு. உங்க அப்பாகிட்ட ஒரு சாட்சிக் கையெழுத்து வாங்கிக் குடு. போதும். முடிஞ்சுது விஷயம் அத்தோட' என்றார் பெரியவர்.

'கண்டிப்பா கையெழுத்துப் போடறேன் ஐயா. அப்பாகிட்டேருந்து கண்டிப்பா கையெழுத்து வாங்கித்தாரேன் ஐயா' என்றான் சபேசு.

'சரி போயுட்டு வா தம்பி. நாளெக்கு பாப்போம்' என்றார் அவர்.

சரேரென்று அவர் நடக்கத் தொடங்கிவிட்டார். இன்னும் ஒன்றிரண்டு வார்த்தைகளேனும் பேசிவிட்டு அவர் போகத் தொடங்கி யிருக்க வேண்டும் என்று சபேசுவுக்குத் தோன்றிற்று.

'ஐயா கட்டில் எண் 116. பெயர் வையாபுரி' என்று கத்திச் சொன்னான் சபேசு.

அதற்குள் அவர் வெகு தூரம் போய்விட்டிருந்தார். புழுதிக்காற்று வாரிச் சுழற்றி அடித்துக் கொண்டிருந்தது. அவர் காதில் அவன் குரல் விழுந்ததோ என்னவோ.

சபேசு நடக்கத் தொடங்கினான்.

அக்டோபர் 2004 நாகர்கோவில்